அள்ள அள்ளப் பணம் 8

இன்சூரன்ஸ்

அள்ள அள்ளப் பணம்
பங்குச்சந்தை வரிசை

பங்குச்சந்தை அடிப்படைகள்

பங்குச்சந்தை அனாலிசிஸ்

ஃபியூச்சர்ஸ் அண்ட் ஆப்ஷன்ஸ்

போர்ட்ஃபோலியோ முதலீடுகள்

டிரேடிங்

மியூச்சுவல் ஃபண்ட்

தங்கம், வெள்ளி, பிட்காயின்

இன்சூரன்ஸ்

அள்ள அள்ளப் பணம் 8

இன்சூரன்ஸ்

சோம. வள்ளியப்பன்

இன்சூரன்ஸ்
Insurance
Soma. Valliappan ©

First Edition: January 2022
232 Pages
Printed in India.

ISBN : 978-93-90958-06-1
Kizhakku - 1251

Kizhakku Pathippagam
177/103, First Floor, Ambal's Building, Lloyds Road, Royapettah, Chennai - 600 014. Ph: +91-44-4200-9603
Email : support@nhm.in   Website : www.nhm.in

◼ kizhakkupathippagam   ◨ kizhakku_nhm

Author's Email: writersomavalliappan@gmail.com
Author's Website : www.writersomavalliappan.in
www.facebook.com/Soma Valliappan
www.youtube.com/Soma Valliappan

Cover Image: Olga Maksimava, via Shutterstock

Kizhakku Pathippagam is an imprint of New Horizon Media Private Limited

The views and opinions expressed in this book are the author's own and the facts are as reported by the author, and the publishers are not in any way liable for the same.

All rights reserved. No part of this publication may be reproduced, stored in a retrieval system, or transmitted, in any form or by any means, electronic, mechanical, photocopying, recording or otherwise, without the prior permission of the publishers.

சமர்ப்பணம்
நண்பர் சோமு சொக்கலிங்கத்துக்கு

உள்ளே

முன்னுரை												9

ஆயுள் காப்பீடு

1. இன்சூரன்ஸ் எப்படி வாங்கப்படுகிறது?					15
2. இன்சூரன்ஸ் ஒரு முதலீடா?							20
3. இன்சூரன்ஸின் அவசியம்								34
4. யாரெல்லாம் இன்சூரன்ஸ் எடுக்க வேண்டாம்?			43
5. வேலை செய்யும் நிறுவனங்கள் தரும் காப்பீடுகள்		51
6. இன்சூரன்ஸ் தொடர்பான
   சில சொற்களுக்குப் பொருள்							59
7. ஆயுள் காப்பீடு : காலம், தொகை						67
8. ஆயுள் காப்பீடு வகைகள்							78
   டெர்ம் இன்சூரன்ஸ்
   டெர்ம் இன்சூரன்ஸ் வித் ரிட்டர்ன் ஆப் பிரிமியம்
   எண்டோவ்மெண்ட் பாலிசிகள்
   மணி பேக் பாலிசிகள்
   ஹோல்லைப் பாலிசிக்ச்ள்
   சில்ட்ரன்ஸ் பாலிசிகள்
   யூலிப் பாலிசிகள்
9. வீட்டுக்கடனுடன் இணைந்த இன்சூரன்ஸ்				102
10. காப்பீடுடன் சேர்ந்த ஓய்வூதியத் திட்டம்				109
11. குரூப் இன்சூரன்ஸ்									115
12. ரைடர்கள் - ஒன்றிலேயே பல							119
13. எவ்வளவு நாட்களில் பணத்தைக் கொடுக்கிறார்கள்?	123

ஏனைய காப்பீடுகள்

14.	ஜெனரல் இன்சூரன்ஸ்	129
15.	மெடிக்கல் இன்சூரன்ஸ்	136
	மெடிக்கிளைம் பாலிசி	
	டாப்-அப் பாலிசி	
	ஆரோக்கிய சஞ்சீவினி பாலிசி	
	கொரோனா - சிறப்பு மருத்துவ காப்பீடு	
	கிரிட்டிகல் இல்னெஸ் இன்சூரன்ஸ் பிளான்	
16.	ஆக்சிடெண்ட் இன்சூரன்ஸ்	152
17.	டிராவல் இன்சூரன்ஸ்	158
18.	மோட்டார் வாகன இன்சூரன்ஸ்	164
19.	பர்கலரி இன்சூரன்ஸ்	176
20.	ஃபயர் இன்சூரன்ஸ்	181

காப்பீடு : பிற அம்சங்கள்

21.	அரசாங்கங்கள் வழங்கும் இலவசக் காப்பீடுத் திட்டங்கள்	185
22.	இன்சூரன்ஸ் குறைகள் - ஆம்புட்ஸ்மேன்	190
23.	வரி மற்றும் வரிச்சலுகைகள்	195
24.	சந்தேகங்கள், விளக்கங்கள்	199
25.	மொத்தத்தில்	204

பின் இணைப்புகள்

IRDA அமைப்பு	211
இந்தியாவில் இன்சூரன்ஸ் - வரலாறு	214
எல்.ஐ.சி பங்குகள் தனியாருக்கு விற்பனை	220
யூலிப்பை தடை செய்தது செபி	224

முன்னுரை

பங்குச்சந்தை, பரஸ்பர நிதிகள், தங்கம் ஆகியவற்றுக்கு அடுத்தபடியாக, 'அள்ள அள்ளப் பணம்' வரிசையில் எட்டாவது புத்தகமாகக் காப்பீடு குறித்து எழுதியிருக்கிறேன்.

'பைனான்சியல் லிட்டரசி' என்பது அவசியமான ஒன்று. வாழ்க்கையை நிம்மதியாக வாழ எவருக்குமே நிதிசார் விஷயங்கள் குறித்து குறைந்தபட்ச விவரங்கள் தெரிந்திருக்க வேண்டும். பணத்தைச் சம்பாதிப்பது மட்டுமே நிதிமேலாண்மை அல்ல. பணத்தை பாதுகாப்பதும், அதற்கு ஆபத்து ஏற்பட்டால், அதனால் உண்டாகும் இழப்பை ஈடுகட்ட, ஏற்பாடுகள் செய்துகொள்வதும் கூட நிதிமேலாண்மைதான். அது குறித்துதான் இந்த புத்தகம் பேசுகிறது.

தங்கம், பங்குச்சந்தை மற்றும் பரஸ்பரநிதிகள் மேல் இருக்கிற அளவு ஆர்வம் பலருக்கும் காப்பீடுகள் மேல் இல்லை. அதற்கு காரணங்கள் இருக்கலாம். ஆனால், அது வருத்தத்துக்குரிய விஷயமே. அதனால் சாதாரண மற்றும் நடுத்தர வர்க்க மக்களில் பலர் காப்பீடு எடுப்பதில்லை. அதனால் கிடைக்கும் பாதுகாப்பு குறித்து தெரியாமல் இருக்கிறார்கள். அதை இழக்கிறார்கள்.

கடந்த சில ஆண்டுகளில், அதிலும் குறிப்பாக 2019 டிசம்பருக்குப் பின் கோவிட் 19 மற்றும் ஊரடங்கால் வளர்ந்த யுடியூப் ஊடகத்தால், இந்த விஷயத்தில் ஒரு முன்னேற்றம் வந்திருக்கிறது.

எவருக்கும் எதுவும் நேரலாம் என்பதை கோவிட் 19 தலையில் அடித்துச் சொன்னதும், ஊரடங்கு காரணமாக வீட்டிலேயே இருந்த பலருக்கும் யுடியூப் வீடியோக்கள் நல்ல பொழுது போக்குகளாக அமைந்ததும்தான் இந்த முன்னேற்றத்துக்குக் காரணம். தினசரி வெளியாகும் ஆயிரக்கணக்கான வீடியோக்களில் காப்பீடு குறித்த சில வீடியோக்களும் அடக்கம். நியூஸ் கிலிட்ஸ் போன்ற சில யூடியூப் சேனல்களில் நானும் இன்சூரன்ஸ் குறித்து பேசியிருக்கிறேன். இன்னும் பலரும் பேசியிருக்கிறார்கள்.

யுடியூபில் பார்க்கக் கட்டணம் ஏதுமில்லை. தவிர, பார்ப்பதும் வெகு சுலபம். ஆண்டிராய்ட் ஃபோன் இருந்தால் போதும். எல்லா வற்றையும் விட, தகவல்கள் தாய்மொழியில் கிடைக்கின்றன. இப்படியாக இந்த இரண்டு காரணங்களாலும் தற்போது இன்சூரன்ஸ் குறித்த விழிப்புணர்வு அதிகரித்திருக்கிறது.

அதிகரித்த விழிப்புணர்வால் இன்சூரன்ஸ் எடுக்கிறார்களா என்று தெரியவில்லை. எந்த வீடியோவையும் பத்து, பதினைந்து நிமிடங் களுக்கும் மேல் மக்கள் பார்க்கத் தயங்குவதால் வீடியோக்களில் ஓரளவு தகவல்களே கொடுக்கப்படுகின்றன. தவிர, இலவசமாகப் பார்க்கும் வீடியோக்கள் மீதான நம்பிக்கை எவ்வளவு என்பதும் தெரியவில்லை. காப்பீடு குறித்து மேலும் தெரிந்துகொள்ள, தகவல்களைச் சரிபார்க்க மக்களுக்கு வேறு எதுவோ தேவைப் படுகிறது.

அந்தவிதத்தில் தமிழில் இன்சூரன்ஸ் குறித்த விளக்கமான ஒரு புத்தகத்துக்கான தேவை இருப்பதாக உணர்ந்தேன். மேலும் ஒரே இடத்தில் (புத்தகத்தில்) ஆயுள் காப்பீடு, மருத்துவக் காப்பீடு மற்றும் பிற காப்பீடுகள் அவை குறித்த பொதுவான சந்தேகங்களுக்கான விளக்கங்கள் குறித்து எழுதினால் பலருக்கும் உதவியாக இருக்கும் என்றும் நினைத்தேன்.

அதைத்தான் இந்தப் புத்தகத்தில் செய்திருக்கிறேன். இது குறித்து எழுத இன்னும் எவ்வளவோ இருக்கிறது என்பதுதான் எழுதி முடித்தபின் எனக்குக் கிடைத்த உணர்வு. அதனால் இதை ஒரு முற்றிலும் முழுமையான புத்தகம் என்று சொல்லவில்லை. ஆனால், மொத்தமாகக் காப்பீடுகள் குறித்த ஒரு பார்வையைத் தரும், 'என்ன... எது... யாருக்கு... எவ்வளவு?' என்பன குறித்து ஒரு நல்ல புரிதல் கொடுக்கும் புத்தகமாக இருக்கும் என்று நம்புகிறேன்.

அப்படிப்பட்ட ஒரு மொத்தப் பார்வை கிடைத்துவிட்டால் அதன்பிறகு இருக்கவே இருக்கிறது இணையம். அங்கே மிகக் குறிப்பான விவரங்கள் தேடலாம். தவிர நம்மை அணுகுகிற அல்லது நாம் அணுகும் காப்பீடு முகவர்களிடம் மேல் விவரங்கள் பெற்றுக்கொள்ளலாம்.

எதைத் தேடவேண்டும், என்ன விவரங்கள் கேட்டு உறுதி செய்துகொள்ளவேண்டும் என்பதற்கே ஒரு அடிப்படை புரிதல் தேவைப்படுகிறது. அதை இந்த புத்தகம் நிச்சயம் செய்யும்.

அடுத்தடுத்த பதிப்புகளில் மேலும் எவற்றைச் சேர்க்கலாம் என்பது குறித்தும் காப்பீடுகள் தொடர்பான உங்களுடைய அனுபவங்கள் குறித்தும் எனது மின்னஞ்சலுக்கு எழுதுங்கள் (writersomavalliappan@gmail.com). சேர்த்துக்கொள்கிறேன்.

இன்சுரன்ஸ் குறித்து அவ்வப்போது எனக்கு எழுந்த சந்தேகங் களுக்கு விளக்கங்கள் கொடுத்த எல்.ஐ.சியின் நாக சஞ்சீவி மற்றும் காப்பீடு ஆலோசகர் எஸ்.பி. குமரப்பன் ஆகியோருக்கு எனது நன்றிகள்.

கிழக்கு பதிப்பகத்தின் பத்ரி அவர்களுக்கும், வைதேகி மற்றும் மருதன் அவர்களுக்கும் என் நன்றி.

வாழ்த்துகளுடன்.

சோம. வள்ளியப்பன்
அபிராமபுரம்
7.11.21

ஆயுள் காப்பீடு

1

இன்சூரன்ஸ் எப்படி வாங்கப்படுகிறது?

ஒருநாள் வாட்ஸ் அப்பில் ஒரு மெசேஜ் வந்தது. அறிமுகம் உள்ள ஒருவர் அனுப்பியிருந்தார். நன்கு படித்தவர், உதவி கேட்டு செய்தி அனுப்பி இருந்தார். அவர் மனைவி ஒரு தனியார் காப்பீடு நிறுவனத்தில் அவர்கள் மகன் பெயரில் ஒரு காப்பீடு பாலிசி எடுத்திருக்கிறாராம்.

> *'பாலிசிக்கு ஆண்டொன்றுக்கு 98,899 ரூபாய் பிரீமியம் கட்டவேண்டும். அப்படி மொத்தம் 10 ஆண்டுகள் கட்ட வேண்டும். பதினோராவது ஆண்டிலிருந்து எங்கள் மகனுக்கு அந்த நிறுவனம் 29 ஆயிரம் ரூபாய் பணம் கொடுக்கும். இப்படியாக அவனது 75ஆவது வயது வரை அதாவது, 2085 ஆண்டுவரை அவனுக்கு ஒவ்வொரு ஆண்டும் பணம் கொடுக்கும். 75வது வயதில் முதிர்வுத் தொகையாக 46 லட்சம் ரூபாய் கொடுக்கும். இந்த பாலிசியின்படி அவன் மொத்தம் ஒன்பது லட்ச ரூபாய்க்கு இன்சூரன்ஸ் ('சம்-அஷுர்ட்') செய்யப்படிருக்கிறான். பாலிசி கவரேஜ் 66 ஆண்டுகள். முதல் 10 ஆண்டுகள் பிரீமியம் கட்ட வேண்டும். அதன்பின் கட்ட வேண்டாம்.*

எனக்கு இந்த பாலிசியில் விருப்பமில்லை. முதல் பிரீமியம் மட்டும் மனைவி கட்டிவிட்டார்கள். எனக்குத் தெரிய வந்ததும்

போதும். இனி கட்டவேண்டாம். நிறுத்திவிடுவோம் என்று சொல்லிவிட்டேன். அதனால் இரண்டாவது பிரீமியம் கட்டாமல் விட்டுவிடுட்டோம். நாங்கள் கட்டிய முதல் பிரீமியத்தில் பாதி திரும்பக் கிடைத்தால் கூட போதும். எப்படி வாங்குவது' என்று கேட்டிருந்தார்.

அந்தப் பாலிசியின் விவரங்களைச் சேகரித்தேன். அவர் குறைந்தது இரண்டு ஆண்டுகள் கட்டியபின்தான் திரும்பத் தரும் 'ரீஃபண்ட்' ஆப்ஷன் இருக்கிறது. முதல் ஆண்டோடு நிறுத்தினால் ஏதும் கிடைக்காது. இரண்டு ஆண்டுகள் கட்டியபின் பிரீமியம் கட்டுவதை நிறுத்திவிட்டு, ரீஃபண்ட் கேட்டால், கட்டியிருக்கும் தொகையின் ஒரு பகுதியில் *30* சதவீதம் தருவார்கள். மூன்று ஆண்டுகள் கட்டிய பிறகு பணத்தைத் திருப்பிக் கேட்டால், *35* சதவீதம் தரப்படும். இப்படியாகக் கீழே இருக்கும் அட்ட வணையில் கொடுக்கப்பட்டுள்ள சதவிதங்களில் பணம் திருப்பிக் கொடுக்கப்படும் என்று தெரியவந்தது.

பாலிசி சரணடைந்த ஆண்டு	பிரீமியம் செலுத்தும் காலம்				
	6	8	10	12	15
1	0%	0%	0%	0%	0%
2	30%	30%	30%	30%	30%
3	35%	35%	35%	35%	35%
4	50%	50%	50%	50%	50%
5	50%	50%	50%	50%	50%
6	60%	60%	60%	60%	60%
7	65%	65%	65%	65%	65%

அவர் எதிர்பார்க்கும் பணம் அதாவது கட்டியதில் பாதிப் பணம் கிடைக்க அவர் குறைந்தபட்சம் ஐந்து ஆண்டுகள் பிரீமியம் கட்டவேண்டும். இருவரும் பேசினோம்.

'நான் இதுவரை கட்டிய *98,899* ரூபாயில் *30* சதவீதம் பணத்தை திரும்பப் பெறுவதற்காக, இன்னொரு *98,899* கட்டினால், மொத்தம் *1,97,800* நான் கட்டி இருப்பேன். அப்படி கட்டிவிட்டு ரீஃபண்ட் கேட்டால், எனக்கு *59,340*தான் திரும்பக்

கிடைக்கும். அப்படியென்றால் 1,38,460 நஷ்டம். மாறாக, நான் இப்போது 98,899 கட்டியதோடு நிறுத்திக்கொண்டு அடுத்த ஆண்டுவரை காத்திருந்து ரீஃபண்ட் கேட்டால் 29,699 வாங்கிக் கொள்ளலாம். 69,200 நஷ்டம் ஆகும்'.

'நீங்கள் தவறாகப் புரிந்துகொண்டிருக்கிறீர்கள். இரண்டு ஆண்டுகள் கட்டினால்தான் ரீஃபண்ட் தருவார்கள். அதுவும் 30%தான். முதல் ஆண்டோடு நிறுத்தினால் ரீஃபண்ட் கிடையாது. எனவே, இந்தத் திட்டம் உங்களுக்கு வேண்டாம்; தொடர்ந்து பிரீமியம் கட்ட முடியாது என்று முடிவெடுக்கும் பட்சத்தில் முதல் பிரீமியம் கட்டியதோடு விட்டுவிடுங்கள். நீங்களே சொல்லியது போல, இரண்டாம் ஆண்டு 98,899 கட்டி விட்டு, 29,699 வாங்குவதில் அர்த்தமில்லை. இரண்டாவது ஆண்டும் இன்சூரன்ஸ் கவரேஜ் இருக்கும் என்பதைத் தவிர வேறு பலனில்லை'.

'எப்படிப் பார்த்தாலும் நஷ்டம்தான். என்ன இது? இந்த ஏற்பாடு மோசமாக அல்லவா இருக்கிறது! இதெல்லாம் அநியாயம். நான் எங்கே போய் முறையிட்டால் என்னுடைய 98,899 ரூபாய் திரும்பக் கிடைக்கும்?'

'இதில் ஏமாற்று ஏதும் இல்லை. இப்படிப்பட்ட திட்டங்கள் இந்தியாவில் கண்காணிப்பு ஆணையமான IRDAவின் அனுமதியோடுதான் நடைபெறுகின்றன. காப்பீடு நிறுவனங்கள் பிரீமியமாகப் பெறும் பணத்தை அவர்களே வைத்துக்கொள்வதில்லை. பிரீமியம் பெற்றவுடனே பாலிசிதாரருக்குக் காப்பீடு செய்கிறார்கள். நீங்கள் பணம் கட்டிய நாளிலிருந்து உங்கள் மகனுக்கு ஒன்பது லட்சம் ரூபாய்க்கு காப்பீடு இருக்கிறது. அதற்கான கட்டணத்தை பிரீமியத்தில் இருந்து கட்டியிருப்பார்கள். காப்பீடு எடுத்துக் கொடுத்த முகவருக்கு கமிஷன் கொடுத்திருப்பார்கள். முதல் கமிஷன் எப்போதுமே கூடுதலாக இருக்கும். அவர் கட்டிய 98 ஆயிரம் ரூபாயில் ஜி.எஸ்.டி வரி 18 சதவீதம் இருக்கிறது. அது மத்திய, மாநில அரசாங்கங்களுக்குப் போய்விடும். திரும்ப வராது. தவிர, காப்பீடு நிறுவனத்துக்கு நிர்வாகச் செலவுகள் இருக்கின்றன. எனவே அவர்கள் திருப்பித் தராத பணம் மொத்தமும் அவர்களுடைய லாபம் இல்லை'.

புரிந்துகொண்டு ஒரு முடிவெடுத்தார். அவர் செய்தது இருக்கட்டும். இந்த நிகழ்வு குறித்து நீங்கள் என்ன நினைக்கிறீர்கள்?

மக்கள் எப்படி இன்சூரன்ஸ் திட்டங்களைச் சரியாகப் புரிந்து கொள்ளாமல் எடுக்கிறார்கள் என்பதையும் தொடர்ந்து கட்ட முடியாத ஒன்றை ஆரம்பித்துவிட்டால் அதனால் என்ன நஷ்டம் உண்டாகும் என்பதையும் இந்த நிகழ்வு காட்டுகிறது.

எவரோ சொன்னதைக் கேட்டு சேர்ந்தாகிவிட்டது. தொடர்ந்து பிரீமியம் கட்ட இயலவில்லை. அல்லது தொடர்ந்து கட்ட விருப்பம் இல்லை. நிறுத்திவிட முடிவெடுக்கிறார். இப்போது அவருக்கு அவர் கட்டிய தொகையில் எதுவும் திரும்ப வராது. இன்னும் ஒரு ஆண்டு பிரீமியம் கட்டினால் இப்போது கட்டுகிற தொகை முழுவதும் வீண். ஏற்கெனவே கட்டியதில் ஓரளவு மட்டும் திரும்பி வரும்.

இவர் மட்டுமல்ல. இவரைப்போல இன்னும் எவ்வளவு நபர்கள் விவரம் புரிந்துகொள்ளாமல் அவர்கள் கட்டத் தொடங்கிய பாலிசியைத் தொடராமல் நிறுத்தி விடுகிறார்கள். அப்படிப்பட்ட பாலிசிகள் 'லாப்ஸ்' ஆகிவிடுகின்றன. அதில் பல பாலிசிகள் 2 ஆண்டுகளுக்கு மேல் பிரீமியம் கட்டப்பட்டவை.

ஒரு சிலர் கட்டிய முழுப்பணத்தையும் திரும்பக் கேட்டுக் கொண்டிருக்க, வேறு சிலருக்கு அவர்கள் கட்டிய பணத்தில் ஒரு பகுதி திரும்பி வரக்கூடும் என்பது கூட தெரியாது. தெரிந்தவர்களுக்கும் வாங்குகிற வழி சுலபமாக இருக்காது. இன்சூரன்ஸ் நிறுவனங்கள் இதை வேண்டுமென்று செய்யவில்லை. இப்படிப்பட்ட பாலிசிகளால் இன்சூரன்ஸ் நிறுவனங்களுக்கு பெரிய லாபம் இல்லை. ஆனால், கட்டாமல் பாதியில் நிறுத்திவிடும் மக்களுக்கு நிச்சயம் பெரிய நஷ்டம்தான்.

இன்னும் சிலர் இன்சூரன்ஸில் செய்யும் தவறுகள் அவர்கள் பணிபுரியும் நிறுவனங்களில் ஆண்டு இறுதியில் மனிதவளத்துறை அல்லது பைனான்ஸ் டிப்பார்ட்மெண்டில் இருந்து, 'நீங்கள் வருமான வரி கட்ட வேண்டும். குறிப்பிட்ட விதமான சேமிப்புகள் செய்தால் 80Cயின் கீழ் வரியை குறைத்துக்கொள்ளலாம். அப்படி ஏதாவது செய்திருந்தால் தகவல் தெரிவியுங்கள்' என்று கேட்டதும், அவசரம் அவசரமாக ஏதோ ஒரு இன்சூரன்ஸ் பாலிசி எடுத்துவிடுவார்கள். அல்லது அவர்கள் ஆலோசனை கேட்கும் நபர் அப்படி பரிந்துரை செய்வார். எடுத்துவிடுவார்கள்.

'என்ன இன்சூரன்ஸ் எடுத்திருக்கிறீர்கள்?' என்று கேட்டால், LIC அல்லது HDFC என்பது போல நிறுவனங்களின் பெயர்களைத்தான்

சொல்வார்கள். அது சரி. அந்தக் கம்பெனியில் என்ன பிளான் என்று கேட்டால் அவர்களுக்கு சொல்லத் தெரியாது.

இது எப்படி இருக்கிறது என்றால், மொழி தெரியாத ஒருவரிடம், நீங்கள் தமிழ் படம் பார்த்ததாகச் சொன்னீர்களே. என்ன படம் பார்த்தீர்கள் என்று படத்தின் பெயரைக் கேட்டால், 'விஜய் படம்' அல்லது 'அஜித் படம்' என்று சொல்வது போல.

அது படத்தின் பெயரா? அவர் நடித்த படமாக இருக்கலாம். எந்தப் படம் என்று குறிப்பாக படத்தின் பெயர் சொல்லவேண்டும் அல்லவா? அப்படித்தான் இருக்கும் பலரின் பதில்களும். ஒரு இன்சூரன்ஸ் நிறுவனத்தில் பல வகையான பாலிசிகள் இருப்பதும் அந்த பாலிசிகள் ஒவ்வொன்றுக்கும் வெவ்வேறான பலா பலன்கள், நிபந்தனைகள் ஆகியவற்றைக் கொண்டிருப்பது தெரியாமல் அதில் மாட்டிக் கொண்டு விடுகிறார்கள். பின்பு நிறுத்திவிடுகிறார்கள். அதனால், தேவைப்படும் காலத்தில் காப்பீடு இல்லாமல் போகிறது.

லாபத்துக்கு ஆசைப்பட்டு இன்சூரன்ஸை முதலீடாகப் பாவித்துப் பணம் போடுவது, தெரிந்தவர்கள் கட்டாயப்படுத்தும் போது அவர்களுக்காக பாலிசி எடுப்பது, வருமான வரி விலக்குக்காக அவசரத்தில் ஏதோ ஒரு பாலிசி எடுப்பது போன்றவை எல்லாம் சரியான அணுகுமுறைகள் அல்ல.

இவையெல்லாம்கூடப் பரவாயில்லை எனும் விதமாக மற்றொரு காரணத்துக்காக மக்கள் இன்சூரன்ஸ் பாலிசி எடுத்தார்கள். மாய்ந்து மாய்ந்து எடுத்தார்கள். அதை அடுத்த அத்தியாயத்தில் பார்ப்போம்.

> யாரோ கேட்டுக் கொண்டே இருக்கிறார்கள் என்பதாலோ, வரிவிலக்கு கிடைக்கும் என்பதாலோ, பங்குச்சந்தை லாபம் கிடைக்கும் என்பதாலோ இன்சூரன்ஸ் எடுக்க வேண்டாம். விவரமறிந்த இன்சூரன்ஸ் முகவர் அல்லது நிதி ஆலோசகருடன் இணைந்து, வாழ்க்கை முழுவதற்குமான ஒரு நிதி திட்டமிடல் செய்து அதற்கு ஏற்ப எடுக்கப்பட வேண்டிய முக்கியமான ஒன்று, ஆயுள் காப்பீடு.

2

இன்சூரன்ஸ் ஒரு முதலீடா?

பங்குகள், பரஸ்பர நிதிகள், இன்சூரன்ஸ் போன்றவற்றில், எதில் எவ்வளவு முதலீடு செய்யலாம் என்று சிலர் ஆலோசனை கேட்பதுண்டு. பதில் சொல்வதற்கு முன்பு, நீங்கள் ஏற்கெனவே என்ன சேமிப்பு வைத்திருக்கிறீர்கள் என்று விவரம் கேட்பேன். ஒரு சிலர் அவர்கள் எடுத்திருக்கும் இன்சூரன்ஸ் 'சம்-அஷ்யூர்ட்' தொகைகளை அவர்கள் செய்திருக்கும் முதலீடாக சொல்வார்கள். அவ்வளவு பெரிய தொகையை அவர்கள் செய்திருக்கும் முதலீடு என்பார்கள். ஆம், அவர்களைப் பொறுத்தவரை இன்ஷ்யூரன்ஸ் என்பதும் ஒரு முதலீடு!

அவர்களைச் சொல்லிக் குற்றமில்லை. சில ஆண்டுகளுக்கு முன்பு குறிப்பாக, பங்குச் சந்தைகள் மிக அதிகம் உயர்ந்திருந்த 2004-2008 காலகட்டத்தில் பல இன்சூரன்ஸ் நிறுவனங்கள் யூலிப் வகை இன்சூரன்ஸ் பாலிசிகளை முதலீடு என்று சொல்லித்தான் விற்றன.

அந்த குறிப்பிட்ட காலகட்டத்தில் யூலிப் திட்டங்களில் பாலிசி எடுத்தவர்களுக்கு பெரிய இன்ப அதிர்ச்சி கிடைத்தது. காரணம், அவர்கள் பிரீமியமாக கட்டிய பணத்தின் மதிப்பு உடனடியாகக் கூடியது.

பொதுவாக இன்சூரன்ஸில் அப்படி நடக்காது. பெரும்பாலும்கூட நடக்காது. இன்சூரன்ஸ் எடுத்து அதற்கு பிரீமியம் கட்டும் எவருமே அதன்பின் அந்தத் தொகையின் மதிப்பு என்ன ஆகிறது என்று பார்க்க மாட்டார்கள். காரணம், மக்களைப் பொறுத்தவரை அவர்கள் கட்டும் பிரீமியம் என்பது கட்டாயப்படுத்தப்பட்ட ஒரு செலவு. அவ்வளவுத்தான். உயிருக்கு ஏதாவது ஆனால் மட்டுமே குடும்பத்துக்கு கிடைக்கக்கூடிய தொகை. அல்லது வெகு காலத்துக்குப்பின் கிடைக்கும் ஒரு முதிர்வுத்தொகை. அவ்வளவுதான். அதனால் கட்டும் பிரீமியம் என்ன ஆகிறது என்று யோசிக்கவோ, அது குறித்து கவலைப்படவோ மாட்டார்கள். பாலிசி எடுத்தபின் அவர்கள் போக்கில் தொடர்ந்து கட்டுவதுடன் சரி.

பலருக்கும் இது ஏன் இப்படி என்று தெரியாது. இன்சூரன்ஸ் நிறுவனங்கள் வாடிக்கையாளர்கள் கட்டும் ஒவ்வொரு தவணை பிரீமியத் தொகையிலுருந்தும் ஒரு பெரும் பகுதியை காப்பீடுக்காகச் செலவு செய்துவிடுவார்கள். மீதம் இருக்கும் தொகையை ‘பிக்செட் இன்கம் ரிட்டர்ன்’ஆக இருக்கும் அரசு பாண்டுகள் போன்ற ஏதாவது ரிஸ்க் இல்லாத ஒன்றில் வைப்பாக போட்டு வைப்பார்கள். ஒவ்வொரு ஆண்டு இறுதியிலும் அதைக் கணக்கிட்டு, பாலிசிதாரர்களுக்கு ஒரு சிறுதொகையை போனஸ் என்று காட்டுவார்கள். பாலிசிதாரர் கணக்கில் போனஸ் தொகைகள் சேர்ந்துகொண்டே வரும்.

பாலிசி காலம் முடியும்வரை பாலிசிதாரருக்கு ஏதும் ஆகாமல் இருந்தால், அதுவும் எடுத்திருப்பது ‘என்டோவ்மென்ட் பாலிசி’ஆக இருந்தால், பாலிசி கால முடிவில் பாலிசியின் ‘சம்-அஷுர்ட்’ தொகையை அந்த ஓரளவு போனஸ் பணத்துடன் சேர்த்துக் கொடுப்பார்கள்.

பெயர்தான் போனஸ். தொகை என்னவோ சாதாரணத் தொகையாகத்தான் இருக்கும். பாலிசிதாரர் பல ஆண்டுகளாக கட்டிய பிரீமியத் தொகைக்கு வங்கிகளில் கிடைக்கும் வட்டியுடன் போனஸ் தொகையை ஒப்பிட்டால், அது ஒன்றுமேயில்லை என்பதுபோல குறைந்த தொகையாக இருக்கும்.

உதாரணத்துக்கு 25 ஆண்டுகளுக்கு முன்பு ஒருவர் ஒரு லட்ச ரூபாய் எண்டோவ்மெண்ட் பாலிசி எடுத்து அதற்கு பிரீமியம் கட்டி வந்திருந்தால், இப்போது முதிர்வு நேரத்தில் அவருக்கு இரண்டரை லட்ச ரூபாய் கிடைக்கலாம். அவர் பிரீமியங்களாக கட்டியது லட்ச ரூபாய். கூடுதலாக கிடைப்பது ஒன்றரை லட்ச

ரூபாய். அதே பணத்தை அவர் வங்கியில் தொடர் வைப்பாக போட்டு வந்திருந்தால், லட்ச ரூபாய், 25 ஆண்டுகளுக்குப் பின் சுமார் மூன்றரை லட்ச ரூபாய் ஆகலாம். வங்கியில் போட்டு வைக்காமல் இன்சூரன்ஸில் பணத்தைக் கட்டி வந்ததால் சுமார் ஒரு லட்ச ரூபாய் குறைவு. சதவீதக் கணக்கில் பார்த்தால், 40 சதவீதம் குறைவு.

இதில் ஒன்றும் ஏமாற்றோ, தவறுகளோ இல்லை. காரணம், முதல் பிரீமியம் கட்டிய நாளில் இருந்து, முதிர்வுத் தேதி வரையிலான பல ஆண்டுகளுக்கும், அந்த நபருக்கு காப்பீடு இருந்திருக்கிறது. அந்த காலகட்டத்தில் அவர் உயிருக்கு ஏதும் ஆகியிருந்தால், அவர் எத்தனை மாதம் கட்டியிருந்தார் என்றெல்லாம் பார்க்காமல், முழு 'சம் அஷுர்டு' தொகையை இன்சூரன்ஸ் நிறுவனம் அவர் குடும்பத்துக்கு வழங்கியிருப்பார்கள். வெறும் ஆயிரமோ, இரண்டாயிரமோ கட்டியிருக்கும் நேரத்தில் கூட.

ஆனால் தொடர் வைப்பிலோ அல்லது வேறு ஏதாவது ஒன்றிலோ பணம் கட்டியிருந்தால் கட்டிய தொகை மட்டுமே அதற்குரிய வட்டி அல்லது வேறு வருமானத்துடன் வரும். தொடர் வைப்பு ஆரம்பித்து சில மாதங்களிலே அவர் இறந்துவிட்டால், அவர் கட்டிய அளவு பணம் மட்டுமே வரும்.

பாலிசி எடுத்த முழு காலகட்டத்துக்கும் கிடைக்கும் அந்த பாதுகாப்புக்குகாகத்தான் இன்சூரன்ஸ் எடுப்பது. அந்த 'லைப் ரிஸ்க்' கின் நிதிப் பிரச்னையைச் சமாளிக்கும் பலன்தான் இன்சூரன்ஸின் முக்கிய நோக்கம். நிச்சயமாக முதலீட்டுப் பெருக்கம் அல்ல. தவிர அது கட்டணமில்லாமல் வராது. அதற்குச் செலவு உண்டு. அதனால் முழு பாலசி காலமும் கட்டிய பணம் திரும்பி வருகையில் கொஞ்சம் குறைவாகத்தான் இருக்கும்.

இதை புரிந்துகொள்ள ஒரு உதாரணம் சொல்லலாம். ஒருவர் வீடு ஒன்றுக்கு குடி போகிறார். அவர் 10 லட்சம் ரூபாய் அட்வான்ஸ் கொடுத்து வைக்கிறார். வீட்டு அட்வான்ஸ் தொகைக்கு எவரும் வட்டி தரமாட்டார்கள். அவ்வளவு பெரிய தொகையை அட்வான்ஸ் கொடுக்கத் தேவையில்லை. ஆனாலும் அவர் கொடுக்கிறார். காரணம், அவர் மாதாமாதம் வாடகை தரப் போவதில்லை. அதற்கு பதிலாகத்தான் பெரிய அட்வான்ஸ் தொகை கொடுக்கிறார். இப்படிப்பட்ட ஏற்பாடு இன்னும் பல ஊர்களில் இருக்கிறது. சென்னையில் கூட இருக்கலாம். இப்படி செய்வதற்குப் பெயர், வீட்டை ஒத்திக்கு விடுவது. அவர் எட்டு

ஆண்டுகள் குடியிருக்கிறார். வீட்டைப் பயன்படுத்திக் கொள்கிறார். வீட்டுக்கு சொந்தக்காரரர் அந்த எட்டு ஆண்டு காலத்துக்கும், அடவான்ஸாக வந்த 10 லட்ச ரூபாயைப் பயன்படுத்திக்கொள்கிறார். குடியிருந்தவர் காலி செய்யும்போது அட்வான்ஸ் தொகையாகப் பெற்றுக்கொண்ட 10 லட்சரூபாயைத் திருப்பித் கொடுக்கிறார்.

எட்டு ஆண்டுகளுக்கு முன்பு கொடுத்தபோது அந்த 10 லட்சத்தின் மதிப்பு என்ன? திருப்பித் தரும்போது அதே 10 லட்சத்தின் வாங்குசக்தி (மதிப்பு) என்ன?

நிச்சயம் குறைவாகத்தான் இருக்கும். ஆனாலும் குடியிருந்தவர் வருத்தப்படமாட்டார். அவர் தெரிந்துதான் இந்த ஏற்பாட்டுக்கு வந்தார். 8 ஆண்டுகள் அந்த வீட்டை வாடகை கொடுக்காமல் அனுபவித்திருக்கிறார். அந்த லாபம், வாடகைக்கு ஈடு.

அதே போலதான் இன்சூரன்ஸில் முதிர்வு காலத்தில் பெறும் தொகையின் மதிப்புக் குறைவு என்பதும். பாலிசி எடுத்தவருக்கு கிடைக்கும் பலன் திரும்ப வரும் பணம் மட்டுமல்ல. அவருக்கு முதிர்வு காலம் வரை காப்பீடு இருந்திருக்கிறது. அது என்ன சும்மாவா கிடைக்கும்? அதற்கும் விலை உண்டல்லவா? அந்த விலைத்தான் மற்ற முதலீடுகளுக்கும் எண்டோவ்மெண்ட் இன்சூரன்ஸுக்கும் இடையே உள்ள வித்தியாசம்.

ஆக, இன்சூரன்ஸில் பிரீமியமாகக் கட்டும் பணம் வங்கி வட்டி அல்லது பரஸ்பரநிதியில் முதலீடு செய்வது போலெல்லாம் பெருக முடியாது. இதுதான் யதார்த்தம். மக்களின் அனுபவமும் புரிதலும்.

ஆனால், இந்த பொதுவான அனுபவங்களுக்கு மாறாக மேலே பார்த்த 2004-2008 காலகட்டத்தில் யூலிப் வகை இன்சூரன்சுக்குக் கட்டிய பிரீமியத்தொகையில் அந்த முதலீட்டுப் பெருக்கம் பிரமாதமாக நடந்தது. யூலிப் வகை பாலிசிதாரர்கள் கணக்கில் இருந்த தொகை மதிப்பு (NAV of Units) வேகமாகக் கூடியது.

•

யூலிப் என்பது மற்ற வகை பாலிசிகளில் இருந்து வேறுபாடானது. இன்சூரன்ஸ் நிறுவனங்கள் பாலிசிதாரர்கள் கட்டும் பிரீமியத்தின் ஒரு பகுதியைக் காப்பீடுக்கு எடுத்துக்கொண்டுவிட்டு மற்றொரு பகுதியை, ரிஸ்க் இல்லாத அரசு பாண்டுகளில் முதலீடு செய்வதற்கு பதிலாக பங்குச் சந்தையில் முதலீடு செய்து பங்குகள்

வாங்கின. அது, பங்குச்சந்தை மிகச் சிறப்பாக இருந்த காலகட்ட மாததால் NAV of Units மதிப்பு உடனடியாகவும் வேகமாகவும் அதிகரித்தன. யூலிப் பாலிசிகளில் போனஸுக்குப் பதிலாகச் சேர்ந்த பணம் பெரும் லாபம் போலிருந்தது. மக்களுக்கு இந்த வகை பாலிசிகள் மேல் ஆசை வந்தது.

ஆனால் இந்த நிலைமை இப்படியே இருக்க முடியாது என்பதை பலரும் உணரவில்லை. காரணம், பங்கு விலைகள் உயரும், வீழும். இரண்டும் நடக்கும். மாறி மாறி நடக்கும். 2004-2008 என்பது பங்குச் சந்தைகளுக்கே அது அபூர்வமான காலகட்டம்.

குறுகிய காலத்தில் பங்கு விலைகள் வேகமாக உயர்ந்த கால கட்டம் அது. ஏதேதோ காரணங்களுக்காக பங்குச்சந்தை படுவேகமாகவும் தொடர்ந்தும் உயர்ந்து கொண்டே போனது. எவ்வளவு என்றால், 2003ஆம் ஆண்டு ஜூன் மாதம் 1046 புள்ளிகள் இருந்த தேசிய பங்குச்சந்தை குறியீட்டு எண், நிஃப்டி, 2008ஆம் ஆண்டு ஜனவரி மாதம் 6200 புள்ளிகள் வரை உயர்ந்தது. அதே காலகட்டத்தில் மும்பை பங்குச்சந்தை குறியீட்டு எண் சென்செக்ஸ் 3358ல் லிருந்து 21,000 வரை போனது. இரண்டு சந்தைகளிலும் நாலரை ஆண்டுகளில் கிட்டத்தட்ட ஆறு மடங்கு உயர்வு. இன்னும் எளிமையாக சொல்வதென்றால், பங்குகளில் முதலீடு செய்த 100 ரூபாய் என்பது நாலரை ஆண்டுகளில் 600 ரூபாய் ஆனது.

தேசிய பங்குச் சந்தையின் குறியீட்டு எண் நிஃப்டி50.
மே 2003 முதல் டிசம்பர் 2007 வரை

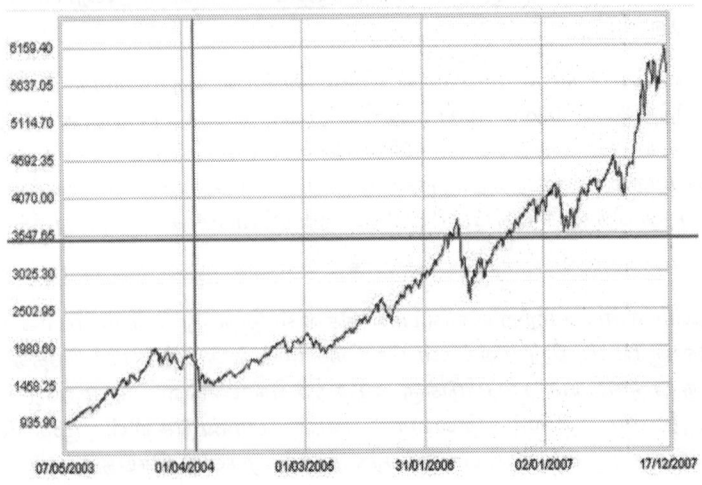

அதே காலகட்டத்தில் மும்பை பங்குச்சந்தை குறியீட்டு எண் சென்செக்ஸ் 3358ல் லிருந்து 21,000 வரை போனது. இரண்டு சந்தைகளிலும் நாலரை ஆண்டுகளில் கிட்டத்தட்ட ஆறு மடங்கு உயர்வு. இன்னும் எளிமையாக சொல்வதென்றால், பங்குகளில் முதலீடு செய்த 100 ரூபாய் என்பது நாலரை ஆண்டுகளில் 600 ரூபாய் ஆனது.

அதனால் அந்த காலகட்டத்தில் பங்குகள், பரஸ்பர நிதிகள் மட்டுமல்லாது பங்குகளில் முதலீடு செய்த யூலிப் இன்சூரன்ஸ் திட்டங்களின் யூனிட் மதிப்புகளும் அதிசயத்தக்க வகையில் உயர்ந்தன.

அதுவரை இன்சூரன்ஸ் ஏஜென்ட் வருகிறார் என்றாலே ஓடி ஒளிந்து கொண்டு தவிர்க்க பார்த்துக்கொண்டிருந்த பலரும் இந்த காலகட்டத்தில் இன்சூரன்ஸ் போட முன்வந்தார்கள். இன்சூரன்ஸ் ஏஜெண்டுகளை வரவேற்றார்கள்.

அவர்களாகத் தெரிந்துகொண்டு வாங்கினார்களா அல்லது ஏஜெண்ட்கள் எடுத்துச் சொல்லியதால் வாங்கினார்களா என்றால், இரண்டாவது விளக்கம்தான் சரியானதாக இருக்க முடியும். காரணம், பெரும்பாலான மக்களுக்கு இன்சூரன்ஸ் குறித்து அதிகம் தெரியாது. சில முகவர்கள் அதிலும் புதிதாக முகவர்களாகச் சேர்ந்தவர்கள், 'கடந்த மூன்று நான்கு ஆண்டுகளில் அவர்கள் நிறுவன யூலிப் திட்டங்கள் எவ்வளவு மதிப்பு உயர்ந்து இருக்கின்றன' என்று நோட்டீஸ் அச்சடித்து பரபரப்பாக இயங்கினார்கள். அவர்களது வேகம் நெருப்பாக இருக்க, மக்களின் பேராசை என்ற காற்றும் சேர்ந்துகொள்ள, யூலிப் வகைத் திட்டங்களின் விற்பனை இன்சூரன்ஸ் வரலாற்றில் புதிய அத்தியாயத்தை எழுதியது.

இன்சூரன்ஸ் துறையில் தனியார் நிறுவனங்களும் அனுமதிக்கப் பட்டிருந்ததால், தொழிலில் வியாபாரப் போட்டி கடுமையாக இருந்த சமயம் அது. அப்போது பங்குச்சந்தையும் அதன் மூலம் யூலிப் திட்டங்களும் வெற்றி தர, வாய்ப்பைத் தவறவிட விரும்பாத இன்சூரன்ஸ் நிறுவனங்கள் பல புதிய யூலிப் திட்டங்களை அறிமுகப்படுத்தின. மக்களின் விருப்பமும் சேர்ந்துகொள்ள யூலிப் வகை இன்சூரன்ஸ் திட்டங்களின் விற்பனை பெரிய அளவுகளில் நடந்தன.

ஆமாம், இன்சூரன்ஸ் என்றால், ஆயுள் காப்பீடு ஆயிற்றே! பல ஆண்டுகளுக்கு பாலிசி எடுக்க வேண்டுமே! அவ்வளவு காலம்

பங்குச்சந்தையின் உயர்வு தொடருமா என்று கேட்டிருக்க வேண்டும். யாரும் கேட்கவில்லை. நம்பினார்கள், இப்படியே பகடை பன்னிரெண்டு தொடர்ந்து விழும் என்று. தவிர, கேட்டாலும் பதில் எப்படி வந்தது தெரியுமா? மூன்று ஆண்டுகள் போட்டால் போதும்.

அட மூன்றாண்டுகளுக்கான ஆயுள் காப்பீடா? சில ஆண்டுகளுக்கு மட்டும்தானா ஆயுள்காப்பீடு தேவை என்று கேட்கக்கூடாது. அப்படிப்பட்ட பாலிசிகளையா நிறுவனங்கள் வெளியிட்டன என்றும் கேட்கக் கூடாது.

அதே சமயம் அப்படிச் சொல்லி விற்றவர்கள் பொய் சொல்ல வில்லை.

இன்சூரன்ஸ் பாலிசி எடுத்தபின் ஏதேனும் காரணங்களுக்காக பாலிசிதாரரால் தொடர்ந்து பிரீமியம் கட்ட முடியாவிட்டால், குறைந்தபட்சம் மூன்று ஆண்டுகளுக்கு அவர் ஏற்கனவே கட்டிய பணத்தைத் திருப்பித் தர மாட்டார்கள். அதன் பின்புதான் கட்டியதில் ஒரு பகுதியை மட்டும் திருப்பித் தருவார்கள். இதுதான் அப்போது நடைமுறையில் இருந்த விதி. (இப்போது யூலிப் திட்டங்களுக்கு மட்டும் 'லாக்-இன்' காலத்தை 5 ஆண்டுகள் ஆக்கிவிட்டார்கள்.).

மொத்தப் பணத்தையும் திரும்பக் கொடுக்காதற்குக் காரணம் முன்பே பார்த்ததுதான்; அந்த மூன்று ஆண்டுகளுக்கான காப்பீடு பிரீமியம் செலவாகியிருக்கும். முகவர் கமிஷன் கொடுக்கப் பட்டிருக்கும். நிர்வாகச் செலவுகளுக்காகவும் ஒரு பகுதி போயிருக்கும். அதனால் பாலிசிதாரரின் சேமிப்பு பகுதியில் வைக்கப்பட்டிருக்கும் இருப்பு மட்டும் திரும்பத் தரப்படும்.

உதாரணத்துக்கு ஒருவர் ஆண்டுக்கு 10 ஆயிரம் வீதம் மூன்று ஆண்டுகளுக்கு கட்டிவிட்டு அந்த பத்து ஆண்டுகள் பாலிசியைத் தொடர்ந்து பணம் கட்டாமல் நிறுத்தினால், அவர் மூன்று ஆண்டுகளில் கட்டிய 30 ஆயிரம் ரூபாய் பணத்தில் ஒரு பகுதி, சுமார் 10,000 ரூபாய் மட்டும் அவருக்குத் திரும்பக் கிடைக்கும்.

மூன்று ஆண்டுகளுக்குப் பிறகு கட்டிய பணத்தில் ஒரு பகுதி திருப்பித் தரப்படும் என்கிற அந்த விதி, பல முகவர்களுக்கு யூலிப் பாலிசிகளை வேகமாக விற்பனை செய்யப் பயன்பட்டது. மூன்று ஆண்டுகள் கட்டினால் போதும், மூன்று ஆண்டுகள் திட்டம் என்பது போலெல்லாம் விற்பனை செய்யப்பட்டன.

பங்குசந்தை உயர்வால், NAV மதிப்பு உயர்ந்து, அது அந்த 60, 70 சதவீத பிடிப்பை சரிக்கட்டியது. தவிர, போடுவதை நிறுத்திவிட்டு போட்டதைத் திரும்பக்கேட்டால்தான் அந்தக் கழிவெல்லாம். மற்றபடி பேப்பரில் NAV மதிப்பு மிக உயர்வாக இருந்தது.

இன்சூரன்ஸ் என்றால் என்னவென்றே தெரியாமல் இருந்த பலரிடமும், விளக்கம் கொடுத்தாலும் புரிந்துகொள்ள முடியாத பலரிடமும், கேட்டுக்கொள்ள பொறுமை இல்லாத பலரிடமும், யூலிப் காப்பீடு திட்டங்கள், பரஸ்பரநிதி போன்றதொரு முதலீட்டு திட்டமாகவே எடுத்துச் சொல்லப்பட்டன.

'பிரீமியம், ஒரு ஆண்டு பிரீமியம் அல்லது மூன்று ஆண்டுகள் பிரீமியம் எது விருப்பமோ அதைச் செய்தால் போதும். பங்குச்சந்தை உயர்கிறது. இன்னும் உயரும். அதனால் அவர்கள் போடும் பணம் பெருகிவிடும்' இதுதான் அவரிடம் சொல்லப்பட்ட ஒற்றை வரிச் செய்தி.

ஏற்கெனவே போட்டவர்களுக்கு பிரமாதமாக மதிப்பு உயர்ந்திருந்தது, இதோ பாருங்கள் என்று காட்டுவதற்கும் முகவர்களுக்கு வாய்ப்புக் கொடுத்தது. விற்பனை வேலை சுலபமானது. யூலிப் வகை பாலிசிகளில் அதை விற்று பிரமுகர்களுக்கு வழங்கப்பட்ட கமிஷன் தொகையையும் அப்போது கூடுதலாக இருந்தது. SBI Life நிறுவனம் முதல் ஆண்டு கமிஷன் கட்டிய பணத்தில் 20% கொடுத்திருக்கிறது. LICயும் கிட்டத்தட்ட அதே அளவு கொடுத்திருக்கிறது. பின்னால் இவையெல்லாம் குறைக்கப்பட்டுவிட்டன. SBI Life நிறுவனம் இப்போது, 2021ல் 10 சதவீதம் கொடுக்கிறது.

போடுகிற பணம் இரட்டிப்பாகும் என்று சொன்னால், அதற்கு சாட்சியாக கடந்த சில ஆண்டுகளில் கட்டிய பணம் மூன்று மடங்கு நான்கு மடங்கு ஆகியிருந்ததைக் காட்டினால், யாருக்குத்தான் ஆர்வம் வராது?

இதுதான் பரவலாக நடந்தது. குறிப்பாக கிராமப்புறங்களில், சிறுநகரங்களில் மற்றும் பரவலாக நடுத்தர வர்க்கத்தினரிடம் யூலிப் வெற்றிக்கதை பிரமாதமாக எடுபட்டது.

அதுவரை பங்குச்சந்தை அறிமுகம் இல்லாதவர்களுக்கு இந்தத் திட்டங்களின் கவர்ச்சிதான் கண்ணில் பட்டது.

ஆபத்துகள் படவில்லை.

2003 முதல் 2008 முதல் காலாண்டுவரை தொடர்ந்து பங்குச் சந்தைகள் உயர்ந்தன. அது குறித்த செய்திகள், விமர்சனங்கள் செய்தி பத்திரிகைகள், காட்சி ஊடகங்களில் தொடர்ந்து வெளிவர, இயல்பாகவே யூலிப் விற்பனை கூடியது.

அதன் பின்பு 2008ஆம் ஆண்டு அமெரிக்காவில் தொடங்கிய 'சப் பிரைம்' என்ற வீட்டுக்கடன் பிரச்னையால் பல உலக நாடுகளின் பங்குச் சந்தைகள் கடுமையாக வீழ்ச்சி அடைந்தன.

30.9.2008 அன்று உலகில் இருக்கும் பல்வேறு பங்குச்சந்தைகளும் எவ்வளவு வீழ்ந்தன என்பதைக் காட்டும் அட்டவணை கீழே.

அமெரிக்க செனட்டில் 700 பில்லியன் டாலர்களுக்கு உதவித் தொகைகள் வழங்கலாம் என்கிற மசோதா தோற்கடிக்கப் பட்டதன் விளைவு.

சந்தை	புள்ளிகள்	வீழ்ந்த புள்ளிகள்
Dow Jones (highest in the History)	10365.45	777.68
Nasdaq	1983.73	199.61
Nikkei 225	11350.35	393.26
Straits Times	2305.71	55.63
Taiwan Index	5659.14	270.49
KOSPI	1431.28	25.08
Thailand SET	584.87	16.42
Jakarta Composite	1832.51	13.58
Shanghai Composite	2293.78	3.72
FTSE	4818.77	0
CAC	3953.48	0
DAX	5807.08	0

சீனாவின் பங்குச்சந்தை குறியீட்டு எண்கள் 2008ம் ஆண்டு செப்டெம்பர் மாத இறுதிக்குள், அவற்றின் முந்தைய உச்சங்களில் இருந்து 57% வீழ்ந்தன.

அதன் தாக்கம் இந்திய பங்குச் சந்தைகளிலும் எதிரொலித்தது. பங்குச்சந்தைகள் கடுமையான வீழ்ச்சி கண்டன. எந்த அளவு என்றால், ஜனவரி 2008ல் 21,000 புள்ளிகள் இருந்த சென்செக்ஸ், அக்டோபர் 2008ல், 8700 புள்ளிகளுக்கு வந்துவிட்டது.

தேசிய பங்குச் சந்தையின் குறியீட்டு எண் நிஃப்டி50.
டிசம்பர் 2007 முதல் 2009 ஜனவரி வரை

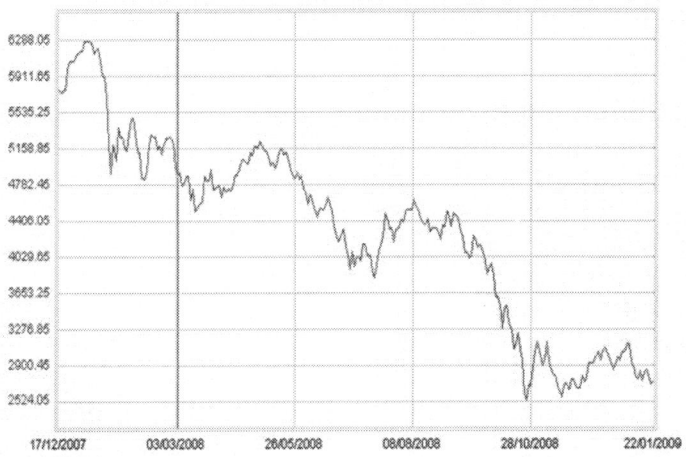

பங்குகளின் விலைகள் விழுந்தால்தான் சந்தை குறியீட்டு எண்கள் விழும். பங்குகளின் விலைகளைப் பிரதிபலிப்பதுதானே குறியீட்டு எண்கள்! குறியீட்டு எண் என்பது கிட்டத்தட்ட சாராசரி போல. தனிப்பட்ட பங்குகளில் விலை மாற்றங்கள் குறியீட்டு எண்களின் விலை மாற்றத்ததைக் காட்டிலும் கூடுதலாகவோ குறைவாகவோ இருக்கலாம். அப்படி விலை மிக மோசமாக குறைந்த சில பங்குகளின் விலைகளைப் பார்த்தால் மயக்கம் வரும்.

நிறுவனம்	அதிகபட்ச விலை	தேதி	வீழ்ந்த விலை	தேதி
NIIT	1270	30.7.2007	20.05	21.1.2009
Infosys	2415	15.2.2007	1040	10.10.2008
MTNL	217	3.1.2008	51	27.10.2008
L&T	2345	31.12.2007	637	23.1.2009
Tata Motor	988	31.12.2007	124	21.11.2008
ICICI Bank	1455	31.12.2008	283	27.10.2008
Glaxco	1553	29.12.2000	704	23.1.2008
Ambuja Cement	468	3.10.2005	43	2410.2008
Indian Hotels	107	31.12.2009	362	2.12.2008

NIIT என்று ஒரு நிறுவனத்தின் பங்கு, ஜூலை 2007ல் 1270 ரூபாய். ஆறு மாதம் கழித்து ஜனவரி 2008ல் அதே பங்கின் விலை, 20 ரூபாய் 5 காசு. இப்படி பல பங்குகள். மேலே இருக்கும் அட்டவணையைப் பார்த்தால் தெரியும். இத்தனைக்கும் இவை மிக நல்ல நிறுவனங்களின் பங்குகள்.

இப்படி பங்குகளின் விலை விழுந்தால் அவற்றில் முதலீடு செய்திருந்தவர்கள் பணம் என்ன ஆகும்? அந்த அளவுக்கு மதிப்பு குறைந்துவிடும்.

பங்குகள் விலை விழுந்தால் நேரடியாக பங்குகளில் முதலீடு செய்தவர்கள், பரஸ்பர நிதிகள் மூலம் பங்குகளில் முதலீடு செய்தவர்கள் போன்றோருக்கு நஷ்டம் என்பது சரிதான். அவர்களில் சிலர் அவர்கள் வசமிருந்த பங்குகளைக் கிடைத்த விலைக்கு விற்றார்கள். வேறு சிலர் இவ்வளவு குறைந்த விலைக்கெல்லாம் விற்று வெளியேற வேண்டாம் என சந்தை மீண்டும் உயரக் காத்திருந்தார்கள். அவர்களில் பலர் பங்கு வர்த்தகம் ரிஸ்க் என்று தெரிந்துதான் முதலீடு செய்திருந்தார்கள்.

ஆனால், அந்த இரு சாரார் மட்டும்தானா பாதிக்கப்படுவார்கள்? யூலிப் திட்டங்கள் மூலம் பங்குகளில் லாபம் பார்க்க நினைத்து உள்ளே வந்தவர்களுக்கும் அடிவிழாமல் போகுமா?

இன்சூரன்ஸ் மூலம் முதலீடு செய்தவர்களும் பெரும் நட்டத்தை சந்தித்தார்கள். குறிப்பாக பங்குச் சந்தை மிகப் பெரிய உயரத்தில் இருந்த 2006, 2007 மற்றும் 2008ம் ஆம் ஆண்டின் ஆரம்ப கால மாதங்களில், யூலிப் இன்சூரன்ஸில் பணம் போட்டிருந்தவர்கள் அவர்களுடைய யூனிட்களின் நிகர சொத்து மதிப்பு (NAV) மடமடவென்று 20, 30, 40, 50 சதவீதம் என்று இறங்கிக்கொண்டே போவதைக் கண்டு அதிர்ந்து போனார்கள்.

யூலிப் பாலிசிகளுக்கு ஒன்றிரெண்டு ஆண்டுகள் மட்டும் பிரீமியம் கட்டியிருந்தவர்கள் அதோடு நிறுத்திக்கொண்டார்கள். அடுத்தடுத்த பிரீமியத் தொகைகள் கட்டவில்லை.

இன்சூரன்ஸை இன்சூரன்ஸாகப் பார்த்து பாலிசி எடுத்தவர்கள் ஆண்டுக்கு மூவாயிரம் நாலாயிரம் பிரீமியம் கட்டியிருந்தார்கள். ஆனால், மூன்று ஆண்டுகளில் இரட்டிப்பாக்கும் முதலீடு என்பதுபோன்ற எதிர்பார்ப்புகளோடு வந்திருந்தவர்கள் ஆண்டு தவணைகளில் லட்ச ரூபாய்கள் எல்லாம் கட்டிக் கொண்டிருந்தார்கள்.

குறிப்பாக 2007 ம் ஆண்டின் கடைசி சில மாதங்கள் மற்றும் ஜனவரி 2008ல் கட்டியிருந்த பலர் அவர்களுடைய பணம் பெருகுவதன் வேகத்தைப் பார்த்து அசந்துபோய் பேராசையில், அவர்களது உறவினர்கள் நண்பர்கள் கையிலிருந்த ரொக்கம் தவிர நகைகளை விற்று மற்றும் கடன் வாங்கியும் கட்டியிருந்தார்கள்.

அவர்கள் எல்லோருக்கும் நம்ப முடியாத அளவு பெரிய நஷ்டம். இதெல்லாம் பங்குச்சந்தையில் சாத்தியம் என்பது அவர்கள் அறியாதது. இவ்வளவு பெரிய நஷ்டங்களை எவருமே தாங்க முடியாது எனும் போது இவர்கள் எம்மாத்திரம்?

யூலிபில் பணம் போடுங்கள் என்று அவர்களை உள்ளே இழுத்த காப்பீடு முகவர்களைத் தேடினார்கள். பாவம். அவர்களால் பதில் சொல்லி முடியவில்லை. நஷ்டங்களுக்கு அவர்களையே பொறுப்பாக்கி, பணத்தைச் சிலர் திரும்பக் கேட்கப்போக, மொபைல் போனில் வரும் அழைப்புகளை முகவர்கள் தவிர்க்க வேண்டிய நிலை. போன் எண்களை மாற்றினார்கள். உள்ளூரில் தலைகாட்ட முடியாமல் சிரமப்பட்டார்கள்.

பங்குச்சந்தை முதலீடுகள் சந்தை அபாயத்துக்கு உட்பட்டவை. பங்குகளில் முதலீடு செய்யும் பரஸ்பர நிதிகள் சந்தை அபாயங்களுக்கு உட்பட்டவை. பங்குகளில் முதலீடு செய்திருந்த யூலிப் காப்பீடு திட்டங்களும் அப்படித்தான் என்பது இப்போது தான் உணரப்பட்டது. தெரிந்திருப்பது வேறு, உணர்வது வேறு என்பதை மீண்டும் இங்கே நினைவுப்படுத்திக்கொள்ளவேண்டும்.

அந்த சமயத்தில் சுமார் 7 கோடி யூலிப் பாலிசிகள் நடப்பில் இருந்தன. அதாவது மக்கள் வாங்கி வைத்திருந்தார்கள். அவர்கள் பணம் சுமார் 75 ஆயிரம் கோடி ரூபாய்கள் பங்குகளில் முதலீடு செய்யப்பட்டிருந்தன. பங்குச்சந்தை அவ்வளவு உயர இந்தப் பணமும் ஒரு காரணம் என்பதுதான் இதில் விநோதம்.

உடனடியாகப் பங்குச் சந்தைகளுக்கான கண்காணிப்பு நிறுவனம் செபி (SEBI), 14 தனியார் காப்பீடு நிறுவனங்களின் யூலிப் பாலிசி களுக்குத் தடை விதித்தது. ஏற்கெனவே நடப்பில் உள்ளனவற்றுக்கு பிரீமியம் வாங்குவது மற்றும் புதிதாக விற்க என இரண்டுக்கும் தடை! இன்சூரன்ஸ் எங்கள் 'சப்ஜெக்ட்'. நீங்கள் தடைவிதிக்க முடியாது என்றது காப்பீடு நிறுவனங்களுக்கான கண்காணிப்பு ஆணையமான, IRDA (இன்சூரன்ஸ் ரெகுலேஷன்ஸ் அண்ட் டெவலப்மெண்ட் அத்தாரிட்டி).

இது குழப்பத்தை அதிகரித்தது. பின்னர் 2 மாதங்கள் கழித்து, மத்திய அரசு, யூலிப் திட்டங்கள் தொடர்ந்து IRDAவின் கட்டுப்பாட்டிலேயே இருக்கும் என அறிவித்தது.

அதன் பின்னர் யூலிப் திட்டங்களில் IRDA பல கட்டுப்பாடுகளைக் கொண்டுவந்தது. அதில் ஒன்று, யூலிப் திட்டத்தில் கட்டிய பணத்தை 5 ஆண்டுகளுக்குக் குறைந்து திரும்ப எடுக்க முடியாது (லாக்-இன் பீரியட்) என்பது.

அதற்கும் அடுத்த பங்குச்சந்தை எழுச்சி (புல் பேஸ்) காலமான 2013 முதல் தற்போது 2021 வரையிலான காலகட்டத்தில் முன்போல யூலிப் திட்டங்கள் பெரிய வரவேற்பு இல்லை என்றாலும், பழைய பெருங்காய டப்பா வாசனை முற்றிலுமாகப் போய்விடவில்லை. LIC குறைத்துக்கொண்டது. ஆனால் தனியார் காப்பீடு நிறுவனங்கள் யூலிப்பை விடவில்லை. அதனால்தான் இன்னமும் சிலர் இன்சூரன்ஸை முதலீடாகப் பார்க்கிறார்கள்.

இன்சூரன்ஸ் என்பது முதலீடு வாய்ப்பு அல்ல.

வங்கி மற்றும் அஞ்சலக டெபாசிட்டுகளில் பணத்தைப் போட்டு வைத்தால் போட்ட பணம் நம்முடையது. அதற்கு வட்டி தருவார்கள். பின்பு அசலும் திரும்ப வந்துவிடும். பங்குகள் மற்றும் பங்குகள் சார்ந்த பரஸ்பர நிதிகளில் பணம் போட்டால், முதலீட்டின் மதிப்பு அதிகரிக்கலாம். வருமானம் அதிகம் வரலாம். முதலீடே காணாமலும் போகலாம். வருமானத்துக்கும் உத்தரவாதம் இல்லை.

உதாரணத்துக்கு மிகச் சிறப்பாக இயங்கிக் கொண்டிருந்த லக்ஷ்மிவிலாஸ் வங்கி பங்குகளின் விலையைச் சொல்லலாம். 2019ஆம் ஆண்டு லக்ஷ்மிவிலாஸ் வங்கியின் ஒரு பங்கு விலை 60 ரூபாய். அதற்கு முன் அதை விட விலை அதிகம் போயிருந்தாலும் ஒருவர் 60 ரூபாய்க்கு அந்தப் பங்குகளை சந்தையில் இருந்து வாங்கினார் என்று வைத்துக்கொள்வோம். அவர் மொத்தம் ஒரு லட்ச ரூபாய் பணத்துக்கு வாங்கியிருந்தார் என்றும் வைத்துக் கொள்வோம். அதன்பின் நிறுவனம் டிவிடெண்ட் ஏதும் வழங்கவில்லை. தவிர, முதலீடாகப் போட்ட ஒரு லட்ச ரூபாய் பணமும் ஒன்றுமில்லாமல் போய்விட்டது. காரணம், லக்ஷ்மி விலாஸ் வங்கி பெரும் நஷ்டம் செய்து, கொடுத்த கடன்களை வசூலிக்க முடியாமல் மூட வேண்டிய நிலைக்கு போய்விட்டது. அதனால் அந்தப் பங்குகளைச் சந்தையில் வாங்குவதற்கு ஆட்கள்

இல்லை. அதனுடைய விலை குறைந்து, குறைந்து, குறைந்து கொண்டே போய், அதன் பிறகு இப்போது அதன் விலை பூஜ்ஜியம் ரூபாய். அதாவது அதற்கு மதிப்பே இல்லை. போட்ட ஒரு லட்ச ரூபாய் முதல் கரைந்து காணாமலே போய்விட்டது. எல்லாப் பங்குகளுக்கும் இப்படி ஆகாது எனினும் சில பங்குகளுக்கு இப்படியும் ஆகும்.

போடும் பணத்துக்கு வட்டி ஓரளவுதான் வரும் என்றாலும், முதலுக்கு மோசமிருக்காது என்கிற வகையைச் சார்ந்தவை 'பிக்செட் இன்கம்' வகை முதலீடுகள்.

இன்சூரன்ஸ் இந்த இரண்டு வகைகளிலும் சேராது. அதனால் இது ரிஸ்க் இல்லாத என்றோ ரிஸ்க் இருக்கும் முதலீடு என்றோ சொல்லக்கூடாது.

இன்சூரன்ஸ் முதலீடு அல்ல. இதன் முதன்மை நோக்கம் காப்பீடுதான். வெறுமனே நோக்கம் என்று குறிப்பிடாமல் முதன்மை நோக்கம் என்று குறிப்பிடுவதை கவனித்திருக்கலாம். பாலிசி எடுப்பவரின் முதன்மை நோக்கம் ஆயுள் காப்பீடு. அதோடு கூடுதல் அனுகூலங்களாக சிலவற்றையும் சேர்த்து விட்டார்கள். அதுதான் சிக்கல். அப்படி வந்ததுதான் யூலிப்.

> பணத்தை சேமிக்க, பாதுகாக்க மற்றும் பெருக்க பல்வேறு வழிகள் இருக்கின்றன. ஏதோ காரணத்தால் சம்பாதிப்பவர் இறக்க நேர்ந்தால், அவரால் குடும்பத்திற்கு வந்துகொண்டிருக்கும் வருமானம் நின்று போகும் நிலையில், அவரை நம்பி இருந்தவர்கள் பொருளாதார நெருக்கடியில் தள்ளப்படக் கூடாது என்பதற்காக செய்யப்பட்டிருக்கும் ஒரு ஏற்பாடு இன்சூரன்ஸ். எனவே கட்டுகிற இன்சூரன்ஸ் பிரீமியம் மொத்தமும் காப்பீடிற்காகப் போகும் வகையில் உள்ள பாலிசிகளையே தேர்வு செய்ய வேண்டும்.

3

இன்சூரன்ஸின் அவசியம்

நான் முதன் முதலாக ‘ஐ போன்’ வாங்கியிருந்த நேரம் அது. நான் அதற்கு முன்பாக வைத்திருந்த செல் போன்களை விட விலை மிக அதிகம். அனேகமாக 10,000 ரூபாயாக இருக்கலாம்.

சும்மா சொல்லக்கூடாது. கொடுத்த காசுக்கு ஏற்றமாதிரி இருந்தது. பளிங்கில் செதுக்கினார் போல போனின் முன்பின் பக்கங்கள் மட்டுமல்ல, மொத்த போனுமே வழுவழுப்பாக திடமாக ஒரு கச்சிதமான நீள்சதுர கண்ணாடி ‘டேபிள் வெயிட்’ போலிருந்தது.

சந்தோஷமாக உபயோகப்படுத்திக்கொண்டிருந்தேன். ஒருநாள், காரில் போகும்போது ஒரு அழைப்பு வர, வண்டி ஓட்டியபடியே ஸ்பீக்கர் போன் போட்டு பேசினேன். பின்பு வீட்டுக்கு வந்து கார் பார்க்கிங்கில் வண்டியை நிறுத்தி சாவியை எடுத்துக்கொண்டு காரிலிருந்து இறங்கினேன். டப் என்று ஒரு சத்தம். திடுக்கிட்டுப் பார்த்தால், சிமிண்ட் தரையில் விழுந்துகிடந்தது ஐபோன்.

பேசிவிட்டு மடியிலேயே வைத்திருந்திருக்கிறேன். இறங்கும் போது கவனிக்கவில்லை. மடியிலிருந்து செங்குத்தாக தரையில் விழுந்துவிட்டது. எடுத்துப் பார்த்தேன். ஒரு முனையில் உதய சூரியன் கதிர்கள் கிளம்புவது போல போனின் முன் பக்க கண்ணாடி முழுக்க விரிசல்கள்.

என்ன செய்வது எனத் தெரியாமல் திகைத்து என் அலுவலகத்தில் விசாரித்தேன். 'வாங்கிய கடைக்கே கொண்டு செல்லுங்கள். அவர்கள் சரி செய்வார்கள்' என்றார்கள். அங்கே போனேன். கடையில் இருந்தவர் வாங்கிப் பார்த்தார். விவரம் கேட்டார். சொன்னேன். பில் கேட்டார். கொடுத்தேன். பார்த்துவிட்டு ஒரு கேள்வி கேட்டார். அவர் என்னவோ சாதாரணமாகத்தான் கேட்டார். எனக்குத்தான் அந்தக் கேள்வி அதிர்ச்சியாக இருந்தது.

'போனுக்கு இன்சூரன்ஸ் இருக்கில்ல?' என்பதுதான் அவர் கேட்ட கேள்வி. போனுக்கு கூட இன்சூரன்ஸ் எடுக்கலாம் என்று தெரியாது என்று சொல்ல முடியாது. ஆனால் நிச்சயமாக நான் உணர்ந்திருக்கவில்லை.

'தெரியவில்லை' என்றேன் அப்பாவியாக.

'எப்படி இருந்தாலும் ஐ போனை நாங்கள் ஏதும் செய்யக்கூடாது. எவ்வளவு சின்ன பிரச்னையென்றாலும் அவர்களுடைய கம்பெனிக்குதான் அனுப்ப வேண்டும்' என்றார். அப்போது பெங்களூருக்கு அனுப்ப வேண்டியிருந்தது என்று நினைக்கிறேன்.

ஒரு சம்பவம் நடந்த இடத்தில் போலீசார், அங்கு கிடைக்கும் பொருட்களை, எடுப்பவர் கைவிரல் ரேகைகள் படாமல் எச்சரிக்கையுடன் எடுப்பார்கள் அல்லவா? அப்படியாக என்னுடைய கண்ணாடி விரிசல் விட்டிருக்கும் செல்போனில் இருந்து சிம் கார்டை மட்டும் வெளியே எடுத்துவிட்டு, பத்திரமாக ஒரு கண்ணாடி பையில் போட்டு மூடினார். பையின் மீது விவரம் எழுதிய ஒரு ஸ்டிக்கர் ஒட்டினார்.

விவரம் கேட்டேன் சுமார் 3,000 ரூபாய் வரை ஆகலாம் என்றவர், இன்சூரன்ஸ் போட்டிருந்தால் நீங்க எதுவுமே கொடுத்திருக்க வேண்டாமே என்றார்.

அநேகமாக அப்போது இன்சூரன்ஸ் 800 அல்லது 900 ரூபாய்கள்தான் இருந்திருக்கும். செய்யத் தவறியிருந்தேன். மூவாயிரம் ரூபாய் செலவு செய்தேன்.

அந்த இன்சூரன்ஸ் கட்டியிருந்தால் கண்ணாடி உடைந்தது இழப்பு மட்டுமல்ல, திருட்டு உட்பட மற்ற பல இழப்புகளில் இருந்தும் அந்தக் காப்பீடு ஓராண்டுக்குக் காப்பாற்றியிருக்கும். செய்யாததால் நேர்ந்த இழப்பு.

போன் கீழே விழலாம், உடையலாம். திருடு கூட போகட்டும். சின்ன இன்சூரன்ஸ் கட்டணம் அந்த இழப்புகளில் இருந்து காப்பாற்றிவிடும். இதுதான் கற்றுக்கொண்ட பாடம்.

செல்போனுக்கு மட்டுமா இப்படி? இழப்பு ஏற்படும் ரிஸ்க் என்பது எல்லாப் பொருட்களுக்கும் இருக்கத்தானே செய்கிறது. சில புத்தம் புது கார்கள் திடீரென்று தீப்பிடித்து எரிந்தது என்று செய்திகள் பார்க்கிறோம். வாசலில் நிறுத்தி வைத்திருக்கும் புது பைக்குகள் காணாமல் போய்விடுகின்றன. சில விபத்துக்கள் வண்டிகளை முற்றிலும் சேதம் ஆக்கிவிடுகின்றன. இவற்றில் எதற்கெல்லாம் இன்சூரன்ஸ் செய்யபட்டிருந்ததோ அவற்றின் உரிமையாளர்களுக்கு இன்சூரன்ஸில் இந்த இழப்பீட்டுத் தொகை வந்து விடும்.

அந்த உரியவரின் பொருட்களுக்கு வண்டிகளுக்கு ஏன் அவருடைய இன்சூரன்ஸ் செய்யப்பட்ட வீட்டுக்கு ஏதும் நேர்ந்தால் கூட இழப்பீட்டுத் தொகை வரும். எல்லாம் தாண்டி அந்த உரியவருக்கே ஓர் ஆபத்து என்றால்... அவர் உயிர் இழக்க நேர்ந்தால் அதற்கான இழப்பீடு?

பொருட்களுக்கு நேர்வது போல ஒரு மனிதனுடைய உயிருக்கும் சமயத்தில் ஆபத்து வருகிறது அல்லவா. மனிதனுக்கு ஆயுள் நூறு. இப்போதெல்லாம் நூற்றுக்கு மேல், 102, 103, 104 என்பதெல்லாம் கூட ஆங்காங்கே பார்க்க முடிகிறது. பல காரணங்களால் இந்தியர்களின் சராசரி வயது 69ஆக உயர்ந்துவிட்டது.

ஆனால், எல்லோருமே அப்படி வாழ்வாங்கு வாழ்வதில்லை. இளம் வயதில் இறந்து போகும் பிள்ளைகளைக்கூட விட்டுவிடலாம். எவ்வளவு இளைஞர்கள், நடுத்தர வயதினர் திடீரென உயிரிழக்கிறார்கள். நடிகர் சந்தானத்தின் சினேகிதரும் தோல் மருத்துவருமான சேதுராமன் இறந்தது 36 வயதில்!

இறப்பதற்கு சில நாட்களுக்கு முன்பு கூட, கொரானாவில் இருந்து பாதுகாப்பாக வாழ்வது, ஆரோக்கியமாக வாழ்வது குறித்தெல்லாம் யூடியூபில் வீடியோக்கள் பதிவேற்றியிருக்கிறார். அதற்கு சில மாதங்களுக்கு முன்புதான் எல்லாம் சிறப்பாக போய்க்கொண்டிருந்த தொலைக்காட்சி நகைச்சுவை நடிகர் வடிவேல் பாலாஜி திடீரென இறந்துபோனார்.

ஆரோக்கியமாக வாழ்ந்து கொண்டிருக்கையிலேயே, விபத்துகள் ஏதும் இல்லாமலே சிலர் திடீரென்று இறந்து போகிறார்கள்.

அப்படி இறந்து போனவர்களில் பிரபலமான கன்னட சூப்பர் ஸ்டார் புனீத் ராஜ்குமாரும் ஒருவர். உடம்பில் ஒரு பிரச்னையும் இல்லாமலே திடீரென்று இறந்து போனார்.

இவை தவிர, சாலை விபத்துகள், உயிர் அச்சுறுத்தல் நோய்கள் என்று இன்னும் சில காரணங்கள்.

அப்படியெல்லாம் நடக்கிறதுத்தான். மறுக்கவில்லை. ஆனால், எல்லோருக்குமா அப்படி நடக்கிறது? சிலருக்குத்தானே! அதனால்தானே சராசரி வயது 69ஆக உயர்ந்திருக்கிறது? சாதாரணமாக 80, 90,100 வயது வரையெல்லாம் வாழ்கிறார்களே என்று கேட்கலாம்.

அந்தத் தகவலும், பார்வையும் சரிதான். அப்படி அகாலமாக இறப்பவர்கள் சதவீதம் மிகவும் குறைவுதான். அதனால்தான் சராசரி வயது 70ஐ நெருங்கிவிட்டது. அதேசமயம் இன்னும் சில இளவயது எதிர்பாராத மரணங்கள் நேரத்தான் செய்கின்றன.

திடீரென வந்தகொரானா பல உயிர்களை அள்ளிக்கொண்டு போனது. அதில் இளவயது எத்தனை, இணை நோய் இல்லாதவர்கள் எவ்வளவு பேர் என்று தினம் தினம் செய்திகள் வந்தனவே! கொரோனா நோய் பரவல் தடுப்பு குறித்து வைரமுத்து எழுதிய பாடலை, பாடகர் எஸ் பி பாலசுப்ரமணியம் பாடியதை தொலைக்காட்சியில் காட்டினார்கள். பின் அவரே அதற்கு பலியாகிவிட்டார். தடுப்பூசி கட்டாயம் போட்டுக் கொள்ளுங்கள் என்று போட்டுக்கொண்டவுடன் பேசிய விவேக் நடுவாந்தர வயதிலேயே இறந்துபோனார். அவர் இறந்தது தடுப்பூசியால் இல்லை. மாரடைப்பால்தான் என்று தெரியவந்தது.

புரிந்துகொள்ள அல்ல; முக்கியமாக உணர வேண்டியது, எப்படி வந்தாலும் மரணம் மரணம்தான் என்பதையும் மரணம் என்பது யாருக்கு எப்போது நேரும் என்பது சொல்ல முடியாது என்பதையும்தான். வாழ்க்கை விநோதமானது. யாருக்கு வேண்டுமானாலும் எப்போது வேண்டுமானாலும் நேரலாம் என்பது இங்கே அடிக்கோடிட்டுக் காட்டப்பட வேண்டியது.

வாழ்க்கையின் நிலையாமையைத்தான் கம்பர், 'நீர்க்கோல வாழ்வை நச்சி' என்று பாடினார். தண்ணீரில் அரிசி மாவை வைத்துக் கோலம் போட்டால் அந்தக் கோலம், எவ்வளவு நேரம் நிற்குமோ, அந்த அளவு குறுகியகால வாழ்க்கை என்று எழுதினார்.

இன்சூரன்ஸ் | 37

வாழ்நாளைப் பொறுத்தவரை நிச்சயமாக ஒரு நிச்சயமற்ற தன்மை இருக்கவே செய்கிறது. சர்வ அதிகாரத்துடன் கோலோச்சிய முன்னாள் பாரதப் பிரதமர் இந்திரா காந்தியின் மூத்த புதல்வர், இந்திராகாந்திக்குப் பிறகு இந்தியாவின் பிரதமராக ஆகியிருக்கக் கூடியவர், இளைஞர் சஞ்சய்காந்தி ஹெலிகாப்டர் விபத்தில் உயிரிழந்தார் என்பது அப்போது பெரும் அதிர்ச்சி கொடுத்த செய்தி.

என்னால் யாரை வேண்டுமானாலும் எப்போது வேண்டுமானாலும் தொட முடியும் என்பதை, தொடர்ந்து சிறப்பாக உடற்பயிற்சி செய்து தீய பழக்கங்கள் இல்லாமல் உடலை கட்டுக்கோப்பாக வைத்திருந்த நடிகர் முத்துராமனுக்கு (அலைகள் ஓய்வதில்லை கார்த்திக்கின் அப்பா) திடீர் மாரடைப்பு உண்டாகி, தூக்கிச் சென்றதன்மூலம் எமன் ஒருமுறை நிரூபித்துக் காட்டினான். கன்னட நடிகர் புனீத் ராஜ்குமாரின் மரணம் மூலம் மீண்டும் எச்சரிக்கை விடுத்திருக்கிறான்.

ஆக, இதில் புதிதாக சொல்வதற்கு எதுவும் இல்லை. ஆனால், இதில் இருக்கும் ஒரு நல்ல விஷயம், இப்படி நடப்பது எல்லோருக்கும் அல்ல; மிக சொற்ப எண்ணிக்கையிலான மனிதர்களுக்குத்தான்; லட்சங்களில் சிலருக்குத்தான்.

ஆனால், அந்த சிலருக்கு நேர்கிறது என்பதும் அதே அளவு உண்மை.

ஆக, இருக்கிறது. ஆனால், இல்லை.

அல்லது இல்லை. ஆனால், இருக்கிறது.

நிச்சய ஆபத்துக்கும் ஆபத்து உள்ள ரிஸ்குக்கும் நடுவில் வித்தியாசம் இருக்கிறது என்பதைப் பலர் உணர்வதில்லை. சில நடவடிக்கைகள் நிச்சயமாக எதில் போய் முடியும் என்று வெளிப்படையாக தெரிவது நிச்சய ஆபத்து. மின்சாரத்தில் கை வைப்பது, நீச்சல் தெரியாமல் ஆழமான நீர்நிலைகளில் இறங்குவது, விஷம் குடிப்பது போன்றவை அப்படிப்பட்ட எல்லோருக்கும் தெரிந்த வெளிப்படையான ஆபத்துகள். எனவே எச்சரிக்கையாக இருப்பார்கள்.

வேறு சில விஷயங்கள் இருக்கின்றன. அவையும் ஆபத்தானவைத்தான். ஆனால், அவற்றை நிச்சய ஆபத்து என்று சொல்ல முடியாது. உதாரணத்துக்கு சாலை விபத்துகள்.

ஹெல்மெட் போடாமல், சீட் பெல்ட் அணியாமல் சாலை விதிகளைப் பின்பற்றாமல், அனுமதிக்கப்பட்டதற்கும் அதிகமான வேகத்தில் பயணிப்பது ஆபத்தில் முடியலாம். உயிர் போகலாம். ஆனால், எல்லா விபத்துகளும் அப்படி முடிவதில்லை. அதிசயமாக அடிகள் ஏதுமின்றி கூட உயிர் பிழைப்பவர்கள் உண்டு. எனவே, இவற்றை ரிஸ்க் உள்ளவை என்று சொல்லலாம்.

மனிதர்கள் நூறு வயது வரை வாழ முடியும்தான். ஆனால் வாழமுடியாமல் போகும் ரிஸ்க் இருக்கிறது. எனவேதான் இன்னும் கூட பலரும் ஹெல்மெட் அணியாமல் சீட் பெல்ட் அணியாமல் காரில் பயணம் செய்கிறார்கள். தெரிந்தே ரிஸ்க் எடுக்கிறார்கள். அவர்கள் பார்வை நிச்சய ஆபத்தில்லை எனும் பகுதியை. உணரத் தவறுவது, ஏதும் ஆகக்கூடிய ரிஸ்க் இருக்கிறது என்பதை.

நிச்சயமாக ஒன்று நடந்து விடும் என்றால்தான் சிலர் அச்சப் படுவார்கள். யாருக்காவது எப்போதாவது நடக்கலாம் என்பதற்கு பெரும்பாலானவர்கள் பயப்படுவதில்லை. நடக்காதவர்கள் பட்டியலில் நாம் இருக்கிறோம் என்று நம்புவார்கள்.

முன்பு திருச்சி பாரத மிகு மின் நிறுவனத்தில் மனிதவளத் துறையில் பணிசெய்தபோது கவனித்தது நினைவு வருகிறது. 1990களில் அந்தத் தொழிலகத்தில் சுமார் 14 ஆயிரம் ஊழியர்கள் பணி புரிந்து கொண்டிருந்தார்கள். அந்த காலகட்டத்தில் ஆண்டு ஒன்றுக்கு சராசரியாக பணியில் இருக்கும்போதே 55 ஊழியர்கள் இறந்துவிடுவார்கள். அதாவது அவரது 58 வது வயதுக்கு முன்பாகவே ஒரு நல்ல சம்பளம் தரும் வேலையில் இருந்தும் இறந்துவிடுவார்கள். இறப்புகளுக்கு பல்வேறு காரணங்கள் இருக்கலாம்.

ஊழியர் இறந்த ஓரிரு வாரங்களில் அவரது குடும்பத்தினர் ஊழியர் நலத்துறைக்கு வருவார்கள். சில நேரங்களில் பள்ளியில் படிக்கும் பிள்ளைகள் வந்து விவரம் கேட்பார்கள். பரிதாபமாக இருக்கும்.

அதுவரை சம்பளம், ஓவர்டைம், போனஸ் போன்ற பலர் தொடர் வருமானம் பெற்று வாழ்ந்து வந்த குடும்பம், சம்பாதிப்பவர் இல்லாமல் போனதால் ஒரு நிச்சயமற்ற தன்மைக்குத் தள்ளப்பட்டிருக்கும்.

பாரத மிகு மின் நிறுவனம் ஒரு பெரிய பொதுத்துறை, நவரத்னா நிறுவனம் என்பதாலும், அங்கு குருப் இன்சூரன்ஸ், டெத் ரிலீப்

ஃபண்ட், கருணைத் தொகை போன்ற தொகைகளை அந்தக் குடும்பங்களுக்குக் கிடைக்கும். அந்தப் பணம் அப்போதைக்கு ஒரு கணிசமான தொகையாகத் தெரிந்தாலும், அதை மட்டுமே வைத்துக்கொண்டு அந்த குடும்பம் வேறு சம்பாத்தியம் இல்லாமல் எவ்வளவுநாள் சமாளிக்க முடியும்? தவிர, அந்த குடும்பத் தலைவர் இருந்தபோது அந்த குடும்பம் வாழ்ந்த அளவுக்கு வசதியாக அதன் பின் வாழ முடியுமா? பணப் பற்றாக்குறை காரணமாக எவ்வளவு அடிப்படைத் தேவைகளை, வசதிகளை குடும்ப உறுப்பினர்கள் இழக்கவோ குறைத்துக் கொள்ளவோ வேண்டிவரும்.

இவ்வாறு பெரிய நிறுவனங்களில் பணிபுரிகிறவர்களுக்காவது ஓரளவு பணம் கிடைக்கும் வாய்ப்பு உண்டு. ஆனால் எத்தனை பேர் முறைப்படுத்தப்பட்ட வேலைகளில் இருக்கிறார்கள். எல்லா நிறுவனங்களிலும் போதுமான தொகைகள் வழங்கப்படுமா?

குடும்பத்தலைவர் போய், வருமானம் நின்றுபோனால் வீட்டு வாடகை, பள்ளி, கல்லூரி கட்டணங்கள், செய்யவேண்டிய திருமணங்கள் போன்ற பலவற்றுக்கும் சிக்கல் வரும். இந்த ரிஸ்க் எல்லோருக்குமே இருக்கிறது.

குடும்பத்தலைவர் அவர் பெயரில் காப்பீடு செய்திருந்தால், அந்தக் குடும்பத்துக்கு காப்பீடுத் தொகை கிடைக்கும். குடும்ப உறுப்பினர்கள் தடுமாறவேண்டாம்.

இதெல்லாம் தெரிந்ததுதானே என்று சிலர் நினைக்கலாம். கொஞ்சம் விரிவாகச் சொல்லி விளக்குவதற்கு காரணம் இருக்கிறது. தெரிந்தது எல்லாவற்றையும் மக்கள் உணர்ந்திருக் கிறார்களா என்று சொல்ல முடியாது. தெரிந்திருப்பது வேறு உணர்வது வேறு. பலரும் பட்டினி பற்றி பேசலாம். அதன் கொடுமை பற்றி விவரிக்கலாம். ஆனால், பட்டினி கிடந்தவன் பெற்ற அனுபவம், அவருடைய புரிதல் என்பது நிச்சயம் வேறுதான். அதுதான் உணர்தல்.

இன்சூரன்ஸின் முக்கியத்துவத்தை இன்னும் கூட பலர் உணர்ந்ததாகத் தெரியவில்லை. மொத்த மக்கள் தொகையில் எவ்வளவு நபர்கள் இன்சூரன்ஸ் எடுத்திருக்கிறார்கள்? நம் நாட்டில் காப்பீடின் பெனட்ரேஷன் லெவல் (ஊடுருவல் அளவு) மிகவும் குறைவாகவே இருக்கிறது. 2019ம் ஆண்டு புளூம்பெர்க் வெளியிட்ட ஒரு புள்ளிவிவரப்படி இந்தியாவில் 75 சதவீத

மக்களுக்கு எந்தவிதமான ஆயுள் காப்பீடும் இல்லை. அவர்கள் எடுத்துக்கொள்ளவும் இல்லை.

ஒரு தேசத்தில் எவ்வளவு இன்சூரன்ஸ் எடுக்கப்பட்டிருக்கிறது என்பதைத் தெரிந்துகொள்வது இன்னமும் சிரமமாகவே இருக்கிறது. மொத்தம் மூன்று விதமான புள்ளிவிவரங்கள் வெளியிடப்படுகின்றன.

- கடந்த ஆண்டைக்காட்டிலும் இந்த ஆண்டு மொத்தமாக எவ்வளவு கூடுதல் தொகை பிரீமியமாக கட்டப்பட்டது? இதை 'வருடாந்தர பிரீமிய அதிகரிப்பு' என்கிறார்கள்.
- இன்சூரன்ஸ் டென்சிட்டி. சேகரிக்கப்படும் பிரீமியத் தொகைக்கும் நாட்டின் மக்கள் தொகைக்கும் தொடர்புபடுத்தி ஒரு புள்ளிவிவரம் எடுக்கிறார்கள்.
- மூன்றாவது இன்சூரன்ஸ் பெனட்ரேஷன். நாட்டின் மொத்த உள்நாட்டு உற்பத்தி மதிப்பில், வசூலாகும் இன்சூரன்ஸ் பிரீமியம் எவ்வளவு என்று பார்க்கும் முறை.

இந்திய இன்சூரன்ஸ் துறையின் வருடாந்தர பிரீமிய அதிகரிப்பானது, 2017ம் ஆண்டு IRDA தகவல்படி சுமார் 8 சதவீதமாக இருந்தது. அதே காலகட்டத்தில் ரஷ்யாவில் 42 சதவீதம், சீனாவில் 21 சதவீதம், பிரேசிலில் 1.2 சதவீதம், தென்னாப்ரிக்காவில் மைனெஸ் 0.3 சதவீதம்.

இன்சூரன்ஸ் டென்சிட்டியில் அதே காலகட்டத்தில் நேரெதிராக ரஷ்யா, சீனா பிரேசில் மற்றும் இந்தியாவைக் காட்டிலும் தென்னாப்ரிக்காவில் அதிகமாக இருந்திருக்கிறது.

மூன்றாவது புள்ளிவிவரமான இன்சூரன்ஸ் பெனட்ரேஷனிலும் முதலாவதைப் போன்றே இருக்கிறது.

இவற்றை வைத்து எவ்வளவு நபர்களுக்கு எடுக்கபட்டிருக்கிறது என்பதை கண்டுபிடிக்க முடியாது.

யாருக்காவது எப்போதாவது நடந்தாலும் நடக்கலாம் என்கிற ஒரு ஆபத்து தனக்கும் ஏற்படலாம் என்பதை ஏற்றுக்கொண்டு, அப்படி ஏதும் நடந்துவிட்டால் அதனால் குடும்பத்துக்கு ஏற்படக்கூடிய பொருளாதார இழப்பைச் சரி செய்ய நினைக்கும் பலர் ஒன்று சேர்ந்து, ஆளுக்கு ஓரளவு தொகையை பிரீமியமாகத் தொடர்ந்து கொடுத்து, அந்தப் பணத்தை வைத்து ஒரு நிதியம் உருவாக்கி,

அதிலிருந்து பாதிப்புக்கு உள்ளாகிறவர்களின் குடும்பங்களுக்கு பணம் கொடுப்பதுதான் இன்சூரன்ஸ்.

சின்னத் தொகை என்பது அனுகூலம். தொடர்ந்து கட்டவேண்டும் என்பது கட்டாயம். நீண்ட காலத்துக்கு நல்ல ஆயுளோடு இருப்பவர்கள் அந்த அதிர்ஷ்ட்டம் இல்லாதவர்களுக்காகக் கொடுக்கிறார்கள் என்பதே நிதர்சனம்.

**செல்போன், பைக், கார், தங்கம், வெள்ளி,
பொழுதுபோக்கு சாதனங்களை வாங்குதல்;
பங்குகள், பிட்காயின் போன்ற கிரிப்டோகரன்சிகளில்
முதலீடு போன்றவற்றுக்கு பணம் செலவு
செய்வதற்கு முன்பாக கண்டிப்பாக
எடுக்கவேண்டியது இன்சூரன்ஸ்.**

4

யாரெல்லாம் இன்சூரன்ஸ் எடுக்க வேண்டாம்?

சென்ற அத்தியாயத்தில் நீட்டி முழக்கி, ஆதாரங்களை அடுக்கி, இன்சூரன்ஸ் அவசியம் என்று வாதம் செய்துவிட்டு, தாங்கள் ஆட்சிக்கு வந்ததும் அப்படியே மாற்றிப் பேசும் எதிர்கட்சியினர் போல அடுத்த அத்தியாயத்தை யார் இன்சூரன்ஸ் எடுக்க வேண்டாம் என தலைப்பிடுகிறீர்களே... என்ன விஷயம்? இருந்துவிட்டுப் போகட்டுமே... இன்சூரன்ஸ் என்றால் பாதுகாப்புத்தானே என்று கேட்கத் தோன்றுகிறதா?

அரசு தரும் சில குறிப்பிட்ட இன்சூரன்ஸ் மற்றும் வேலை பார்க்கும் நிறுவனங்கள் தரும் இன்சூரன்ஸ் தவிர, நாமாக எடுக்கும் இன்சூரன்ஸ் பாலிசிகள் விலை இல்லாதது அல்ல. சும்மா தரமாட்டார்கள். எடுக்க ஆரம்பித்ததிலிருந்து பாலிசி காலம் முழுக்க அதாவது கிட்டத்தட்ட வேலையில் இருக்கும், பணம் சம்பாதிக்கும் காலம் முழுக்க தொடர்ந்து மாதா மாதம் பிரீமியம் கட்டிக்கொண்டே இருக்க வேண்டும்.

பாலிசி எடுத்து பத்து பதினைந்து ஆண்டுகள் ஆன பிறகு கட்டும் பிரீமியம், பெரிய சுமையாகத் தெரியாது. ஆனால் இளம் வயதில் எடுக்கும்போது அப்போது இருக்கும் வருமானத்திலிருந்து

பிரீமியம் கட்டும் போது அது நிச்சயம் ஒரு சுமையாகத்தான் தெரியும். காரணம் ஆண்டு வருமானம் போல 10 மடங்கு பத்து மடங்கு 'சம்-அஷுர்ட்' தேவை என்றெல்லாம் கணக்கிட்டு பாலிசி எடுப்பதால்.

எனவே கண்ணை மூடிக்கொண்டு பல ஆண்டுகளுக்கு இந்தச் செலவை எல்லோரும் செய்ய வேண்டாம். தேவையிருப்பவர்கள் செய்தால் போதும். யார் யாருக்கு இந்தத் தேவையில்லை, அதாவது ஆயுள் காப்பீடு (லைஃப் இன்சூரன்ஸ்) எடுக்க வேண்டாம் என்று பார்க்கலாம்.

நீங்கள் யார்?

ஊதியமே பெறாமல் வீட்டைக் கவனித்துக்கொள்ளும் தியாக சீலரா நீங்கள்? (ஹோம் மேக்கரைத்தான் இவ்வளவு மேக்கப் செய்து குறிப்பிடவேண்டியிருக்கிறது. ஆமாம். இனி 'ஹவுஸ் ஒய்ப்' என்றெல்லாம் சொல்லக்கூடாது). அல்லது பள்ளி கல்லூரியில் படிக்கும் மாணவ மாணவியரா? அல்லது பணிக்காலம் முடித்து வீட்டில் சும்மா இருப்பவரா? (ஏங்க சும்மாதானே இருக்கீங்க என்று வந்து குவியும் வேலைகள் கணக்கில் இல்லை).

இப்படி ஏதாவது ஒரு வகையில் நீங்கள் வருமானம் ஈட்டாதவராக இருந்தால், உங்களுக்கு இன்சூரன்ஸ் தேவையில்லை.(இதுவும் கிடையாதா!)

உங்களை நம்பி யார்?

முதலில் குடும்பத்தில் இருப்பவர் எண்ணிக்கை மற்றும் குடும்பத்தின் தேவைகள். ஒருவர் அல்லது ஒருத்தி திருமணம் ஆகாமல் இருக்கிறார் என்றால் திருமணமே செய்துகொள்ளப் போவதில்லை என்றால், நிச்சயமாக அவருக்கு இன்சூரன்ஸ் தேவை இல்லை. அதாவது அவரை நம்பி எவரும் இல்லவே இல்லை. அதனால் அவர் மூலம் வரும் வருமானம் நின்று போனால் எவருக்கும் பாதகம் ஏற்படாது. எனவே இன்சூரன்ஸ் வேண்டாம்.

இன்சூரன்ஸ் என்பது போன உயிரைக் கொண்டுவராது. உயிர் போனதால் ஏற்படும் வருமான இழப்பை ஈடுகட்டும். அதன் நோக்கமே 'இன்கம் ரிபிளேஸ்மெண்ட்'தான். 'ரிப்ளேஸ்' செய்ய அவசியம் இல்லாவிட்டால் அது வேண்டாம்.

கவனித்து இருக்கலாம், தேவையில்லை; அவசியம் இல்லை என்றெல்லாம் சொல்லவில்லை. தெளிவாக வேண்டாம் என்கிறேன். அதே நபரை நம்பி பெற்றோர் அல்லது தம்பி தங்கை இருந்தால், அவர்கள் அவருடைய வருமானத்தை நம்பி இருந்தால், வேறு வழியில்லை. இன்சூரன்ஸ் போடத்தான் வேண்டும். அதை குறிப்பிட்ட அந்த நபர் முடிவு செய்துகொள்ள வேண்டும். ஆமாம். அவருக்கு மட்டும் இந்த சுதந்திரம் கொடுக்கிறேன்.

சில குடும்பங்களில் ஆணோ, பெண்ணோ, அவள் ஒரு தொடர்கதை திரைப்படத்தில் வரும் சுஜாதா கதாபாத்திரம் போல, மொத்த குடும்பத்தின் பாரத்தையும் சுமப்பார்கள். பெற்றோர் இல்லாமல் இருக்கலாம். அல்லது குடும்பத் தலைவர் சரி இல்லாமல் இருக்கலாம். அவர்களுக்குப் பின்னும் அவர்கள் வருமானம் தேவைப்படும் நிலை இருந்தால் அவர்கள் பெயரில் கட்டாயம் ஆயுள் காப்பீடு எடுத்தாக வேண்டும்.

வயது என்ன?

உங்களுக்கு வயது 60 ஆகிவிட்டது. அல்லது பணி ஓய்வு பெற்று விட்டீர்கள். இதுவரை நீங்கள் இன்சூரன்ஸ் எடுக்கவில்லை. (ஆனாலும் இந்தப் புத்தகம் வாங்கிப் படிக்கிறீர்கள்... எவ்வளவு நல்லவர் நீங்கள்!) நீங்கள் வேலைக்குப் போவதோ அல்லது சொந்தமாகத் தொழில் வியாபாரம் செய்து சம்பாதிப்பதோ இல்லை (பென்ஷன் வருகிறதாக்கும்). அப்படியென்றால் உங்களுக்கும் இன்சூரன்ஸ் தேவையில்லை.

அதேபோல உங்கள் வயது 55க்கு மேல். சம்பாதிக்கிறீர்கள். உங்கள் பிள்ளைகளுக்கு செய்ய வேண்டியதெல்லாம் செய்து முடித்து விட்டீர்கள் (படிப்பு, திருமணங்கள் போன்றவை). நீங்கள் சம்பாதித்து இனி செய்ய வேண்டிய பெரிய செலவுகள் எல்லாம் முடிந்து விட்டன. குடியிருக்கும் வீடும் சொந்த வீடு. எனில் நீங்கள் புதிதாக இன்சூரன்ஸ் எடுக்கவேண்டிய அவசியம் இல்லை.

வேறு வகை வருமானங்கள் உண்டா?

யாருக்கு வருமானம் தரும் சொத்துக்கள் தாராளமாக இருக்கின்றனவோ அவர்களுக்கும் இன்சூரன்ஸ் தேவையில்லை.

உதாரணத்துக்கு ஒருவருக்கு சில வீடுகள் இருக்கின்றன. அதில் இருந்து வாடகை வருமானம் வருகிறதென்றால், அவருடைய

குடும்பத்துக்கு சம்பாதித்துக் கொடுப்பது அவரல்ல. அந்த வீடுகள்தான். அதனால், குடும்பத்தலைவர் இல்லாவிட்டாலும் அவருடைய குடும்பம் வாடகை வருமானத்தை வைத்து பழைய பொருளாதார நிலையிலேயே வாழ்ந்துவிட முடியும்.

இங்கே இன்சூரன்ஸ் தேவைப்படுவது அந்த வீட்டுகளுக்குத்தான். அவற்றுக்கு ஆபத்து வந்து விட்டால் குடும்பத்தலைவர் இருந்தாலும் குடும்பம் அவரையும் சேர்த்து பழைய வசதிகளுடன் வாழ முடியாது. அதாவது, அந்த குடும்பம் அந்த வாடகை வருமானத்தை மட்டும் நம்பி இருக்கும் பட்சம் இதுதான் நிலை. இங்கே வீடு என்று சொல்வது முழுதும் சொந்த வீட்டை. வீட்டின் மீது பெரிய கடன் இருந்தால், கடன் வாங்கியவருக்கு ஆயுள் காப்பீடு அவசியம் வேண்டும்.

கடன் எவ்வளவு?

அடுத்து கடன் ஏதும் இல்லாதவர்கள் பாடும் நிம்மதிதான். அது வீடு கட்ட, வாங்க வாங்கிய கடனோ, கல்விக் கடனோ, வாகனக்கடனோ அல்லது நகை கடனோ, பர்சனல் லோனோ... எந்தக் கடனும் இல்லாதவர்களுக்கு இன்சூரன்ஸ் கவலை குறைவு. தவிர, கிரெடிட் கார்டு வைத்துக்கொண்டு அதில் செலவழிப்பவர்களாகவும் இல்லாமல் இருந்துவிட்டால் நல்லது. அப்படிப்பட்டவர்கள் இன்சூரன்ஸ் குறித்து அதிகம் கவலைப்பட வேண்டாம்.

அப்படியென்றால் கடன் இருப்பவர்கள் கட்டாயம் இன்சூரன்ஸ் எடுக்க வேண்டும் இல்லையா?

100 சதவீதம்.

குடும்பத்தலைவர் அல்லது தலைவிதான் சம்பாதித்து, வாங்கியிருக்கும் கடன்களை அடைக்க வேண்டும். அப்படிப் பட்டவருக்கு ஏதும் என்றால், அதன்பின் கடனை எப்படி அடைப்பது? பணம் வேண்டுமே! அதனால், கடன் இருப்பதைப் பொறுத்து இன்சூரன்ஸ் தேவையா இல்லையா என்பதை முடிவு செய்யவேண்டும். கடனே இல்லையென்றால் இன்சூரன்ஸ் தேவை குறைவு. கடன் அதிகமிருந்தால், இன்சூரன்ஸ் மிகவும் அவசியம். எடுக்கவேண்டிய பாலிசி தொகையும் மாறுபடும்.

கடனே இல்லாதவர்கள் இன்சூரன்ஸ் பற்றி அதிகம் கவலைப்பட வேண்டாம் என்றும் இன்சூரன்ஸ் தேவை அவர்களுக்கு குறைவு

என்றும் சொன்னீர்கள். அப்படியென்றால் அவர்களுக்கு நிச்சயம் தேவையில்லை என்று சொல்லவில்லைதானே!

ரொம்பவும் சரி. கடன் இருந்தால் காப்பீடு கட்டாயம். இல்லா விட்டால் மற்றவற்றையும் பார்த்து முடிவு செய்யவேண்டும். அதாவது, குடும்பத்தலைவர் ஊதியம் தவிர வேறு வருமானங்கள் உண்டா இல்லையா என்று பார்க்கவேண்டும். வேறு வருமானம் இல்லையெனும் பட்சம், கடன் இல்லாவிட்டாலும் இன்சூரன்ஸ் தேவை. 'இன்கம் ரிபிளேஸ்மெண்ட்'க்காக.

உடம்பு எப்படியிருக்கு?

அடுத்து பார்க்க வேண்டியது, குடும்பத்தலைவரின் உடல் ஆரோக்கியம். நல்ல ஆரோக்கியமாக இருந்தால், இன்சூரன்ஸ் வேண்டாம் என்று சொல்ல ஆசைதான். ஆனால், ஆரோக்கியமான பலரும்கூட எதிர்பாராதவிதமான ஆபத்துகளில் மாட்டுகிறார்கள் என்பதாலும் ஆரோக்கியம் போகப்போக அதே நிலையில் இருக்கும் என்று சொல்லமுடியாததாலும், வருமானம் கிடைக்கும் வழிகளைப் பொறுத்து, ஓரளவேனும் இன்சூரன்ஸ் தேவை என்ற முடிவுக்குத்தான் வரவேண்டியிருக்கிறது.

அதேசமயம் ஆரோக்கிய குறைவு இருப்பவர்கள் கண்டிப்பாக, கணிசமான தொகைக்கு ஆயுள் காப்பீடு எடுத்தே ஆகவேண்டும். ஆரோக்கியம் என்பது நிரந்தரமானதல்ல. நாள்பட, நாள்பட தேய்மானம் ஆகக்கூடியது. தேய்மானம் தெரிய வந்தவுடன் இன்சூரன்ஸ் எடுக்கப்போனால், அதே அளவு இன்சூரன்ஸ் தொகைக்குக் கூடுதல் பிரீமியம் கட்ட வேண்டியிருக்கும். சில ஆரோக்கியக் குறைவுகளுக்கு டெர்ம் இன்சூரன்ஸ் போன்ற வற்றைத் தரமாட்டார்கள். எனவே, ரத்த அழுத்தம், சர்க்கரை நோய், நுரையீரல் சிறுநீரக பிரச்னைகள் வர ஆரம்பிப்பதற்கு முன்பே இன்சூரன்ஸ் எடுத்துவிடுவது புத்திசாலித்தனம்.

தவிர, பெற்றோருக்கு அப்படிப்பட்ட நோய்கள் இருக்கும்பட்சம் அவை பிள்ளைகளுக்கும் வரும் வாய்ப்பு (வாய்ப்பா அது! ஆபத்து), குறிப்பாக சர்க்கரை நோய் இருந்தால், உடனடியாகவும் கணிசமான தொகைக்கும் இன்சூரன்ஸ் எடுத்துவிடுவது நல்லது (பெற்றோரின் சொத்துவருகிறதோ இல்லையோ, சர்க்கரை எல்லாப் பிள்ளைகளுக்கும் தவறாமல் வரும்). தங்களுக்கோ, பெற்றோர்களுக்கோ அப்படிப்பட்ட தொந்தரவுகள் இல்லாதவர்கள் ஓரளவு தொகைக்கு எடுத்தால் போதும்.

சேமிப்பு ஏதும்?

கணிசமான அளவு சேமிப்பு இருக்கிறதா? அதிலிருந்து வரும் வருமானம் – வட்டி, டிவிடெண்ட், லாபப் பகிர்வு ஆகியவை தொடர்ந்து வருவது உறுதியா? அவை குடும்பத்தை நடத்த போதுமானதாக இருக்கிறதா? தொடர்ந்து அப்படி போது மானதாக இருக்குமா? (பின்னே! விலைவாசி உயர்வு என்ற ஒன்று இருக்கிறதே!) ஓகே. உங்களையும் விட்டுவிடுகிறேன். உங்களுக்கும் இன்சூரன்ஸ் பெரிதாகத் தேவையில்லை.

சொத்து, பத்து?

கடன் இல்லாதவர், சேமிப்புகள் அதிகம் வைத்திருப்போர், அதிக அளவில் சொத்துக்கள் வைத்திருப்போர், ஆரோக்கியமாக இருப்பவர்கள் கவலைப்பட வேண்டாம்.

டாடா, பிர்லா, இன்ஃபோசிஸ் நாராயணமூர்த்தி, கூகுள் சுந்தர் பிச்சை போன்றோருக்கு மட்டுமல்ல, ஓராண்டு குடும்ப செலவுக்குத் தேவைப்படும் பணத்தைப்போல பத்து மடங்கு சேமிப்பாக வைத்திருப்பவர்கள், அவர்கள் பிள்ளைகள் படிப்பு மற்றும் திருமணம் போன்றவை முடிந்திருந்தால், இன்சூரன்ஸ் குறித்து கவலையே படவேண்டாம்.

ஒரு மாதத்துக்கு வாடகை உட்பட, ரூபாய் 50,000 வரை செலவாகிறது என்று வைத்துக்கொண்டால், ஆண்டுக்கு ஆறு லட்சம் ரூபாய் பணம் தேவை. பத்தாண்டுகளுக்கு என்றால் 60 லட்ச ரூபாய். அந்த அளவு சேமிப்பு இருந்தால் (இந்தப் புத்தகத்தையெல்லாம் ஏன் படிக்கப்போகிறோம் என்றெல்லாம் கேட்கக்கூடாது!) அந்தக் குடும்பத்துக்கு வருமானம் ஈட்டித் தருகிறவரின் பெயரில் இன்சூரன்ஸ் அவசியம் இல்லை.

அப்படிப்பட்டவர்கள் பாலிசி எடுத்தால் பாதகமில்லை.என்ன, அதற்கு அவருடைய சேமிப்பிலிருந்து பிரீமியம் கட்ட வேண்டும். அப்படிப்பட்ட தொகை சேமித்து வைத்திருக்கிறார்கள்; உயர்ந்த நிலையில் இருக்கிறார்கள்; சேமிப்பை பாதுகாப்பான இடங்களில் முதலீடு செய்திருக்கிறார்கள் என்றால் அவர்களுக்கு இன்சூரன்ஸ் அவசியமில்லை.

முதலீடு என்றால் அந்தப் பணத்தை வியாபாரத்திலோ பங்குச் சந்தையிலோ முதலீடு செய்திருந்தால் அல்லது வேறு ஏதேனும் யூக பேரத்தில் ஈடுபடுத்தி இருந்தால் அதை உறுதியான

சேமிப்பாக எடுத்துக்கொள்ள முடியாது. அந்த முதலீட்டுக்கு சந்தை அபாயங்கள் உண்டு. எனவே, சேமிப்புப் பணம் முதலீடு செய்யப்பட்டிருக்கும் இடத்தைப் பொறுத்து, இன்சூரன்ஸ் குறித்து முடிவெடுக்கவேண்டும்.

அதேநேரம் இந்தக் கணக்கிடுதல் செய்யும்போது ஒருவருடைய மாத ஊதியம் ரூ. 15,000. அவருக்கு மாதம் ஆகிற செலவும் 15,000. அப்படியென்றால் அவருடைய ஆண்டு செலவு, ஒரு லட்சத்து 80 ஆயிரம் ரூபாய். அதன் 10 மடங்கு என்பது 18 லட்ச ரூபாய். சேமநல நிதி போன்றவற்றைச் சேர்த்துக் கணக்கிட்டால் அவரிடம் 18 லட்சம் என்னிடம் சேமிப்பு இருக்கிறது. இது போதும்தானே. அவர் இன்சூரன்ஸ் எடுக்கவேண்டாமல்லவா என்று கேட்கக் கூடாது. காரணம், இந்தக் கணக்கு எல்லாத் தேவைகளுக்கும் ஆகிற செலவு என்பதுதான்.

மாதாந்திர செலவுக்கு வருமானம் போதாமல் அந்த செலவைச் சரியாகச் செய்யாமல் இருப்பவர்கள் அதை மட்டுமே கணக்கில் எடுத்துக்கொண்டு இன்சூரன்ஸ் பற்றி முடிவெடுக்கக்கூடாது. இந்தக் கணக்கு யாருக்குப் பொருந்துமென்றால், தற்போதைய வருமானம் நிறைவாக இருக்கவேண்டும். அதைப்போல குறிப்பிட்ட அளவு சேமிப்பும் இருக்க வேண்டும். அவர்களுக்கு மட்டுமே தேவையில்லை என்கிற விலக்கு. அதிலும் சேமிப்பு எவ்வளவு என்கிற மதிப்பிடல் சரியாக இருக்க வேண்டும். குத்துமதிப்பாக இருக்கக்கூடாது; மேம்போக்காக, அதிகமாகக் கற்பனை செய்து கொண்டதாக இருக்கக்கூடாது. மேலும் சேமிப்பு என்பது உடனடிப் பணமாக மாற்றவல்ல 'லிக்விட்' ஆகவும் இருக்கவேண்டும். விற்பதற்கு மிகவும் சிரமம் இருக்கும், ஊருக்கு வெளியில் ஏமாந்து போய் வாங்கிய, வாங்கிய போதிருந்த அல்லது எவரோ எப்போதோ சொல்லிய மதிப்பாக இருக்கக்கடாது.

'லிக்விட்' என்றால் உடனடியாகச் செல்லுபடியாகும் வங்கி டெபாசிட்கள், அஞ்சலக டெபாசிட்டுகள், தங்கம், வெள்ளி, ரொக்கம் போன்றவையாக இருக்க வேண்டும். சேமநல நிதி பப்ளிக் பிராவிடண்ட் பண்ட் (PF, PPF) ஆகியவையும் லிக்விட்தான். நல்ல பெரிய நிறுவனங்களின் பங்குகள் மற்றும் அப்படிப்பட்ட பங்குகளின் பரஸ்பர நிதி ஆகியவற்றையும் இந்த உறுதியான வருமானம் தரக்கூடிய சேமிப்பாக எடுத்துக்கொள்ள முடியாது. பரஸ்பர நிதிகள் மற்றும் பங்குகள் போன்றவை எப்போதும் சந்தை அபாயங்களுக்கு உட்பட்டவைதான்.

ஆக மேலே சொன்னவற்றை எல்லாம் கூட்டிக் கழித்துப் பார்த்தால்,

- ஒருவர் சொந்தமாக பணம் சம்பாதிக்காதவராக இருந்தால் (வேலைக்குப் போகாதவர்கள், மாணவ, மாணவியர்கள், முதியவர்கள்),
- ஒருவருக்கு கணவன்/மனைவி, பிள்ளைகள் இல்லை என்றால்,
- ஆண்டு வருமானம் போல 10 மடங்கு சேமிப்பு இருந்தால்,
- உடல்நிலை ஆரோக்கியமாக இருந்தால்,
- பெற்றோர்களுக்கு சர்க்கரை நோய், இதய நோய் போன்றவை இல்லாமலிருந்தால்,
- தங்கள் வருமானத்தை நம்பி அதிக சார்ந்திருப்போர் இல்லாதிருந்தால்,
- கடன்கள் இல்லாமலிருந்தால்,
- நிச்சய மற்றும் போதிய வருமானம் தரும் சொத்துகள் இருந்து அவற்றின் மீது கடன்கள் இல்லாமலிருந்தால்,
- தானே வேலைக்கு போய் சம்பாதிப்பது தவிர, வேறு வருமானங்கள் போதிய அளவு வந்தால்,
- வயது 55 அல்லது /60 ஆகியிருந்து, அனைத்து குடும்ப கடமைகளும் நிறைவு பெற்றிருந்தால்,

உங்களுக்கு இன்சூரன்ஸ் (ஆயுள் காப்பீடு) தேவையில்லை. மற்ற அனைவரும் எல்லோரும் வருத்தப்படாத வாலிபர் சங்கம் திரைப்படத்தில் சிவகார்த்திகேயன் சூரியுடன் சேர்ந்து சொல்வது போல 'போட்டே ஆகவேண்டும்'.

> இன்சூரன்ஸ் தேவைதான் என்றாலும் அதற்கு செலவாகும். எனவே, குடும்பத் தலைவருக்கு ஏதும் நடந்தாலும் குடும்பத்தின் வருமானம் அதன் காரணமாக மாற்றமடையாது என்ற நிலையில் இருப்பவர்கள் ஆயுள் காப்பீடு எடுக்கவேண்டாம். அவர்கள் பிரிமியமாகக் கட்டும் பணம், அவர்களுக்கும் அவர்கள் குடும்பத்துக்கும் அவர்கள் வாழும்போதே பயன்படலாம்.

5

வேலை செய்யும் நிறுவனங்கள் தரும் காப்பீடுகள்

சம்பாதிக்கும் மக்களில் இரண்டு வகைகள் உண்டு. தானே சுயமாக ஏதாவது செய்து சம்பாதிப்பவர்கள் முதல் வகை. இதில், விவசாயம், நெசவு, கைத்தொழில்கள், கடை, வியாபாரம் என பலவும் வந்துவிடும். மற்றொரு பெரிய வகை, மற்றவர்களிடம் வேலை செய்து, அதற்கான ஊதியம் வாங்குவது.

மற்றவர்களிடம் வேலை செய்து ஊதியம் பெறுகிறவர்களை மேலும் இரண்டு வகைகளாகப் பிரிக்கலாம் – முறைப்படுத்தப் பட்ட துறைகளில் 'ஆர்கனைசுடு செக்டர்'ல் வேலை செய்பவர்கள்; 'அன் ஆர்கனைசுடு செக்டர்' முறைப்படுத்தப்படாத துறைகளில் வேலை செய்பவர்கள்.

நேரடியாக மத்திய மாநில அரசுவேலைகளில் இருப்பவர்கள், அரசாங்கத்தின் பொதுத்துறை (PSU) மற்றும் பெரிய சிறிய தனியார் நிறுவனங்களில் வேலை செய்பவர்கள் ஆகியோர் முறைப் படுத்தப்பட்ட துறைகளில் வேலை செய்கிறவர்கள். மாதம் சில கோடி ரூபாய்கள் சம்பாதிக்கும் முதன்மை செயல் அலுவலர்கள் (சி.இ.ஓக்கள்) முதல், மாதம் சில ஆயிரம் ரூபாய்கள் மட்டுமே சம்பாதிக்கும் ஊழியர்கள் வரை அனைவரும் அதில் அடக்கம்.

இப்படி முறைப்படுத்தப்பட்டுள்ள நிறுவனங்களில் வேலை செய்கிறவர்களுக்கு சம்பளம் தவிர இன்னும் சில வசதிகளையும் (பெனிஃபிட்ஸ் என்பார்கள்) நிறுவனம் வழங்கும். உதாரணத்துக்கு சேமநல நிதி, பணிக்கொடை, விடுப்பு காலப் பயண கட்டணம், உணவுக்கான கூப்பன்கள். இப்படிச் சில.

முறைப்படுத்தப்படாத துறைகளில் வேலை செய்வோருக்கு சரியான நேரத்தில் வழங்கப்படும் முழுமையான சம்பளமே பெரிய விஷயமாக இருக்கும். அவர்களுக்கு சில வசதிகள் கிடைக்காது.

ஒரு நிறுவனத்தில் 10 நபர்களுக்கும் அதிகமானவர்கள் வேலை செய்தால்தான் அந்த நிறுவனத்துக்கு சேமநல நிதி சட்டம் பொருந்தும். அந்த சட்டத்தின் பெயர், எம்பிளாயீஸ் பிராவிடெண்ட் பண்ட் - மிசலேனியஸ் புரவிஷன்ஸ் ஆக்ட் - 1952. அந்த சட்டத்தின் படி வேலை செய்யும் ஊழியர்களின் சம்பளத்தில் இருந்து 12% பணத்ததைப் பிடித்து சேமநல நிதியில் கட்டவேண்டும். உடன் நிறுவனமும் (முதலாளியும்) அதன் பங்காக சமமான தொகையை ஊழியரின் கணக்கில் கட்டவேண்டும். இது ஒரு சேமிப்பு. தவிர இதை ஒட்டிய ஒரு இன்சூரன்ஸூம் உண்டு. அதைப் பின்னால் பார்க்கவிருக்கிறோம். அதன் பெயர் EDLI - எம்பிளாயீஸ் டெப்பாசிட் லிங்க்ட் இன்சூரன்ஸ்.

ஆனால், இந்தச் சட்டம் 10 அல்லது அதற்கு அதிகமாக ஊழியர்கள் இருக்கும் நிறுவனங்களுக்குத்தான் பொருந்தும். எனவே, பத்துக்கும் குறைவான ஊழியர்கள் வேலை செய்யும் நிறுவனங்களில் சேமநல நிதி கட்டாயமில்லை. அதேபோல பணிக்கொடை (கிராஜூவிட்டி), சம்பளத்துடன் கூடிய வார விடுமுறைகள், ஆண்டு விடுப்புகள் போன்றவையும் கிடையாது. சிறிய அளவுகளில் வியாபாரம் என்பதால் முதலாளிகளை அரசாங்கம் கட்டாயப்படுத்தவில்லை.

காப்பீடு குறித்த இந்தப் புத்தகத்தில் இவற்றைப் பற்றி விரிவாகப் பார்க்க என்ன காரணம் என்ற கேள்வி வருகிறதா?

முறைப்படுத்தபட்ட நிறுவனங்களில் பணி செய்வோருக்கு சேமநல நிதி, பணிக்கொடை, ஊதியத்துடன் கூடிய வாரந்திர ஓய்வுநாள், ஆண்டு விடுமுறை, கூடுதல் நேர வேலைகளுக்கு இரட்டிப்புச் சம்பளம், ஆண்டு போனஸ் போன்ற பல்வேறு வசதிகளை நிறுவனங்கள் கொடுக்கவேண்டும் என்று மத்திய

மாநில அரசுகள் (அட! சில சிறுகட்சிகளின் தலைவர்கள் தொலைக்காட்சிகளில் இந்தச் சொற்களை அடிக்கடிச் சொல்வது போலிருக்கிறதா?) சட்டங்கள் மூலம் கட்டாயமாக்கி இருக்கின்றன. இவ்வளவையும் செய்த அரசாங்கங்கள் ஊழியர்களுக்கு ஆயுள் காப்பீடு மற்றும் மருத்துவ காப்பீடு வேண்டும் என்றோ, அவற்றை நிறுவனங்கள் அவர்கள் செலவில் வழங்க வேண்டும் என்றோ கட்டாயப்படுத்தவில்லை. அதற்கான சட்டங்கள் இல்லை. நிறுவனங்களாகப் பார்த்து செய்தால்தான் உண்டு. எனவே, ஆயுள் காப்பீடு என்பது ஊழியர்களுக்கு ஸ்டாச்சுடரி வெல்ஃபேர் அல்ல; வாலண்டரி வெல்ஃபேர்தான்.

அதைச் சொல்லத்தான் இந்த விளக்கம். அப்படியென்றால் காப்பீடு குறித்து எந்தத் தொழிலாளர் சட்டங்களுமே கிடையாதா?

அதைச் சொல்வதற்குமுன் இன்னொரு விஷயத்தையும் நினைவுப் படுத்திக்கொள்ளவேண்டும்.

இல்லை என்று சொல்வது முறைப்படுத்தப்பட்ட பெரிய நிறுவனங்களில் பணி செய்வோருக்கு. அவர்களுக்கே இல்லை என்றால் சிறுகுறு நிறுவனங்களில் வேலை செய்வோர் குறித்துக் கேட்கவே வேண்டாம். அதைவிட மோசம், முதலாளியே இல்லாமல் தாங்களாகவே உழைத்து சம்பாதிக்கும் விவசாயிகள், வியாபாரிகள் நிலை.

எம்ப்ளாயீஸ் ஸ்டேட் இன்சூரன்ஸ் சட்டம்

ESI Act - எம்ப்ளாயீஸ் ஸ்டேட் இன்சூரன்ஸ் ஆக்ட் - 1948, எம்பிளாயீஸ் பிராவிடெண்ட் பண்ட் - மிசலேனியஸ் புரவிஷன்ஸ் ஆக்ட் - 1952 என்ற இரண்டில் மட்டும் கொஞ்சம் காப்பீடு இருக்கிறது.

ஏன் கொஞ்சம் இருக்கிறது என்று சொல்லவேண்டும் என்று கேட்பீர்களே!

எந்தச் சட்டமும் எல்லா ஊழியர்களுக்கும் பொருந்தாது. சட்த்திலேயே 'ஸ்கோப்' மற்றும் 'கவரேஜ்' என்று வரையறை செய்திருப்பார்கள்.

ESI சட்டம் அறிவிக்கப்பட்ட (நோட்டிஃபைடு) இடங்களில் உள்ள தொழிற்சாலைகளுக்கு மட்டும்தான் பொருந்தும். இதன் மூலம் சில நிறுவனங்களும் அதன் தொழிலாளர்களும் ESI

சட்டத்தின் பலன்கள் (காப்பீடு உள்பட) கிடைக்காமல் போவார்கள்.

அடுத்து அந்தவிதம் உள்வரும் நிறுவனங்களிலும் எல்லா ஊழியர்களுக்கும் சட்டத்தின் பலன்கள் கொடுக்கப்படமாட்டாது. குறிப்பிட்ட அளவு மாத ஊதியத்துக்கு கீழ் உள்ள ஊழியர்களுக்கு மட்டும்தான் ESI சட்டம் பொருந்தும். அந்தத் தொகை 2016ம் ஆண்டு முதல் தற்போது 2021 முடியும் அக்டோபர் வரை 21,000 ரூபாயாக இருக்கிறது. சில ஆண்டுகளுக்கு ஒருமுறை இதை மேல் உயர்த்துவார்கள்.

இந்த ஷரத்து மூலம் இன்னும் பல ஊழியர்கள், ESI சட்டத்தின் காப்பீடு பலனில் இருந்து வெளியே தள்ளப்படுகிறார்கள். மீதம் இருப்பவர்கள் ஒரு பகுதியினர்தான். அவர்கள் ஊதியத்தில் இருந்து அரசு மாத சம்பளத்தில் 1.5 சதவீதப் பணத்தைப் பிடித்தம் செய்து தரச்சொல்கிறது. நிறுவனத்தை நடத்துகிறவர்/ நிர்வாகம் ஊழியரிடம் இருந்து பிடித்த பணத்துடன், அதன் பங்குக்கு 4 சதவீதம் (ஊழியர் சம்பளத்தில்) அளவு பணம் சேர்த்து அரசிடம் (ESI கார்பரேஷன்) கட்டவேண்டும். அப்படிக் கட்டினால், அந்த ஊழியர் பணி நேரத்தில் விபத்துக்குள்ளானால் இழப்பீடு கொடுக்கும். இறந்தாலோ நிரந்தர உறுப்பு இழப்பு ஏதேனும் ஆனாலோ இழப்பீடு வழங்கும். இது தவிர வேறு சில ஆதாயங்களும் இந்த சட்டத்தில் உண்டு. ஆனால் காப்பீடைப் பொறுத்தவரை அவ்வளவுதான்.

இவையெல்லாமும் கூட வேலையில் இருக்கும் வரை மற்றும் வேலை நேரங்களில், வேலை தொடர்பாக நடக்கும் விபத்து களுக்கு மட்டும்தான். இயற்கையான அல்லது நோய்வாய்பட்ட இறப்புகளுக்கு இல்லை. இதனால்தான் கொஞ்சம் என்று சொன்னது.

அடுத்து, சேமநல நிதி சட்டத்தில் இருக்கும் எம்பிளாயீஸ் டெப்பாசிட் லிங்க்ட் இன்சூரன்ஸ் (EDLI).

எம்பிளாயீஸ் டெப்பாசிட் லிங்க்ட் இன்சூரன்ஸ்

இந்தச் சட்டமும் மிகச்சிறு நிறுவனங்களுக்குப் பொருந்தாது. எல்லா ஊழியர்களுக்கும் பொருந்தாது. இதில் இருக்கும் ஊதிய உச்சவரம்பு 15000 ரூபாய். ஆனாலும் 15,000க்கும் அதிகமாக மாத ஊதியம் வாங்குகிறவர்களுக்கும் பி.எஃப் பிடிப்பார்கள். அதை வேறு சந்தர்ப்பத்தில் பார்க்கலாம்.

சேமநல நிதிக்குப் பணம் கட்டுகிற அனைத்து ஊழியர்களுக்கும் EDLI உண்டு. ஊழியர் சேமநல நிதியில் அங்கத்தினராக இருக்கும் காலத்தில் அவர் இறந்தால், அவர் குடும்பத்துக்கு குறிப்பிட்ட அளவு தொகை வழங்கப்படும். அதன் பெயர்தான் EDLI.

ஊழியரின் சேமநல நிதி இருப்புடன் தொடர்புடைய காப்பீடு என்பது EDLI என்பதன் பொருள்.

- ஒருவருடைய மாத ஊதியத்தைப் போல 30 மடங்கு.
- மாத ஊதியம் என்பது அவரது கடந்த 12 மாத காலத்திய சராசரி ஊதியம் அல்லது 15,000. இந்த இரண்டில் எது குறைவோ அது.
- அதனுடன் ரூபாய் 1.5 லட்சம் சேர்த்து நியமிக்கப்பட்டவரிடம் கொடுப்பார்கள்.

இது பரவாயில்லை. ESI சட்டம் போலில்லாமல் எதன் பொருட்டு ஊழியர் இறந்தாலும் கொடுக்கிறார்கள். ஆனால் இதுவும் ஒருவர் பணியில் இருக்கும்போது நடந்தால்தான். 58 அல்லது 60 வயதுக்கு மேல் கிடையாது.

சட்டபூர்வமான காப்பீடுகள் இவ்வளவுதான். மற்றபடி நிறுவனங் களாக பார்த்து செய்தால்தான் உண்டு. சில நிறுவனங்கள் ஊழியர்களுக்கு குரூப் இன்சூரன்ஸ் செய்கின்றன. அவையும் பணியில் இருக்கும்வரைதான்.

நிலைமை இப்படி இருக்கிற காரணத்தினால் சில நிறுவனங்கள் அவர்களாக முன்வந்து ஊழியர்களுக்குக் காப்பீடு செய்யும். அதனால் அவை தன்னிச்சையானவை. கட்டாயம் செய்தாக வேண்டியவை என்றோ சட்டபூர்வமானவை என்றோ சொல்ல முடியாது.

நிறுவனங்களில் இருக்கும் காப்பீடுகள் – ஓர் உதாரணம்

BHEL - பாரத மிகு மின் நிறுவனத்தின் 'டெத் ரிலீப் பண்ட்' (DRF).

BHEL திருச்சி தொழிற்சாலையில் நான் பணிபுரிந்தபோது, மொத்தம் 14 ஆயிரம் ஊழியர்கள். 1960களில் தொடங்கப்பட்ட தொழிலகம் என்பதால் 1990களில் ஆண்டொன்றுக்கு சுமார் 150 ஊழியர்கள் பணியில் இருக்கும்போதே இறந்து போவார்கள். அதாவது ரிட்டயர்மென்ட் வயதான 58க்கு முன்பாகவே. இறந்த ஊழியர்களின் குடும்பங்களுக்கு BHEL நிறுவனம் சேமநல நிதி,

பணிக்கொடை (கிராஜுவிடி), குரூப் இன்சூரன்ஸ் ஆகிய வற்றைக் கொடுக்கும். இவை தவிர, ஊழியர்கள் அனைவரும் சேர்ந்து பங்களிப்பு செய்யும் ஒரு தொகை, டெத் ரிலீப் ஃபண்ட் (DRF) என்ற பெயரில் வழங்கப்படும். அந்தக் காலகட்டத்தில் இறந்த ஒரு ஊழியர் குடும்பத்துக்கு, 14 ஆயிரத்து சொச்சம் ரூபாய்கள் DRF-ல் இருந்து கிடைத்தது.

அந்தத் தொகையை நிறுவனம் தரவில்லை; ஊழியர்களே கொடுக்கிறார்கள். ஒவ்வொரு மாத ஊதிய அறிக்கை வந்ததும் சிலர் அதை கவனமாகப் படித்துப் பார்ப்பார்கள். சில பிடித்தங்கள் இருக்கும். அவற்றில் ஒன்று DRF பிடித்தம். அது மூன்று ரூபாய் என்று இருந்தால் கடந்த மாதம் பணியில் இருந்த மூன்று ஊழியர்கள் இறந்துவிட்டார்கள் என்று பொருள். ஐந்து என்றிருந்தால் ஐந்து ஊழியர்கள் இறந்துவிட்டார்கள் என்பது அர்த்தம்.

மறைந்த ஒவ்வொரு ஊழியர் குடும்பத்துக்கும், பணியிலிருக்கும் ஒவ்வொரு ஊழியரும் ஒரு ரூபாய் கொடுப்போம்.

அந்த நிறுவனத்துக்குள் பணியாற்றும் அனைவரும் அந்த ஃபண்டில் அங்கத்தினர்கள். அதனால், குடும்பத்தாருக்கு அந்தப் பாதுகாப்பு உண்டு. எவ்வளவு அதிகமான அல்லது குறைவான ஊதியம் பெறும் ஊழியரானாலும் ஒரே அளவு தொகைதான் வழங்கப்படும். கொடுப்பதும் அங்கத்தினரே. இறக்கும் ஒவ்வொருவர் குடும்பத்துக்கும் அனைவரும் தலா ஒருரூபாய் மட்டும் கொடுத்தால் போதும். குறிப்பிட்ட மாதம் இறந்தது இரண்டு ஊழியர்கள் என்றால், 14,000 ஊழியர்களும் ஆளுக்கு 2 ரூபாய் கொடுக்கவேண்டும். அந்த இரண்டு குடும்பங்களுக்கும் தலா 14,000 ரூபாய் வழங்கப்படும்.

எப்போதிலிருந்து ஒருவர் அங்கத்தினர் என்று பார்க்க மாட்டார்கள். சேர்ந்த முதல் ஆண்டிலேயே ஒரு ஊழியர் இறந்து போனால் அவர் குடும்பத்துக்கு 14 ஆயிரம் ரூபாய் கொடுப்பார்கள். பலர் 30-35 ஆண்டுகள் கூட பணியாற்றிவிட்டு ஓய்வு பெறுவார்கள். அவர்கள் அவ்வளவு ஆண்டுகளும் ஒவ்வொரு மாதமும் என்று கணிசமான பணத்தை DRFக்கு கொடுத்திருப்பார்கள். அதன்பின் நல்லபடியாக பணி ஓய்வு பெற்று விடுவார்கள். அதற்கு பிறகு அவர்கள் இறக்கும்போது அவர்கள் குடும்பத்துக்கு அந்த நிதியில் இருந்து பணம் ஏதும் கிடைக்காது. பணியில் இருந்த காலம் வரை அவருக்கு அந்த காப்பீடு இருந்தது.

ஆம். அவர் கட்டியது டெர்ம் இன்சூரன்ஸ் போலதான். கடந்த சில ஆண்டுகளுக்கு முன்புவரை, இறந்த நபர் ஒருவருக்கு ரூ.1ஆக இருந்தது. பின்னர் ரூ. 5ஆக உயர்த்தப்பட்டிருக்கிறது.

அரசு நிறுவனங்கள், பொதுத்துறை நிறுவனங்கள் மற்றும் சில தனியார் நிறுவனங்கள் அவர்களது ஊழியர்களுக்கு குழு காப்பீடு (குருப் இன்சூரன்ஸ்) எடுக்கிறார்கள். வேலையில் இருக்கும் காலத்தில் (சர்விஸில்) ஊழியர் இறக்க நேர்ந்தால் ஊழியர் குடும்பத்துக்கு இன்சூரன்ஸ் தொகை வழங்கப்படும். பின்னர் வரும் அத்தியாயத்தில் இது குறித்து விரிவாகப் பார்க்கலாம்.

மொத்தத்தில்

பணிக்குப் பிறகு இறந்தால் வேலை செய்த நிறுவனத்தில் இருந்து காப்பீடு தொகை ஏதும் வராது. பெரும்பாலான தனியார் நிறுவன ஊழியர்கள் ஒரே நிறுவனத்தில் 'ரிட்டயர்மெண்ட்' வரை வேலை செய்வதில்லை. அதே போல அனைவருக்குமே அவர்களுடைய 'கேரியர்' எனப்படும் பணிக்காலத்தில் 'இடைவெளி' வராமல் போகாது. எந்த வேலையிலும் இல்லாமல் போகும் 'கேப்'கள் வரலாம். சமீபத்தில் கொரானா காலகட்டத்தில் பலரும் வேலை இழந்தார்கள். அதற்கு முன்னால் பணமதிப்பழிப்பு செய்யப்பட்ட காலத்திலும் அப்படிப்பட்ட 'ஜாப் லாஸ்' பலருக்கும் ஏற்பட்டது. வேலை இல்லாமல் இருக்கும் காலத்தில் ஏதேனும் அசம்பாவிதம் நடந்தால் நிறுவனமாக வழங்கும் காப்பீடுத் திட்டங்கள் எதுவும் பொருந்தாது. குடும்பத்தாருக்கு எதுவும் கிடைக்காது.

ஆக, பொதுவாக, நம் நாட்டில் காப்பீடுகள் எப்படி இருக்கின்றன என்பதைக் கீழ்க்கண்டவாறு சொல்லலாம்.

- சொந்தமாக தொழில் வியாபாரம் வேலை செய்கிறவர்களுக்கு என்று ஆயுள் காப்பீடு ஏதும் இல்லை. அவர்களாக எடுத்துக் கொண்டால்தான் உண்டு.

- வேலைக்குப் போகிறவர்களில், ஆர்கனைஸ்டு செக்டார் வேலைகளில் இருப்பவர்களிலேயே சிலருக்குச் சட்டம் அவர்களுடைய ஊதிய அளவை வைத்து விலக்களிப்பதால் காப்பீடு என்பது இல்லை.

- 'ஆர்கனைஸ்ஸ்டு எம்பிளாய்மென்ட்'ல் இருக்கும் சில நிறுவனங்கள் குருப் இன்சூரன்ஸ் போன்ற காப்பீடுகள் வழங்கினாலும் பணி ஓய்வுக்குப் பின் அவர்கள்

அனைவருக்கும் காப்பீடு இல்லை. தவிர, நிறுவனம் எடுக்கும் அளவே காப்பீடு. அந்தத் தொகை போதுமானதாக இல்லாமல் போகலாம். பெரும்பாலும் குறைவாகத்தான் இருக்கும்.

- வேலை மாறும் போது வேலை இல்லாத காலகட்டங்களில் எந்த நிறுவனத்திலும் பணியில் இல்லாத காரணத்தால் காப்பீடு இல்லாத காலம் (பீரியட்) சில சமயங்களில் சிலருக்கு ஏற்படலாம். சர்கஸ்களில் மேலே நூலேணிகளில் இரு பக்கமும் தொங்குகிறவர்கள், தங்கள் பக்கத்தில் இருந்து பறந்து நூலேணியில் இருந்து கையை எடுத்துவிட்டு, எதிர்பக்கத்து நூலேணியை பிடிப்பார்கள் (பறக்கும் பாவை திரைப்படத்தில் வருவது போல). ஒரு நூலேணியை விட்டு விட்டு அடுத்த நூலேணியைப் பிடிக்கும் முன்னர் அவர்கள் அந்தரத்தில் எந்தப் பிடிமானமும் இல்லாமல் இருப்பார்கள். சில நொடிகள்தான். ஆனால் அது அந்தரம்தான். அப்போது பாதுகாப்பில்லை. அது போன்றதுதான் ஒரு நிறுவனம் விட்டு மற்றொரு நிறுவனத்தில் சேர சில நாட்களே ஆனாலும் அந்த நாட்களில் கவரேஜ் இல்லாததும்.
- வேலையில் இருக்கும் ஊழியர்களுக்கு என்று எம்பிளாயீஸ் ஸ்டேட் இன்சூரன்ஸ் (ESI) இருந்தாலும் அது முழு ஆயுள் காப்பீடாகவோ, எல்லா ஊழியர்களுக்குமானதாகவோ, பணி ஓய்வுக்குப் பிறகும் இருக்கும் காப்பீடாகவோ இல்லை.
- வங்கிகள், கிரெடிட் கார்டு நிறுவனங்கள், மத்திய மாநில அரசுகள் போன்றவை சில குறிப்பிட்ட வகை மக்களுக்கு மட்டும் வழங்கும் காப்பீடுகள் இருக்கின்றன. ஆனால், அவை எல்லாம் அனைவருக்குமான மற்றும் போதுமான அளவானதாகவும் இருக்காது.

> முறைப்படுத்தப்பட்ட நிறுவனங்கள், அமைப்புகளில் பணிபுரிகிறவர்களுக்கு மட்டுமே ஓரளவு ஆயுள் காப்பீடின் ஏற்பாடு இருக்கிறது. அவர்களுக்கு இருக்கும் காப்பீடு கூட அவர்களுடைய பணிக்காலம் வரை மட்டுமே என்பதால், அவற்றைப் பெரிதாக நினைத்து, சுயமாக இன்சூரன்ஸ் எடுக்காமல் விட்டு விடக் கூடாது. மற்றபடி சம்பாதிக்கிற அனைவருக்கும் காப்பீடு அவசியம்.

6

இன்சூரன்ஸ் தொடர்பான சில சொற்களுக்குப் பொருள்

இனி வரும் அத்தியாயங்களில் இன்சூரன்ஸ் துறையில் பயன்படுத்தப்படும் சில ஆங்கிலப் பதங்கள் அடிக்கடி வரும். அவற்றில் முக்கியமானவற்றின் சரியான அர்த்தத்தை இந்தக் கட்டத்திலேயே தெரிந்துகொண்டு விடுவது உதவியாக இருக்கும். முக்கியமானவற்றை ஒவ்வொன்றாக பார்க்கலாம்.

சிலரைப் பொறுத்தவரை, இன்சூரன்ஸ் என்றால் காப்பீடு, பாலிசி (Policy) என்றால் ஒருவர் எடுக்கும் காப்பீடுத் திட்டம் என்பன கூட சொல்லப்பட வேண்டிய பதங்களே. ஆம். எல்லோருக்கும் எல்லாமும் தெரிந்திருக்கும் என்று சொல்லிவிட முடியாது.

பாலிசி எடுக்கும்போது 'சம்-அஷுர்ட்' (Sum assured) என்று சொல்வார்கள். அதுதான் பாலிசி தொகை. 'சம்-அஷுர்ட்' என்பதை மொழிமாற்றம் செய்தால், 'நிச்சயம் கொடுக்க ஒப்புக் கொள்ளப்படும் தொகை' என்று சொல்லலாம். இன்சூரன்ஸ் நிறுவனம் ஒப்புக்கொள்கிறது.இதை கியாரண்டீட் பெனிஃபிட் (Guaranteed Benefit) என்றும் சொல்வார்கள்.

ஒப்புக்கொள்ளும் பணத்தை யாரிடம் கொடுப்பார்கள்... பாலிசி எடுத்தவரிடமா?

இங்கே ஒரு விளக்கம் தேவைப்படுகிறது. தன் பெயரில் தானே பாலிசி எடுத்து பிரீமியம் கட்டுவது போல, ஒருவர் அவரது குடும்ப உறுப்பினர்கள் பெயர்களில் பாலிசிகள் எடுத்து, அந்தப் பாலிசிகளுக்கு பிரீமியம் கட்டி வரலாம். பாலிசி அவர்தான் எடுக்கிறார். ஆனால் அது உயிருக்கான இன்சூரன்ஸ் இல்லை. பாலிசி யாருக்காக எடுக்கப்படுகிறதோ, அவரை 'இன்ஷுர்டு' (Insured) என்று அழைக்கிறார்கள்.

பாலிசி எடுப்பவர்களுக்கு பாலிசி காலத்துக்குமுன் ஏதும் ஆகிவிட்டால், இன்சூரன்ஸ் பணத்தை யாரிடம் கொடுப்பது?

அவர்தான் நாமினி (Nominee). நியமனம் செய்யப்பட்டவர் என்பது பொருள். எதற்கு நியமனம் செய்யப்படுகிறார்? பாலிசிதாரருக்கு ஏதும் அசம்பாவிதம் நடந்தால், அந்தப் பணத்தை யாரிடம் கொடுப்பது என்பதற்கான நியமனம்தான் அது. யார் நாமினி என்பதை பாலிசி எடுக்கும்போது எழுதிக் கொடுக்கவேண்டும்.

குடும்பத்திலுள்ள எவரை வேண்டுமானாலும் நியமிக்கலாம். குழந்தைகளையும் நியமனம் செய்யலாம். நியமனம் செய்யப் படுகிறவருக்கு 18 வயது ஆகாதிருந்தால், அந்த நியமனம் செய்யப் பட்டவருக்கு கார்டியனையும் (Guardian) பாலிசி விண்ணப்பத்தில் பாலிசி எடுப்பவர் குறிப்பிட வேண்டும்.

யார் நியமிக்கப்படுகிறாரோ அவருக்கு பாலிசி எடுப்பவர் அவருக்கும் அவருடைய குடும்பத்தாருக்கும் இந்த நியமனம் குறித்துத் தெரிவிக்க வேண்டும். இல்லாவிட்டால், அவர்களால் இந்த பணத்தை அவசியம் ஏற்படும்போது, இப்படி ஒரு பாலிசி இருப்பதே தெரியாமல் போய், பணத்தை வாங்க முடியாமல் போகலாம். விண்ணப்பம் செய்தால்தான் நிறுவனம் பணம் கொடுக்கும். அதனால், அனைவருமே பாலிசியின் தொகை, நியமிக்கப்பட்டவர் போன்ற விவரங்களையும் மேலும் இணைய பாஸ்வேர்டுகள், வங்கி கணக்குகள், வாகன இன்சூரன்ஸ் விவரங்கள் சொத்து விவரங்கள் போன்ற பல முக்கிய தகவல் களையும் ஒரு நோட்டுப் புத்தகத்தில் எழுதி வைப்பது நல்லது. உறவு இல்லாதவர்களையும் நியமனம் செய்ய முடியும்.

காப்பீடுப் பணம் கேட்டு விண்ணப்பிப்பதை கிளைம் (Claim) என்று அழைக்கிறார்கள். இன்சூரன்ஸ் செய்யப்பட்ட நபரின் உயிருக்கு ஏதாவது ஆகி, இன்சூரன்ஸ் நிறுவனத்திடம் நாமினி பணம் கேட்டு விண்ணப்பதன் பெயர், கிளைம்.

இப்படியாக ஒவ்வொரு இன்சூரன்ஸ் நிறுவனத்திடமும், அந்த நிறுவனங்களில் பாலிசி போட்டவர்கள் செய்த 'கிளைம்'களில் எவ்வளவுக்கு அந்நிறுவனங்கள் டெத் பெனிஃபிட் கொடுத்திருக்கின்றன என்பதைக் காட்டும் எண்ணுக்குப் பெயர் 'கிளைம் செட்டில்மெண்ட் பர்செண்டேஜ்' (Claim Settlement Percentage). ஆயிரம் பேர் கிளைம் செய்திருந்து அதில் 950 கிளைம்களுக்கு பணம் கொடுக்கப்பட்டிருந்தால், அதை, கிளைம் செட்டில்மெண்ட் பர்செண்டேஜ் 95% என்று குறிப்பிடுவார்கள். 100க்கு 95 விண்ணப்பங்களுக்கு பணம் பட்டுவாடா ஆகியிருக்கிறது என்று பொருள்.

பாலிசி டெனியுர் (Policy Tenure) என்கிற பதம் பாலிசி காலத்தை குறிக்கும். பாலிசி டெர்ம் என்றாலும் அதே அர்த்தம்தான். ஒருவர் பாலிசி எடுக்கும்போது எத்தனை ஆண்டுகால பாலிசி என்று கேட்டு எடுக்கிறாரோ, அந்தக் கால அளவுதான் டெனியுர். பெரும்பாலும், நிறுவனங்கள், அதிகபட்சமாக 35 ஆண்டு டெனியுர் கொடுக்கின்றன.

டெனியுர் காலத்தில் உயிருக்கு ஏதும் நடந்தால், சம்-அஷுர்ட் தொகை வழங்கப்படும். நல்லவிதமாக டெனியுர் முடிந்து விட்டால், அது டெர்ம் பாலிசியாக இல்லாவிட்டால், பாலிசி தாரருக்கு முதிர்வுத் தொகை, மெச்சூரிட்டி வேல்யு (Maturity Value) பணம் வழங்கப்படும்.

பிரீமியம் (Premium) என்பது இன்சூரன்ஸ் பாலிசி எடுத்தவர் பாலிசி தொடர்ந்து நடைமுறையில் இருப்பதற்காகக் கட்டும் கட்டணம். வாடகை பணம் போல அதை கட்டிக் கொண்டு இருக்கிற வரைதான் பாலிசிக்கு மதிப்பு. பாலிசிக்கு உயிர்.

உதாரணத்துக்கு ஒருவர் 30 ஆண்டுகளுக்கான பாலிசி எடுத்தால் அவர் ஒப்புக் கொண்ட கால அளவுகளில் மாதா மாதமோ மூன்று மாதங்களுக்கு ஒரு முறையோ ஆறு மாதங்களுக்கு ஒரு முறையோ வருடாவருடமோ ஒப்புக்கொண்ட தேதிகளில் பிரீமியம் பணத்தைக் கட்டி விட வேண்டும்.

பாலிசி எடுத்து விட்டதாலேயே ஒருவருக்கு அதன் பலன்கள் வழங்கப்படமாட்டாது. அவர் தொடர்ந்து இடைவிடாமல் பிரீமியம் கட்டவேண்டும். கட்டவேண்டிய தேதிக்குள் கட்ட வேண்டும். தவறுகிறவர்களுக்கு சிறு அவகாசம் தருகிறார்கள். அதன்பெயர் 'கிரேஸ் பீரியட்' (Grace Period). அதற்குள் கட்டிவிட

வேண்டும். பொதுவாக கிரேஸ் பீரியட் என்பது, மாதாந்திர பிரீமியங்களுக்கு 15 நாட்களாகவும், ஆண்டு பிரியத்துக்கு 30 நாட்களாகவும் இருக்கிறது.

பிரீமியம் கட்டாவிட்டால் பாலிசியின் உயிர்(!) போய்விடும். அதனால் பாலிசிதாரருக்குப் பலனில்லை. உதாரணத்துக்கு, ஒருவர் 30 ஆண்டுகள் டெர்ம் பாலிசி எடுத்துவட்டு 29 ஆண்டுகள் சரியாக கட்டிவிட்டு கடைசி ஆண்டு கட்டத் தவறினால் அவருக்கு பாலிசியின் பலன்கள் கிடைக்காது(இதில் சில வேறுபாடுகள் உண்டு).

அதனால்தான் தொடர்ந்து கட்டக்கூடிய அளவில் மட்டும் பாலிசிகள் எடுக்க வேண்டும் என்று பரிந்துரைப்பது. அதிக 'சம்-அஷுர்ட்'க்கு ஆசைப்பட்டு, பெரிய தொகைக்கு பாலிசி எடுத்து விட்டு தொடர்ந்து பிரீமியம் கட்ட முடியாமல் சிரமப்படக் கூடாது. இடையில் நிறுத்தினால் நஷ்டம்தான்.

பிரீமியம் கட்டாமல் தவற விடப்படும் பாலிசிகளுக்கு என்ன ஆகும் என்பதை பார்க்கலாம்.

பாலிசி எடுத்தவர் ஒரு பிரீமியம் கட்டவில்லை. தவற விட்டுவிட்டார். கிரேஸ் பீரியடில் இருக்கிறார் என்றால், அவர் வட்டி மற்றும் அபராதங்கள் சேர்த்துக் கட்டி, பாலிசியை மீண்டும் உயிர்ப்பித்துவிடலாம். அதாவது அதே பாலிசியைத் மீண்டும் தொடரலாம். எவ்வளவு காலத்துக்கு எவ்வளவு வட்டி என்பதெல்லாம் காப்பீடு நிறுவனத்துக்கு நிறுவனம் சற்று வேறுபடும். ஆனால், செய்துவிடமுடியும்.

கிரேஸ் பீரியடையும் தாண்டியாகிவிட்டது என்றாலோ, கட்டாமல் விட்டுவிட்டு ஒன்றிரெண்டு ஆண்டுகள் ஆகிவிட்டது என்றாலும்கூட எண்டோவ்மெண்ட் பாலிசிகளில் கட்டாமல் விட்ட பிரீமியங்களை வட்டி மற்றும் அபராதங்களுடன் சேர்த்துக் கட்டி, மீண்டும் தவறவிட்ட பஸ்ஸில் ஏறி விடலாம்.

மாதாந்திர பிரீமியம் கட்டுகிறவர்களுக்கு 15 நாட்களும் காலாண்டு அரையாண்டு மற்றும் ஆண்டு பிரீமியம் கட்டுகிறவர்களுக்கு 30 நாட்களும் கிரேஸ் பீரியட். அதற்குள் கட்டினால் வட்டி இல்லை.

ஒருக்கால் பிரீமியம் கட்டத் தவறிய பிறகு கிரேஸ் பிரீயடும் தாண்டிய பிறகு இன்ஷுர்டு நபருக்கு ஏதும் ஆகிவிட்டால் சிக்கல்தான். காரணம் பாலிசி நடப்பில் இருக்காது.

எண்டோவ்மெண்ட் £õ¼]களில் கட்டிய பணம் போனஸ் (Bonus) உடன் வரலாம். ஆனால் டெத் பெனிஃபிட் கிடைக்காது.

பல நேரங்களில் இந்த பெனிஃபிட்தான் அதிகத் தொகையாக இருக்கும். பாலிசி நடப்பில் இருந்தால் மட்டுமே அதை தருவார்கள். உதாரணத்துக்கு ஒருவர் 30 ஆண்டு பாலிசி எடுத்து விட்டு மூன்றாவது ஆண்டிலேயே இறந்து விட்டால், அவர் அதுவரை கட்டவேண்டிய பிரீமியங்களை கட்டி இருந்தால், அவருக்கு முழு பாலிசி தொகை கொடுப்பார்கள். ஆனால் அவர் கட்டியிருக்க வேண்டிய பிரீமியங்கள் அனைத்தையும் கட்டியிருக்க வேண்டும். தவறியிருந்தால் 'டெத் பெனிஃபிட்' கிடைக்காது.

அது என்ன டெத் பெனிஃபிட்? அதை இன்னும் விளக்கமாகச் சொல்லலாமா என்று கேட்கலாம்.

டெத் பெனிஃபிட் (Death Benefit) என்றால், பாலிசிதாரர் பாலிசி நடப்பில் இருக்கும் போது இறந்துவிட்டால் இன்சூரன்ஸ் நிறுவனம் வழங்கும் பணம். பாலிசி எடுத்தவர் முழுக்க உயிரோடு இருந்து பாலிசி காலம் முடிந்து அந்த நபரே விண்ணப்பித்த பணத்தைப் பெற்றால் அவருக்குக் கிடைப்பது சர்வைவல் பெனிஃபிட் (Survival Benefit). கட்டிய தொகை மற்றும் கொஞ்சம் கூடுதல் தொகை அவருக்கு கிடைக்கும்.

அதே நபர் பாலிசி காலத்தில் இறந்துவிட்டால், அவர் முன்பு ஒப்புக்கொண்ட முழு பாலிசி தொகை (சம்-அஷுர்ட்) வழங்கப் படும். அவர் எவ்வளவு குறைவான காலம் வாழ்ந்துவிட்டு இறந்ததாலும் கொடுக்கப்படுவது டெத் பெனிஃபிட்.

சர்வைவல் பெனிஃபிட்டை, இன்ஷுர்ட் நபரோ, பாலிசிதாரரோ வாங்குவார்கள். டெத் பெனிஃபிட்டை நியமிக்கபட்டவர்கள் – நாமினிகளே வாங்குவார்கள்.

இவற்றில் எந்தத் தொகை அதிகம் என்ற சந்தேகம் சிலருக்கு வரலாம். மூன்றையும் ஒப்பிட்டுச் சொல்வதென்றால், இப்படிச் சொல்லலாம்.

பாலிசி தொகைதான் டெத் பெனிஃபிட். சம்-அஷுர்ட் என்பது – நிச்சயமாக எந்த சூழ்நிலையிலும் தரப்படக்கூடிய குறைந்தபட்சத் தொகை. டெத் பெனிஃபிட்டில் சம்-அஷுர்ட் + அது வரை அறிவிக்கப்பட்டிருந்த போன்ஸ் தொகைகள் சேர்த்து தரப்படும்.

மெச்சூரிட்டி பெனிஃபிட் என்றால் பாலிசி காலம் முடிந்தபின் பாலிசிதாரருக்கு வழங்கப்படும் முதிர்வுத் தொகை. அது அவரது சேமிப்பு+ அறிவிக்கப்பட்ட போனஸ்கள் சேர்ந்த தொகை. அது சம்-அஷுர்டைக் காட்டிலும், டெத் பெனிஃபிட்டைக் காட்டிலும் கூடுதலாக இருக்கும்.

'கிரேஸ் பீரியட்' போல மற்றொரு 'பீரியட்'டும் இன்சூரன்ஸில் உண்டு. அதன் பெயர் 'ஃபிரீ லுக் பீரியட்' (Freelook period).

பாலிசி விண்ணப்பம் நிறைவு செய்து முதல் பிரீமியம் கட்டி பாலிசி எடுத்தாகிவிட்டது. பின்னர் படித்துப் பார்த்து, கேள்விகள் கேட்டதில் கிடைத்த விவரங்களை வைத்து பாலிசி சரியில்லை என்று தோன்றினால் அல்லது அதில் இருக்கும் நிபந்தனைகள் பிடிக்கவில்லை என்று மனதில்பட்டால் பாலிசி எடுத்தவர், 15 முதல் 30 நாட்களுக்குள் எனக்கு இந்த பாலிசி வேண்டாம் என்று தெரிவித்து விண்ணப்பித்தால் போதும். பாலிசி ரத்து செய்யப்படும்.

அப்படிச் செய்ய வேண்டும் என்கிறது கண்காணிப்பு ஆணையம், IRDA. கட்டிய முழுப் பணமும் திரும்பக் கிடைக்காது. அதில் சில செலவுகள் மற்றும் முதல் காலத்துக்கான காப்பீடு தொகை ஜி.எஸ்.டி வரியை கழித்துக்கொண்டு மீதப் பணத்தை கொடுத்து விடுவார்கள். முடிந்தது. அதன்பின் பணம் ஏதும் கட்ட வேண்டாம். இதெல்லாம் அந்த குறிப்பிட்ட நாட்களுக்குள்தான். அதன்பின், ஃப்ரீ லுக் பீரியட் கிடையாது.

பாலிசி எடுத்தாயிற்று. சிலகாலம் பிரீமியம் கட்டியாயிற்று. பிறகு என்ன காரணத்தாலோ பாலிசி வேண்டாம் என்று முடிவெடுக்கிறார் என்று வைத்துக்கொள்வோம். அப்போதும் அவருக்கு வாய்ப்பிருக்கிறது. அவர் தனது பாலிசியை சரண்டர் செய்யலாம். கட்டிய பணத்தில் ஏதாவது திருப்பிக் கொடுங்கள் என்று கேட்கலாம். கணக்குப் பார்த்து ஓரளவு பணம் கொடுப்பார்கள் அதன் பெயர் சரண்டர் வேல்யு (Surrender Value). ஐயா கட்ட முடியவில்லை. என்னை விட்டுவிடுங்கள் என்று ஆகும் சரண்டர் ஆகும் போகும் போது கொடுக்கப்படும் பணம் என்பதால் இப்படி ஒரு பெயரோ!

முதல் அத்தியாயத்தில் சைல்ட் பாலிஸி எடுத்த ஒருவர் பற்றிப் பார்த்தோமே... நினைவிருக்கிறதா? அவருடைய மனைவி அவரிடம் கலந்து ஆலோசிக்காமல் ஒரு இன்சூரன்ஸ் பாலிசி

எடுத்துவிட்டார் என்றும் அதை நிறுத்திவிட்டுப் போட்ட பணத்தைத் திரும்பப் பெறவேண்டும் என்றும் கேட்டாரே அவரேதான். ஆண்டுக்கு ஒரு லட்சம் ரூபாய் வீதம் 10 ஆண்டுகள் கட்ட வேண்டுமாம். ஆண்டு பிரீமியம் ஒரு லட்சம். டெனியூர் 10 ஆண்டுகள்.

ஓராண்டு கட்டியாயிற்று. விவரங்களைப் பார்த்தேன். பெரிய பலன் இல்லை என்று தெரியவந்தது. 'இனி கட்ட வேண்டியதில்லை என்று நினைக்கிறேன். கட்டிய பணத்தை திருப்பி வாங்குவது எப்படி?' என்று கேட்டார்.

'லுக் அவுட் பீரியட்' முடிந்துவிட்டதால் இனி, ரத்து செய்ய முடியாது. சரண்டர்தான் செய்ய (ஆக) முடியும். அதனால் சரண்டர் செய்யவும் குறைந்தபட்சம் இரண்டு ஆண்டுகள் கட்டி இருக்கவேண்டும் என்றேன்.

ஆம். பாலிசி எடுத்த முதல் 15 நாட்களுக்கு லுக் அவுட் பீரியட் என்று பெயர். (எலெக்ட்ரானிக் பாலிகளுக்கு 30 நாட்கள்) அதற்குள் பாலிசியை ரத்து செய்யலாம். பணம் திரும்பக் கிடைக்கும். அதைத்தாண்டிவிட்டால் பிறகு 2, 3, 5 ஆண்டுகள் பாலிசிக்கு ஏற்ப, காத்திருக்கவேண்டிவரும்.

யூலிப் பாலிசி எடுப்பவர்கள் தொடக்கத்தில் அவர்கள் முதலீடுகளைப் பங்குகளிலா, கடன்பத்திரங்களிலா அல்லது இரண்டும் கலந்துமா என்று ஏதாவது ஒன்றைத் தேர்வு செய்ய வேண்டும். அதன்பின் ஒரு திட்டத்தில் இருந்து வேறு ஒரு திட்டத்துக்கு மாற்றுவது என்றாலும் மாற்றலாம். அப்படி மாற்றுவதை 'சுவிட்ச்' (Switch) என்கிறார்கள்.

கிளைம் கேட்டு பாலிசிதாரர் அல்லது நியமனம் செய்யப்பட்டவர் கொடுக்கும் மொத்த விண்ணப்பங்களையும் பரிசீலித்து காப்பீடு நிறுவனம் கொடுக்க வேண்டிய தொகையைக் கொடுக்க வேண்டும். சில விண்ணப்பங்களை பல்வேறு காரணங் களுக்காகக் காப்பீடு நிறுவனங்கள் கூடுதல் நேரம் எடுத்துப் பரிசீலிக்கும். அதை டெர்னரவுண்ட் டைம் (Turn-around Time) என்கிறார்கள். சில கிளைம்களைச் சரியில்லை என நிராகரிக்கும். அப்படி வந்த ஒவ்வொரு 100 விண்ணப்பத்துக்கும் எத்தனை ஏற்றுகொள்ளப்பட்டு பணம் வழங்கப்பட்டது என்பதை கிளைம் செட்டில்மெண்ட் ரேஷியோ (Claim Settlement Ratio) என்று அழைக்கிறார்கள்.

இன்சூரன்ஸ் எடுத்தவுடன் வேலை முடிந்துவிட்டதாக நினைத்து பாலிசி ஆவணத்தைப் பத்திரப்படுத்தி விட்டு நகர்ந்து விட வேண்டாம். பாலிசியின் அம்சங்களை படித்துப் பார்த்து, அந்த நேரத்திலேயே அதன் முக்கிய விஷயங்களை தனித் தாளில் குறித்து வைத்துக்கொள்ள வேண்டும். முக்கியமாக, அதில் குறிப்பிடப்பட்டிருக்கும் தேதிகள், நியமனம் செய்யப்பட்டவரின் பெயர், முகவரி போன்றவற்றைக் குறித்துக்கொள்ளுங்கள்.

சில ஆண்டுகளுக்கு ஒருமுறை இதை எடுத்துப் பார்க்கையில், நியமனத்தை மாற்றம் செய்ய தேவைப்பட்டால் அல்லது குறிப்பிடப்பட்டிருக்கும் தேதிகள் நெருக்கத்தில் இருந்தால், செய்ய வேண்டியவை குறித்து கவனம் வரும்.

7

ஆயுள் காப்பீடு : காலம், தொகை

இன்சூரன்ஸ் எப்போதிலிருந்து எதுவரை தேவை?

இந்தக் கேள்விக்கான பதில்களை ஏற்கனவே பார்த்துவிட்டோம். ஒருவருடைய சம்பளம், அவர் குடும்பத்துக்கு எவ்வளவு காலத்துக்கு தேவைப்படுகிறதோ அவ்வளவு காலத்துக்கும் தேவை. ஆயுள் காப்பீடு என்பது குடும்பத்தலைவர் ஏதாவது காரணத்தினால் உயிரிழக்க நேர்ந்தால், அதன்பின் அவரது குடும்பத்துக்கான மாற்று வருமான ஏற்பாடு. 'இன்கம் ரிபிளேஸ்மெண்ட் அரேஞ்மெண்ட்'.

மழை கொட்டுகிறது. நம் வீட்டிலிருந்து கிளம்பி பக்கத்து தெருவில் இருக்கும் உறவினர் வீட்டுக்குப் போகிறோம். குடை வீட்டின் உள்ளறையில் இருக்கிறது. எடுத்துக்கொள்கிறோம். எடுத்தவுடன் குடையை விரித்துகொள்வோமா?

தேவையில்லை. மழை வீட்டுக்கு வெளியேதான் பெய்கிறது. வீட்டுக்குள் இல்லை. ஹால் தாண்டி வாசலுக்கு வந்தபிறகுதான் குடையை விரித்துப் பிடிப்போம். அங்கிருந்து சாலையில் நடந்து உறவினர் வீடு போய்ச்சேரும் வரை குடை விரித்தபடி இருக்கவேண்டும். அப்படிச் செய்தால்தான் நனைய மாட்டோம்.

உறவினர் வீடு வந்ததும், வீட்டுக்குள் நுழையும்நேரம் குடையை மடக்கி விடுவோம். வீட்டுக்குள் அது தேவையில்லை.

இன்சூரன்ஸ் என்பதும் இப்படிப்பட்ட ஒரு குடை போன்றதுதான். பாதுகாப்புக் குடை. அது குறிப்பிட்ட காலத்துக்கு நிச்சயம் வேண்டும். ஆனால், அதற்கு முன்னரோ பின்னரோ தேவை இல்லை. அந்த குறிப்பிட்ட காலம் என்பது, சம்பாதிக்கும் காலம். வேலைக்கு போனதில் இருந்து பணி ஓய்வு பெறும் வரை.

இன்சூரன்ஸ் எவ்வளவு தொகை எடுக்க வேண்டும்; கணக்கிடுவது எப்படி?

ஏற்கனவே இது குறித்து ஓரளவு சுட்டிக்காட்டியாயிற்று. ஆனால், அது போதாது. இந்த விஷயம் குறித்து கொஞ்சம் விரிவாகப் புரிந்துகொள்ள வேண்டும்.

சிலவகை மக்களுக்கு மட்டும் இன்சூரன்ஸ் அவசியமில்லை என்றும், மற்றபடி அனைவருக்கும் கண்டிப்பாக தேவை என்றும் சொல்லியிருந்தேன். ஒருவருடைய ஆண்டு வருமானத்தைப் போல பத்து முதல், 25 மடங்கு வரை தேவை என்றெல்லாம் தோராயமாகச் சொல்லியிருந்தேன். ஆனால் அத்தனை மடங்கு ஆண்டு வருமானம் போல என்பது எல்லோருக்குமானது அல்ல. தவிர, எல்லோராலும் அவ்வளவு சம்-அஷ்ஷூர்டுக்கு பிரீமியம் கட்ட இயலாது. அதனால் இப்போது அதையே வெவ்வேறு விதங்களில் ஆராய்ந்து, குறைக்க முயற்சி செய்வோம்.

உதாரணத்துக்கு, ஒரு சராசரி நபரை எடுத்துக்கொள்வோம். குமார், வயது 35. ஆண். திருமணம் ஆனவர். ஒரு பெண் குழந்தை இருக்கிறது. அதற்கு ஆறு வயதாகிறது. அவர் மனைவியும் வேலைக்குப் போகிறார். குமாருடைய மாத சம்பளம் ரூபாய் 30,000. மனைவியின் மாத சம்பளம், ரூபாய் 32,000 (இருக்கலாமே).

இந்த குமார் எவ்வளவு ரூபாய் சம்-அஷ்ஷூர்டுக்கு பாலிசி எடுக்க வேண்டும்?

கணவன் மனைவி இருவரும் சம்பாதிக்கிறார்கள் என்பதுதான் இங்கே கவனிக்கவேண்டியது.

இருவரும் தனித்தனியாக அவரவர் ஆண்டு வருமானத்தைப் போல பத்து முதல் இருபத்தைந்து மடங்கு வரையிலான தொகைக்கு இன்சூரன்ஸ் எடுக்கவேண்டுமா என்று கேட்டால்,

அவசியமில்லை என்று ஒரு சாரார் சொல்வார்கள். ஆனால், இருவருக்கும் கண்டிப்பாக தனித்தனி பாலிசிகள் போட்டே ஆகவேண்டும். மீண்டும் ஒரு முறை சொல்கிறேன், போட்டே ஆகவேண்டும்.

ஆனால், சம்-அஷுர்ட் தொகையை இருவரும் அவரவர் ஆண்டு வருமானத்தைப் போல 8 முதல் 10 மடங்குகள் வரை என்று குறைத்துக்கொள்ளலாம்.

இது இன்சூரன்ஸ் குறித்த புத்தகம் என்பதால் அவ்வவ்போது இறப்பு குறித்து பேச வேண்டியிருக்கிறது. ‘நெருநல் உளனொருவன் இன்றில்லை என்னும் பெருமை உடைத்து இவ்உலகு’ என்று இல்லாமல் போவதே இந்த உலகில் பெருமையாகப் பேசி இருக்கும் வள்ளுவன் வழி வந்தவர்கள் நாம். புரிந்து கொள்வதற்காகத்தானே சொல்கிறேன். நெருப்பு என்றால் வாயைச் சுட்டாவிடும்? எல்லாம் கற்பனை கதா பாத்திரங்கள்தானே. எனவே தவறாக எடுத்துக்கொள்ளாதீர்கள். நல்ல ஆரோக்கியத்துடன் நாமனைவரும் நீண்ட காலம் வாழ்வோம்.

சரி, விஷயத்துக்கு வருவோம். கணவன், மனைவி, குழந்தை என குடும்பத்தில் மூன்று பேர். இதில் சம்பாதிக்கும் இருவரில் ஒருவருக்கு ஏதாவது என்றால், மீத வாழ்க்கைக்கான தேவை மற்ற இரண்டு நபர்களுக்குத்தானே. மிகமிக துரதிர்ஷ்டவசமாக கொரானாவின் இரண்டாவது அலையில் நிகழ்ந்தது போல கணவன் மனைவி இருவருக்கும் ஏதாவது என்றால், வாழ வேண்டியது, பணத்தேவை இருக்கப்போவது அந்தப் பிள்ளை ஒன்றுக்குத்தானே.

மற்றொரு சாத்தியம், அனைவரும் விரும்பும் சாத்தியம், கணவன் மனைவி இருவரும் முழு பாலிசி காலமும் பிரீமியம் கட்டி அவர்களே ‘சர்வைவல் பெனிஃபிட்’ பெறுவது. அந்த நேரம் அவர்களது பணத்தேவை குறைவாகத்தான் இருக்கும்.

அதனால், எப்படிப் பார்த்தாலும் குமார் போன்றவர்கள், தனித்தனி பாலிசிகள் எடுக்கையில் ஒருவர் மட்டுமே சம்பாதிக்கும் குடும்பங்கள் போல 15, 20, 25 மடங்குகள் எல்லாம் எடுக்கத் தேவையில்லை. தலைக்கு 8, 10 மடங்கு இன்சூரன்ஸ் எடுத்தால் போதும். அவர்களுடைய பிற சேமிப்புகளை பரஸ்பரநிதி போன்றவற்றில் முதலீடு செய்யலாம்.

அடுத்து, ஒருவருடைய மாத சம்பளம் அவரது குடும்பத்தின் தேவைகளுக்கே போதுமானதாக இல்லையென்றால், அவர் எப்படி ஆண்டு வருமானத்தைப் போல பத்துமடங்கு பாலிசி எடுப்பது, பிரீமியம் கட்டுவது?

இந்த 10, 15, 20, 25 மடங்குகள் போன்றவை வெளிநாட்டுக் காரர்கள் வைத்த அளவீடுகள். ஐயா, வாழ்க்கைதான் நிச்சயம். ஏதும் நடப்பது எல்லோருக்கும் அல்ல. யாரோ ஒருவருக்குத்தான். அதன் சாத்தியம் 100ல் 99 நபர்களுக்கு இல்லை. அதனால், அப்படி இழுத்துப்பிடித்துக் குடும்பம் நடத்துகிற அவர்கள் பத்து மடங்கு எல்லாம் முயற்சி செய்யத் தேவை இல்லை.

ஐந்து மடங்கு கூட போதும் என்பேன். நான் தடாலடியாக இப்படி ஐந்து மடங்குக்குக் குறைப்பது பிரீமியம் கட்டப் பணம் இல்லாதவர்களுக்கு. மற்றவர்கள் அவரவர் வசதிக்கேற்ப 8 முதல் 10 மடங்கு வரை இன்சூரன்ஸ் பாலிசி எடுக்கலாம். 25 மடங்கு 30 மடங்கு வேண்டும் என்று சொல்பவர்கள் உண்டு. நான் அந்தக் கட்சி இல்லை.

இந்த 5, 10, 15 மடங்குகள் எனும்போது அது அவர்கள் ஆண்டு வருமானமா அல்லது ஆண்டு செலவா என்று நான் ஒரு கேள்வி எழுப்புகிறேன்.

ஒருவருக்கு ஆண்டு வருமானம் 12 லட்சம் என்று வைத்துக் கொள்வோம். ஆண்டில் செலவாவது, நாலு லட்சம்தான். அவ்வளவுதானா என்று கேட்கலாம். நிறுவனங்களில் பணிபுரிகிறவர்களுக்கு வழங்கப்படும் பி.எப்., கிராஜுவிட்டி, போன்றவற்றையெல்லாம் சேர்த்துதான், 'காஸ்ட் டு கம்பனி' (CTC) என்கிறார்கள். அவையெல்லாம் வருங்காலத்துக்கான சேமிப்புகள்தான். அதனால்தான் அவர்களுக்கு 8 லட்சம் சேமிப்பு போல இருக்கிறது.

இங்கே சொல்ல வருவது, அவர் ஆண்டு வருமானம் 12 லட்சம் இருந்தாலும் அவருடைய செலவுக்கான தேவை 4 லட்சம்தான். அதனால் 'இன்கம் ரீப்ளேஸ்மெண்ட்'க்கு 4 லட்சம் போல பத்து மடங்கு போதும். ஆண்டு வருமானத்தைப் போலில்லை. முடிந்தவர்கள் மட்டும் கூடுதலாகச் செய்யலாம்.

மேலும், வாழ்க்கையில் ஒரு முறைதான் இன்சூரன்ஸ் எடுக்க வேண்டும் என்பதோ, ஒரே ஒரு பாலிசிதான் எடுக்கவேண்டும்

என்பதோ இல்லை. அதனால், முதலில் சில லட்சங்களுக்கு எடுக்கலாம். வருமானம் அதிகரிக்க அதிகரிக்க, கூடுதல் பாலிசிகள் போட்டுக் கொள்ளலாம். இதற்கு ஒரு திட்டமும் அந்த தெளிவும் இருந்தால் போதும்.

மேலும், ஒருவருக்கு அனைத்து ரிஸ்குகளும் ஒரே நேரத்தில் இருப்பதில்லை. உதாரணத்துக்கு ஆரோக்கியம் என்ற ரிஸ்க். 25-30 வயதுக்காரர்களுக்கு, 40-50 வயதுக்கு மேலானவர்களுக்கு இருப்பதை விடக் குறைவு. அதனால், சம்பளம் குறைவாக இருக்கிற இளமைக் காலத்தில் ஓரளவுதான் முடிகிறது என்றால் சரிதான். ஆனால், உடனடியாக ஓரளவு தொகைக்காவது பாலிசிகள் எடுத்துவிடவேண்டும்; அதில் மாற்றம் இல்லை. எந்த வயதிலும் எதிர்பாராத விபத்து போன்ற மிகக் குறைந்த சாத்தியமிருக்கிற, ஆனால் சாத்தியமிருக்கிற ரிஸ்க்குகள் உண்டு.

மீண்டும் குடை உதாரணத்தை எடுத்துக்கொண்டால், (அ) அதிகம் சாரல் அடிக்கிற (சம்பாதிக்கிற) காலமான 30 முதல் 60 வயது வரை மற்றும் (ஆ) அதிகம் செலவு செய்ய வேண்டியிருக்கும் 30 முதல் 60 வயது வரையிலான காலம் வரையிலான 'பீரியட்'டுக்கு அதிக கவரேஜ் 'குடை' தேவை.

எடுக்க ஆரம்பிப்பது எப்போது, அதிகப்படுத்துவது எப்போது, எந்த காலத்துடன் இன்சூரன்ஸ் கவரேஜைக் குறைத்துக் கொள்ளலாம், எப்போது நிறுத்திக் கொள்ளலாம் போன்றவற்றை ஒருவருடைய வரவு செலவுகளை வைத்து முடிவு செய்யலாம். குறிப்பாக அதிக செலவு இருக்கும் காலகட்டத்தை அடிப்படையாக வைத்து முடிவெடுக்க வேண்டும்.

சரி. இதெல்லாம் நான் நான் செய்யும் அலசல். காப்பீடு நிறுவனங்களில் இதை எப்படி அணுகுகிறார்கள்? அவர்கள், நான்கு கோணங்களில் இருந்து ஒருவருக்கு எவ்வளவு சம்-அஷுர்ட் தேவை என்பதைக் கணக்கிடுகிறார்கள்.

- முதலாவது, 'ஹூமன் லைஃப் வேல்யூ'.
- இரண்டாவது, 'இன்கம் ரெப்ளேஸ்மெண்ட் வேல்யூ'.
- மூன்றாவது , 'எக்ஸ்பென்ஸ் ரீபிளேஸ்மெண்ட் வேல்யூ'.
- நான்காவது, 'அண்ட் ரைடர் தம்ப் ரூல்'.

ஒவ்வொன்றைப் பற்றியும் கொஞ்சம் தெரிந்துகொள்ளலாம்.

- **'ஹூமன் லைஃப் வேல்யூ' அல்லது 'எக்கனாமிக் வேல்யூ'**

 பாலிசி எடுப்பவருடைய வருங்கால வருமான அளவு; வருங்கால பணத் தேவைகள்; செலவுகள்; திருப்பிக்கொடுக்க வேண்டிய கடன் தொகை; செய்யவேண்டிய முதலீடுகள் என அனைத்தையும் கணக்கிட வேண்டும். இணையத்தில் தேடினால், இதைக் கணக்கிடும் 'கால்குலேட்டர்கள்' கிடைக்கின்றன.

 அவரவர் வயதை வைத்து தோராயமாகச் சொல்லப்படும் அளவுகள்.

வயது	ஆண்டு வருமானத்தைப் போல
18 வயது முதல் 35 வயதுவரை	25 மடங்கு
36 முதல் 45 வயது வரை	20 மடங்கு
46 முதல் 50 வயது வரை	15 மடங்கு
51 முதல் 60 வயது வரை	10 மடங்கு

- **இன்கம் ரீப்ளேஸ்மெண்ட் வேல்யூ**

 தற்போதைய ஆண்டு வருமானம் x மீதமிருக்கும் வருமானம் வரக்கூடிய ஆண்டுகள். உதாரணத்துக்கு மாதம் 50, 000 வருமானம். ஆண்டுக்கு 6 லட்சம். தற்போதைய வயது 30. பணி ஓய்வு வயது 58. அப்படியென்றால் அவருக்கு இன்னும் 'சர்விஸ்' இருக்கும் ஆண்டுகள் 28.

 6 லட்சம் x 28 = 1.68 கோடி ரூபாய்.

- **எக்ஸ்பென்ஸ் ரீபிளேஸ்மெண்ட் வேல்யூ**

 (வீட்டுச் செலவு + பிள்ளைகளின் படிப்பு + மற்ற செலவுகள்)
 (சேமிப்பு + சொத்துக்கள்)

- **அண்டர் ரைட்டர்ஸ் தம்ப் ரூல்**

 இது மிகவும் எளிமையான கணக்கிடல். பாலிசி எடுக்க வருகிறவரின் ஆண்டு வருமானம் x 10.

 இப்படி கூட சிலர் எவ்வளவு தொகைக்கு இன்சூரன்ஸ் எடுக்க வேண்டும் என்பதற்கு பார்முலா சொல்வார்கள்.

- ஆண்டு வருமானம் (உதாரணத்துக்கு) 4 லட்சம்.
- செய்ய வேண்டிய மடங்குகள் (உதாரணத்துக்கு) 10.
- எடுக்க வேண்டிய தொகை 40 லட்சம்.
- (-)மைனஸ் கையில் இருக்கும் சேமிப்பு 10 லட்சம்.
- மீதத்தொகை 30 லட்சம்.
- இருக்கும் சேமிப்பு (+) பிளஸ் 6 லட்சம்.
- நிகரமாக இன்சூரன்ஸ் எடுக்க வேண்டிய தொகை 36 லட்சம்.

பிரித்துப் போடு

எப்போது எவ்வளவு கவரேஜ் இருந்தால் போதும் என்று என்னிடம் ஆலோசனை கேட்ட ஒருவருக்கு நான் சொன்ன பதிலைக் கீழே தருகிறேன்.

முதலில் அதைப் படமாகப் பார்த்துவிடலாம். விளக்கங்கள் பி

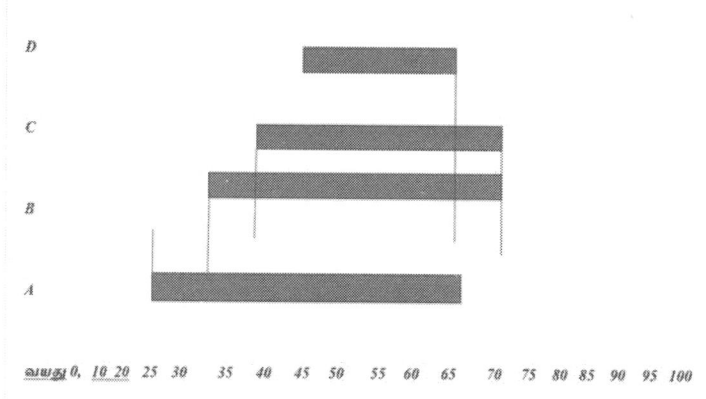

ஒருவர் பிறந்தது முதல் நூறு வயது காலத்துக்கான படம் இது.

ஒருவர் சம்பாதிக்க ஆரம்பிக்கும் வயது முதல் அவரது 60 வயது வரைதான் அவருக்கு கவரேஜ் என்ற பாதுகாப்புக் குடை தேவை என்று முன்பே பார்த்தோம். இது நபருக்கு நபர் மாறுபடலாம். எப்படியும் 60 வயது வரை காப்பீடு அவசியம். அதற்குமேல் 65, 70, 75 வரை எல்லாம் கவரேஜ் எடுத்துக்கொள்வது அவரவர் விருப்பம்.

25 வயதுக்கு முன் அவசியமில்லை. தவிர 75 வயதுக்கு மேல் பெரும்பாலான இன்சூரன்ஸ் நிறுவனங்கள் பாலிசி தருவது இல்லை. சில நிறுவனங்கள் டெர்ம் பாலிசிகளை மட்டும் 80, 85 வயதுகள் வரை தருவதாகத் தெரிகிறது. 'ஆயுள் காப்பீடு'களில் முழு ஆயுளுக்கும் கவரேஜ் இருந்தாலும் பாலிசிதாரர்கள் பிரீமியம் கட்டும் தொகை குறிப்பிட்ட வயதோடு நின்று விடும்.

எத்தனை வயது வரை தனக்கு கவரேஜ் வேண்டும் என்பதை முடிவு செய்யும்போது, எத்தனை ஆண்டுகளுக்குப் பிரீமியம் கட்ட இயலும் என்பதையும் கருத்தில் கொள்ளவேண்டும். பொதுவாகப் பணி ஓய்வுக்குப் பிறகு 'இன்கம் ரீப்ளேஸ்மெண்ட்'க்கு அவசியம் இல்லை. சொந்தத் தொழில் செய்பவர்கள், கூடுதல் வயதுக்கு கவரேஜ் எடுத்துக்கொள்ளலாம்.

ஒருவர் சம்பாதிக்கத் தொடங்குகிறபோது அல்லது அவரது 25வது வயதில் கண்டிப்பாக முதல் பாலிசி எடுத்துவிடவேண்டும். அதை வேண்டிய அளவு நீண்ட காலத்துக்கு எடுத்துக்கொள்ளவேண்டும். சின்ன வயதிலேயே எடுப்பதால் அந்த பாலிசிக்கான பிரீமியம் தொகை குறைவாக இருக்கும். எடுக்கும்போது என்ன பிரீமியம் கட்டுகிறோமோ அதையேதான் (EMI போல) பாலிசி காலம் முழுமைக்கும் கட்ட வேண்டும் என்பதால், பாலிசி எடுத்து ஐந்து பத்து ஆண்டுகளுக்குப் பின்பு பிரீமியத்தொகை அப்போது கிடைக்கும் வருமானத்தில் மிக சிறிய தொகை போல ஆகிவிடும். சிரமமாக இருக்காது.

எனவே இன்சூரன்ஸின் ஒரு முக்கியமான விதி, 'சீக்கிரமாக முதல் பாலிசி எடுத்து விடவேண்டும்'.

ஒருவர் அவர் வாழ்க்கையில் முதலில் எடுக்கும் பாலிசியை அடையாளத்துக்காக, அ என்று குறிப்பிடுவோம். இதை அடிப்படை பாலிசியாக வைத்துக்கொள்வோம். இது மழை சாரல் இருக்கும் நேரத்தில் சட்டைக்கு மேல் அணிந்துகொள்ளும் முழுக்கை 'ஜெர்கின் கோட்' போல. நடக்கும் போது பைக்கில் போகும்போது என வாழ்க்கையின் பெரும்பாலான காலத்துக்குக் குறைந்தபட்ச கவரேஜ் கொடுக்கும் பாலிசி.

உதாரணத்துக்கு சொல்வதென்றால், மேலே பார்த்த மொத்தம் 36 லட்சம் கவரேஜ் தேவைப்படுகிற நபர் முதலில் 5 லட்சம் 'சம் அஷ்ஷூர்ட்'க்கு பாலிசி எடுக்கலாம். இது அவருடைய 'அ' பாலிசி. இந்த ஐந்து லட்சம் என்பது அவருக்கு எப்படியும் போதாது. அந்த

வயதில் அவருடைய வருமானம் இருக்கும் அளவை வைத்துப் பார்த்தால், மற்ற செலவுகள் போக, அவரால் இப்படிப்பட்ட பாலிசிக்குத்தான் பிரீமியம் கட்ட இயலும்.

அவர் இரண்டாவதாக எடுக்கும் பாலிசியை 'ஆ' என்று அழைப்போம். வருமானம் அதிகரித்த உடன் அல்லது திருமணம் ஆனவுடன் இந்த இரண்டாவது பாலிசியை எடுத்து விட வேண்டும். அப்போது வயது முப்பதுக்குள் இருக்கலாம். இந்த பாலிசி அவரது பணி ஓய்வு காலம் வரை இருக்கலாம். அதாவது 55 அல்லது 58 வயது வரை.

முதல் பாலிசி 25 வயது முதல் 60 வயது வரை என்றால் அடுத்த பாலிசி 30 முதல் 55 வயது வரை. அது ஒரு 25 ஆண்டுகள் கவரேஜ். இதன் 'சம்-அஷுர்ட்' 10 லட்சமோ அல்லது சற்று கூடுதலாகக்கூட இருக்கலாம். அவரவர் வருமானத்தைப் பொறுத்தது. இதன் காரணமாக திருமணம் ஆனவுடன் அவருடைய மொத்த இன்சூரன்ஸ் கவரேஜ் 15 லட்சம் ஆகிவிடுகிறது.

அடுத்து மேலும் சம்பளம் உள்ளிட்ட வருமானம் கூடுகிறது. பிள்ளை அல்லது பிள்ளைகள் பிறக்கின்றன. அதனால் அவருடைய குடும்பத்துக்குக் கூடுதல் பாதுகாப்பு தேவைப் படுகிறது. எனவே, 35 வயதில் அல்லது பிள்ளைகள் பிறந்தவுடன் மற்றொரு பாலிசி எடுக்கவேண்டும். ஆம், அதை 'இ' என்று குறிப்போம்.

இதன் பாலிசி காலம் 35 வயது முதல் 55 வயது வரை என 20 ஆண்டுகளாக இருக்கலாம். தொகை 15 லட்சமாக இருக்கலாம். வருமானம் கூடியிருப்பதால் ஒரே நேரத்தில் மூன்று பாலிசி களுக்கும் பிரீமியம் கட்டும் சக்தி இருக்கும்.

இவையெல்லாம் உதாரணங்கள்தான் என்பதை மீண்டும் நினைவுபடுத்திக்கொள்ளவேண்டும்.

அவரது 30 வது வயதில் அந்த நபருக்கு அ, ஆ, இ என்று மூன்று பாலிசிகள் கவரேஜ் கொடுக்கின்றன. 5+10+15 என மொத்தம் 30 லட்சம் குடை வந்துவிட்டது.

அடுத்து, தேவைப்பட்டால் 40 வயதில் மற்றொரு பாலிசி 'ஈ' யை 10 லட்சத்துக்கு எடுக்கலாம். அதை 55 வயதில்கூட முடித்துக் கொள்ளலாம். அல்லது 50ல்கூட முடித்துக்கொள்ளலாம். மொத்த கவரேஜ் 40 லட்சம் ஆகிவிடும்.

இப்படி ஒருவர் பாலிசிகள் எடுத்திருந்தால் அவரது 41 வயதில் அவர், அ, ஆ, இ, ஈ என்று நான்கு பாலிசிகளுக்கு பிரீமியம் கட்டிக் கொண்டிருப்பார். மொத்தக் கவரேஜ் 40 லட்சமாக இருக்கும். ஒரே பாலிசியாக 40 லட்சத்துக்கு எடுக்காமல் இப்படி பிரித்து பிரித்து வெவ்வேறு காலகட்டங்களில் தனித்தனி பாலிசிகள் எடுப்பதால் அவருக்கு என்ன பலன்கள்?

- எடுக்கக்கூடிய அளவுக்கு மட்டும் பாலிசி எடுப்பது.
- தேவை அதிகரிக்க அதிகரிக்க பாலிசி தொகையை அதிகரிப்பது.
- கடமைகளை எல்லாம் முடித்தபின் பாலிசி கவரேஜ் குறைத்துக் கொள்வது. அதன் மூலம் பிரீமியம் எனும் செலவையும் குறைத்துக்கொள்வது.
- ஒரு பெரிய தொகைக்கு ஒரே பாலிசி எடுக்க வேண்டும் என்று நினைத்து, இயலாமல் தள்ளிப்போட்டு தள்ளிப்போட்டு அதனால் வரக்கூடிய 'கவரேஜ் இல்லாத காலம்' எனும் ஆபத்தைத் தவிர்ப்பது.
- வேலை போய்விட்டது போன்ற எதிர்பாராத காரணங்களால் பிரீமியம் கட்ட இயலாமல் போகிற நேரம், இருக்கும் ஒரே பாலிசிக்கு பிரீமியம் கட்டத் தவறும் தவறைத் தவிர்ப்பது. அதன்மூலம் எப்போதும் குறைந்தபட்ச கவரேஜ் உடன் இருப்பது.
- அவசரத தற்காலிகத் தேவைகளுக்கு இருக்கும் பாலிசிகளில் ஒன்றையோ இரண்டையோ அடமானம் வைத்து கடன் வாங்க முடிவது.
- மிகமுக்கியச் செலவுகளுக்குப் பணம் தேவைப்பட்டால், ஒன்று அல்லது இரண்டு பாலிசிகளுக்கு பிரீமியம் கட்டுவதை நிறுத்திவிட்டு, அவற்றை 'பெய்ட் அப்'செய்து, கட்டிய பணத்தைத் திரும்ப பெற்றுக்கொள்ள இயலும்.

அதிகபட்ச 'பாலிசி டெர்ம்'

இதுவரை பார்த்தவை எல்லாம் பாலிசி எடுப்பவர் கோணத்தில் இருந்து எவ்வளவுக்கு அவர் பாலிசி எடுக்கலாம் என்பது குறித்து. இனி பாலிசி கொடுக்கும் இன்சூரன்ஸ் நிறுவனங்களுக்கு என்று சில வழிகாட்டு முறைகள் இருக்கின்றன. கண்காணிப்பு ஆணையம் IRDA கொடுத்திருக்கும் வழிகாட்டுதல்கள்.

- ஒருவர் அதிகபட்சமாக 35 ஆண்டுகளுக்குதான் காப்பீடு எடுக்க முடியும். இந்தக் கால அளவு முன்பு 30 ஆண்டுகளாக இருந்தது. இந்த அளவின்படி, இருபத்தைந்து வயதுக்காரர் அதிகபட்சம் அவரது 60 வயது வரைதான் காப்பீடு எடுக்கலாம். அதனால்தான் முதல் பாலிசியைப் பெரிய தொகையாக எடுக்காமல் இருப்பது நல்லது.

- ஒருவர் முப்பதாவது வயதில் எடுக்கும் காப்பீடு 65 வயது வரையும் 35வது வயதில் எடுப்பது 70 வயது வரையும், 40வது வயதில் எடுப்பதை 25 வரையிலும் அவர் கவரேஜ் நீட்டித்துக்கொள்ள முடியும். 60 வயதுக்குப் பிறகு ஒருவருக்கு கவரேஜ் தேவை என்றால் அவர்கள் பாலிசி எடுக்கும் காலம் அவர்களது 35 வயதுக்குப் பிறகு இருக்க வேண்டும்.

- டெர்ம் இன்சூரன்ஸ் எடுக்க மட்டும் 80 வயதுவரை நிறுவனங்கள் அனுமதிக்கின்றன. மற்றபடி 75 வயதுவரை மட்டும்தான்.

- அதிகபட்ச பாலிசித் தொகை - 'சம்-அஷுர்ட்'. சிலர் தவறுதலாக அல்லது வேண்டுமென்றே மிக அதிக தொகைக்கு பாலிசி எடுப்பார்கள். ஒருவருடைய ஆண்டு வருமானத்தைப் போல எத்தனை மடங்குக்கு மட்டும் பாலிசி தர முடியும் என்று இன்சூரன்ஸ் நிறுவனங்கள் வரம்பு வைத்திருக்கின்றன. அவ்வளவுதான் ஒருவரால் பிரீமியம் கட்ட இயலும். அல்லது, அவர் வேறு ஏதோ நோக்கத்தோடு பெரிய தொகை எடுக்கிறார். அல்லது, அளவுக்கு மேல் பாலிசி கொடுத்து, பாலிசிதாரர் சீக்கிரம் இறக்க நேர்ந்தால், இன்சூரன்ஸ் நிறுவனம் பெரும் தொகையை சம்-அஷுர்ட் ஆகக் கொடுக்க வேண்டிவரும். அவற்றை எல்லாம் தவிர்ப்பதற்குத்தான் இந்த வரையறை.

இன்சூரன்ஸ் என்பது கவனமாகத் திட்டமிட்டு செய்ய வேண்டிய ஒன்று. அதிக சம்-அஷுர்ட் என்பது தேவையற்ற செலவு. குறைவான சம்-அஷுர்ட் என்பது ஆபத்து. எனவே, சரியான தொகைக்கு இன்சூரன்ஸ் எடுக்க வேண்டும்.

8

ஆயுள் காப்பீடு வகைகள்

இந்தியாவில் இருக்கும் ஆயுள் காப்பீடு வகைகள்.

- டெர்ம் இன்சூரன்ஸ்
- டெர்ம் இன்சூரன்ஸ் வித் ரிட்டர்ன் ஆஃப் பிரீமியம்
- யூலிப்
- எண்டோவ்மெண்ட்
- மணிபேக்
- ஹோல் லைஃப் இன்சூரன்ஸ்
- சைல்ட் இன்சூரன்ஸ்
- ரிட்டையர்மென்ட் பிளான்

பெரும்பாலானவர்களுக்கு இன்சூரன்ஸில் பல வகைகள் இருக்கின்றன என்பது தெரியாது. இந்தப் பெரும்பாலான வர்களில் படித்த பலரும், ஏற்கனவே இன்சூரன்ஸ் எடுத்த பலரும் அடக்கம் என்று சொன்னால் நம்புவீர்களா?

ஆனால், உண்மை அதுதான். 'இன்சூரன்ஸ் போட்டிருக்கிறேன்' என்பார்கள். பாலிசி குறித்த விவரம் கேட்டால், 'நினைவில்லை. எடுத்துப் பார்க்க வேண்டும். பிறகு சொல்கிறேன்' என்பார்கள்.

சரியானது என்பது கூட இல்லை, தனக்குப் பொருத்த மானதைத்தான் இன்சூரன்ஸில் தேர்வு செய்ய வேண்டும். இல்லாவிட்டால் தொடர்ந்து பிரீமியம் கட்ட இயலாமல் இடையில் நிறுத்திவிடுவது மற்றும் பணத்தைப் பெருக்கக் கூடிய வாய்ப்பை இழப்பது போன்றவை நிகழும்.

பங்குகள் என்றால் ‘லார்ஜ் கேப்’, ‘ஸ்மால் கேப்’, ‘மிட் கேப்’ என வகைகள் இருப்பது போல, பரஸ்பர நிதிகள் என்றால், ‘டெட் ஃபண்ட்’, ‘ஈக்விட்டி ஃபண்ட்’, ‘ஹைபிரிட் ஃபண்ட்’ என்று வேறுபாடுகள் இருப்பது போல, இன்சூரன்ஸ்சிலும் வேறு பாடுகள் உண்டு.

வேறுபாடுகள் இருக்கிறது என்று சொல்வது, ஆயுள் காப்பீடுக்குள் மட்டுமே இருக்கும் வித்தியாசங்கள். மற்ற ‘நான் லைஃப்’ எனப்படும் ‘பொது காப்பீடு’கள் மற்றும் அவற்றுள் இருப்பன பற்றி அல்ல.

இன்சூரன்ஸ் இரண்டே வகை

அடிப்படை அம்சங்களை வைத்துப் பார்த்தால், ஆயுள் காப்பீடுகளில் இரண்டே வகைகள்தான் உண்டு. ஒன்று, ‘டெர்ம் இன்சூரன்ஸ்’ மற்றொன்று ‘எண்டவ்மெண்ட் இன்சூரன்ஸ்’.

டெர்ம் இன்சூரன்ஸ் என்று அதை பெயர் சொல்லி அழைத்தாலும், அதன் தன்மைகளை வைத்துப் பார்க்கும் போது அதற்கு ‘பியூர் இன்சூரன்ஸ்’ என்ற பெயர்தான் கூடுதல் பொருத்தமாக இருக்கும். இன்னும் சொல்லப்போனால் அதற்கு ‘ஒன்லி இன்சூரன்ஸ்’ என்று பெயர் சூட்டி அழைப்பதே சரியாக இருக்கும். காரணம், பாலிசி எடுப்பவருக்கு இன்சரன்ஸ் பாதுகாப்பு (குடை) மட்டும் தரும் இன்சூரன்ஸ் இது.

ஆம். டெர்ம் இன்சூரன்ஸில் வேறு அம்சங்கள் எதுவும் இல்லை. அதனால் பாலிசிதாரருக்கு வேறு எந்த பலனோ, தொந்தரவோ தராது. அதனால்தான் இதற்கு ‘பியூர் இன்சூரன்ஸ்’ அல்லது ‘ஒன்லி இன்சூரன்ஸ்’ என்ற ஆங்கிலப் பெயர்கள் பொருந்தும்.

அடுத்த வகை இன்சூரன்ஸான ‘எண்டோவ்மெண்ட் இன்சூரன்ஸ்’ல், இன்சூரன்ஸ் என்ற பாதுகாப்பு தவிர, சேமிப்பு போன்ற வேறு சில அம்சங்களும் உண்டு. ‘எண்டோவ்மெண்ட் (Endowment) என்றால் சேர்ப்பது அல்லது சேர்த்த (செல்வம்) என்று பொருள்.

8.1 - டெர்ம் இன்சூரன்ஸ்

இந்த உதாரணம் ஓரளவு சரியாக வரும் என்று நினைக்கிறேன் ஆமாம். ஓரளவுதான். ஒருவர் பட்டன் செல்போன் வாங்குகிறார். அதன் விலை ரூபாய் 3000. ('இந்த விலையில் இருப்பதெல்லாம் போன்கள்தானா?' என்று சிலர் எவ்வளவு மெதுவாகச் சொன்னாலும் என் காதில் விழவே செய்கிறது!) மற்றொருவர் செல்போன் வாங்குகிறார் அதன் விலை ரூபாய் 36 ஆயிரம் (உம்... அது... என்கிறீர்களா அஜீத்போல்).

இருவரும் அவர்களுக்கு வேண்டியவருடன் போனில் பேசுகிறார்கள். உரையாடல் தரம் ஒரே போலதான் இருக்கிறது. வேண்டிய போன் நம்பர்களை 'காண்டாக்ட்' டில் பதிவு செய்வது, வேண்டும் நேரம் தேடி எடுத்து அழைப்பது, வரும் அலைபேசி அழைப்புகளை ஏற்பது போன்ற செயல்பாடுகளில் இந்த இரு போன்களுக்கு இடையே வேறுபாடுகள் இல்லை. ஆனாலும் ஒருவர் ரூபாய் மூவாயிரத்துக்கும் மற்றொரு 36 ஆறாயிரத்துக்கும் போன் வாங்கியிருக்கிறார்கள்.

36,000 ரூபாய் கொடுத்து வாங்கியவரின் போனில் பல வேலைகள் செய்யலாம். வாட்ஸ்அப் பயன்படுத்துவது, திரைப்படங்கள் பார்ப்பது, யு டியூபில் வேண்டியதைப் பார்ப்பது, மின்னஞ்சல் பயன்படுத்துவது, முகநூல் பயன்படுத்துவது, வங்கி கணக்குகளை அணுகுவது என அந்தப் போனை வைத்துக்கொண்டு பலவும் செய்யலாம் (தொலைந்தால் அவ்வளவும் ஆபத்து என்பது வேறு கதை). அதனால்தான் அவ்வளவு விலை என்பது வாங்குகிறவர் களின் வாதம். வாதம் ஓரளவு சரிதான்.

'அதன் பெயர் என்ன?'

'மொபைல் போன்'.

'அதன் அடிப்படை வேலை என்ன?'

'தொலைத்தொடர்பு. உரையாடுவது'.

அதை ரூபாய் 3000 கொடுத்த போனிலும் செய்ய முடியும். அது தவிர போனில் இருப்பவை, அடிப்படை தேவைக்கும் கூடுதலான வசதிகள், சேவைகள். அப்படிப்பட்டவைகள் கைபேசியிலேயே இருப்பது நிச்சயமாக கூடுதல் வசதிதான். பலராலும் அந்த அளவுக்கு பணம் கொடுத்து, அந்த சேவைகளுக்காக அப்படிப்பட்ட மொபைல் போன்களை சந்தோஷமாக வாங்க

முடிகிறது. அதனால் அது சரி. ஆனாலும் இன்சூரன்ஸைப் புரிந்துகொள்ள இதையே ஒரு விவாதமாக்கிப் பார்ப்போம்.

ஆண்ட்ராய்டு போனில் இருக்கும் கூடுதல் வசதிகளை, ஒரு ‘டெஸ்க் டாப் கம்ப்யூட்டர்’ ரிலோ அல்லது ‘லேப்டாப்’பிலோ பார்க்க முடியுமே! அந்த யூ டியூப், முகநூல், மெயில்கள், திரைப்படங்கள், ‘கூகுள் சர்ச்’ போன்றவற்றை ஏன் அவ்வளவு சின்ன போனில் பார்த்து சிரமப்பட வேண்டும்? அதற்கு பதிலாக, தொலைபேசியில் பேச ஒரு சாதாரண மொபைல் போனும் மற்றவற்றுக்கு ஒரு புது மடிக்கணினியும் வாங்கிவிடலாமே... கூடுதல் செலவு ஒன்றும் ஆகிவிடாதே.

இப்படியும் விவாதம் செய்யலாமில்லையா? அதே லாஜிக்தான் இன்சூரன்ஸிலும்.

இன்சூரன்ஸ் பாலிசி போடுவது உயிருக்கு ஏதும் ஆபத்து என்றால் நின்று போகக்கூடிய வருமானத்துக்கு ஒரு மாற்று ஏற்பாடு செய்வதுதான். ஆமாம். ‘இன்கம் ரீபிளேஸ்மென்ட்’ என்பதற் காகத்தான் காப்பீடு எடுத்துக்கொள்வது. அந்த ஏற்பாட்டுக்கு ஒரு விலை கொடுக்கத்தான் வேண்டும். அது இலவசமாகக் கிடைக்காது. அதற்காக ஒரு பிரீமியம் கட்டவேண்டும். இதைச் செய்தால் இதை மட்டும் செய்வது, பியூர் இன்சூரன்ஸ். இதுதான் ஆரம்ப காலகட்டங்களில் புழக்கத்தில் இருந்திருக்கிறது. இதுதான் ஆயுள் காப்பீடு அல்லாத, வாகன இன்சூரன்ஸ், வீட்டு இன்சூரன்ஸ், பொருட்கள் இன்சூரன்ஸ் போன்ற மற்ற காப்பீடுகளில் இப்போதுவரை இருக்கிறது.

கடந்த சில ஆண்டுகளாகத்தான் நம் நாட்டில் டெர்ம் இன்ஷூரன்ஸ் பிரபலமாக இருக்கிறது. 15 ஆண்டுகளுக்கு முன்புவரை யூலிப்தான் பிரபலம். அதற்கு முன்பு என்டோமென்ட் மட்டுமே.

ஒருவர் எந்த வகை பாலிசி வேண்டுமானாலும் வாங்கலாம். ஆனால், அவருக்கு எப்படிப்பட்ட பாலிசிகள் இருக்கின்றன என்று தெரிந்தால்தானே அவரால் தேர்வு செய்யமுடியும்.

முன்பெல்லாம் இன்சூரன்ஸ் குறித்த விவரங்கள் அதிகம் கிடைக்காது. இணையத்தளங்கள் இல்லாததும் ஒரு காரணம் என்றாலும், அதைவிட முக்கியமான காரணம், அப்போது அதாவது சுமார் 20 ஆண்டுக்கு முன்னால் நிறைய இன்சூரன்ஸ் நிறுவனங்கள் இல்லை. எல்.ஐ.சி மட்டும்தான்.

தனியார் நிறுவனங்கள் அனுமதிக்கப்பட்ட காலம் வரை, எல்.ஐ.சி மட்டுமே என்றிருந்த நிலையில், எண்டோவ்மெண்ட் பாலிசி திட்டங்களே அதிக எண்ணிக்கையில் வெளியிடப்பட்டன. மக்களைச் சந்தித்து விற்பனை செய்யும் முகவர்களும், எண்டோவ்மெண்ட் பாலிசிகளையே எடுத்துச் சொன்னார்கள்; விற்றார்கள்.

நிறுவனத்தால், முகவர்கள். முகவர்களால் மக்கள் என மொத்தத்தில் எண்டோவ்மெண்ட் பாலிசிகளே புழக்கத்தில் இருந்தன. டெர்ம் பாலிசிகள் இருந்திருக்கலாம். ஆனால், பிரபலமாகவோ மலிவாகவோ இல்லை. எல்.ஐ.சி தனி ஒரு நிறுவனமாக இருந்ததால் போட்டி இல்லை. அதனால் எல்.ஐ.சி விற்பவை மட்டுமே நாட்டில் எளிதில் வாங்கக்கூடிய பாலிசிகளாக இருந்தன.

டெர்ம் இன்சூரன்ஸ் என்பது வேறு திட்டங்கள் ஏதும் கலக்கப்படாத இன்சூரன்ஸ் மட்டுமே இருக்கும் ஒரு வகை.

நாம், கார், மோட்டார் சைக்கிள் போன்ற வாகனங்களுக்கு ஒவ்வொரு ஆண்டும் இன்சூரன்ஸ் கட்டுகிறோம். அந்த வண்டிகளுக்கு அந்த 12 மாதங்களுக்கும் 'இன்சூரன்ஸ் கவரேஜ்' உண்டு. உதாரணத்துக்கு 6.6. 2020 முதல் ஓராண்டுக்கு இன்சூரன்ஸ் என்றால் 5.6 2021 வரை கவரேஜ் உண்டு. இன்சூரன்ஸை நீடிக்காதபட்சத்தில் அடுத்த நாள் அந்த வண்டிக்கு ஏதும் சேதம் என்றால் இன்சூரன்ஸ் நிறுவனம் பணம் ஏதும் கொடுக்காது. தவிர, 20 ஆண்டுகள் தொடர்ந்து ஒரே நிறுவனத்தில் அந்த வண்டிக்கு இன்சூரன்ஸ் கட்டியிருந்தாலும் அதே நிலைமைதான். விபத்து ஆனால் மட்டும் பணம் தருமே தவிர, மற்றபடி பாலிசி முடிவு காலத்தில் என்றெல்லாம் எதுவும் கிடைக்காது.

இதெல்லாம் தெரிந்ததுதான் என்றாலும், டெர்ம் இன்சூரன்ஸ் குறித்து உணர்ந்துகொள்ள இதை விளக்க வேண்டி இருக்கிறது.

ஆக, இந்த வகை இன்சூரன்ஸ் குறித்த இரண்டு முக்கிய அம்சங்கள், ஒன்று, இருக்கும் வகைகளிலேயே டெர்ம் இன்சூரன்ஸுக்கான பிரீமியம்தான் மிக குறைவானது. இரண்டாவது, இன்சூரன்ஸ் காலத்தின் முடிவில் ஏதும் பணம் கிடைக்காது.

வாடகை கொடுத்து வீட்டில் இருந்தது போல்தான். ஒப்பந்த காலம் முடிந்ததும் காலி செய்ய வேண்டும். கொடுத்த வாடகை

ஏதும் திரும்பி வராது. அதற்கான பலனைக் குடியிருந்து அனுபவித்தாயிற்று. பாலிசி காலத்தில் கிடைத்த ஆயுள் காப்பீடுதான் குடியிருந்தது போன்ற பலன்.

குறைந்த பிரீமியம் பெரிய கவரேஜ்

உதாரணத்துக்கு, ஒருவருக்கு வயது 32. அவரது 60 வது வயது வரை காப்பீடு எடுக்க நினைக்கிறார். பாலிசி தொகை ரூபாய் ஒரு கோடி. அவர் டெர்ம் இன்சூரன்ஸ் எடுத்தால் ஆண்டுக்கு சுமார் 6 ஆயிரம் ரூபாய் பிரீமியம் கட்டவேண்டும். எண்டோவ்மெண்ட் பாலிசி எடுத்தால், ஆண்டுக்கு சுமார் 60 ஆயிரம் ரூபாய் பிரீமியம் கட்ட வேண்டியிருக்கும்.

டெர்ம் இன்சூரன்ஸ் மற்றும் எண்டோவ்மெண்ட் இரண்டிலும் இன்சூரன்ஸ் கவரேஜ் ஒரே தொகைதான். ஆனால் பிரீமியம், கிட்டதட்ட பத்து மடங்கு. ஒவ்வொரு ஆண்டும் என, 28 ஆண்டுகளுக்கு அவர் எவ்வளவு கூடுதல் பணம் கட்ட வேண்டியிருக்கும்?

இதே கணக்கை வேறுவிதமாகவும் போட்டுப் பார்க்கலாம். அதே நபர், அதே வயது, அதே முதிர்வு காலம். அவரால் ஆண்டுக்கு ஆறாயிரம்தான் இன்சூரன்ஸ் பிரீமியம் கட்ட இயலும். அவர் வருமானம் மற்றும் பிற செலவுகள் அப்படி.

அவர் டெர்ம் இன்சூரன்ஸ் எடுத்தால் ஒரு கோடிக்கு எடுக்கலாம். எண்டோவ்மெண்ட் எடுத்தால் 10 லட்சத்துக்குத்தான் எடுக்கலாம். பத்து லட்சத்துக்கு எடுத்தால் அவருக்கு போதுமான பாதுகாப்பு இருக்கிறதா? எண்டோவ்மெண்ட் பாலிசி எடுத்தால் அவருடைய சேமிப்பு அதிகரிக்கும்தான். ஆனால், இன்சூரன்ஸ் கவரேஜ் குறைந்து போகும்.

மிக பெரிய அளவில் வருமானம் இருக்கிறவர்கள் மற்றும் பெரும் பணக்காரர்கள் அவர்கள் செய்ய வேண்டிய அளவு தொகைக்கு எண்டோவ்மெண்ட் பாலிசி எடுக்கலாம். அவர்களால் பிரீமியம் கட்ட முடியும். குறைந்த வருமானம் பெறுகிறவர்கள் மற்ற செலவுகள் தவிர இன்சூரன்ஸ் பிரீமியம் கட்டும் போது ஓரளவு தொகையைத்தான் அவர்களால் பிரீமியமாகக் கட்ட முடியும். அப்படிப்பட்டவர்களுக்கு பொருத்தமானது டெர்ம் இன்சூரன்ஸ்.

பாலிசி எடுக்கும் போதே தேவைப்படும் மொத்த காலத்துக்கும் எடுத்து விடுவது ஒரு முறை. முப்பது வயதில் ஒருவர் பாலிசி

எடுக்கிறார். அவர் வருமானம் அவரது குடும்பத்துக்கு 55 வயதுவரை அவசியம் என்று நினைக்கிறார். அல்லது 60 வயது வரை அவசியம் என்று நினைக்கிறார். அவர், முப்பது ஆண்டுகால பாலிசி எடுக்கலாம். 60 வயதில் அவருக்கு ஏதும் ஆனால் குடும்பத்துக்கு பணம் கிடைக்கும்.

ஒரே பாலிசியை நீட்டிக்கலாம்

60வது வயதில் டெர்ம் முடிந்துவிடும். அதன் பிறகு ஒரு பிரீமியம் கட்டத் தேவையில்லை. அவருக்கு ஏதும் ஆனால், காப்பீடு நிறுவனத்திலிருந்து ஒன்றும் தரமாட்டார்கள். அதன் பிறகு அந்த வயதுக்குள் குடும்பத்தின் தேவைகள் நிறைவு பெற்றுறிருக்கும். அதனால் அவர் மூலம் வரவேண்டிய வருமானத்தை குடும்பம் எதிர்பார்க்க அவசியமில்லை.

விரும்பினால் அதே நபர் அவரது அதே பாலிசியை அது முடிவுறும் காலத்துக்கு முன்பாக விண்ணப்பம் கொடுத்து, பிரீமியம் கட்டி, பாலிசி காலத்தை மேலும் சில ஆண்டுகளுக்கு நீட்டிக் கொள்ளவும் வாய்ப்புகள் தரப்படுகின்றன.

ஆனால், கொஞ்சம் விலை அதிகம்.

இப்படி ஒரு வாய்ப்பு இருப்பதால், அதே நபர் அவரது முதல் பாலிசியை 50 வயது வரை எடுக்கலாம். பின்பு ஐந்து அல்லது பத்து ஆண்டுகளுக்கு அதை நீட்டித்துக் கொள்ளலாம். மீண்டும் பிரீமியம் கட்ட தொடங்கலாம். ஆனால், அவர் முதலில் எடுத்த பாலிசிக்கு கட்டவேண்டிய பிரியமே அடுத்த பாலிசிக்கும் கண்டிப்பாக இருக்காது. காரணம், அடுத்த அடுத்த பாலிசிகள் எடுக்கும் போது அவருடைய வயது அதிகரித்திருக்கிறது. தவிர அப்போது அவருக்கு ஏதும் உடல்நலக் குறைவுகள் இருக்கலாம். குறிப்பாக உயிர் அச்சுறுத்தல் வியாதிகள் இருந்தால் அவருடைய பாலிசியை நீட்டிக்க அந்த நிறுவனம் மறுக்க கூட மறுக்கலாம். எப்படியும் பிரீமியம் 25%முதல் 50% வரை அதிகமாக இருக்கும்.

இதை வைத்துப் பார்த்தால் பாலிசி எடுக்கும்போதே போதியளவு நீண்டகாலத்துக்கு எடுத்துவிடுவது நல்லது. இப்படி இன்சூரன்ஸ் சிலர் இப்படிப்பட்ட பாலிசிகளை முழு காலத்துக்கும் எடுக்காமல் பின்னால் ஏன் நீட்டிக்க விரும்புகிறார்கள் என்று கேட்கலாம்.

அதற்குக் காரணம் இருக்கிறது. ஒருவர், அவருடைய முப்பதாவது வயதில் பாலிசி எடுக்கும்போது அவருக்கு திருமணம் ஆகாமல்

இருக்கும் பட்சம் தனக்கு எப்போது திருமணமாகும், (ஆகுமா?) எப்போது குழந்தைகள் பிறக்கும்? எத்தனை குழந்தைகள் பிறக்கும்? அவற்றின் படிப்பு திருமணம் போன்றவை எப்போது முடியும்? தன்னுடைய வேலை வருமானம் போன்றவை எப்படி இருக்கும்? என்பன குறித்தெல்லாம் உறுதியாகத் தெரியாது. எனவே, ஒரு ஐம்பது ஆண்டுகளுக்கு 50 வயது வரை என்ற பாலிசியை தொடங்கி, பின்னர், வேண்டும் நேரம் மற்றொரு பாலிசி மூலமோ அல்லது மேலே சொல்லியது போல நீட்டித்தோ, கவரேஜ் காலத்தை நீட்டித்துக் கொள்ளலாம்.

எப்போது எடுக்கவேண்டும்?

ஆண்டொன்று போனால் வயதொன்று போகும் என்பது தெரிந்தது. ஆண்டு ஒன்று போனால் டெர்ம் இன்சூரன்ஸ் பிரீமியம் 4 முதல் 8% வரை அதிகரிக்கும் என்பது பலரும் உணராதது. மேலும் 'லைப் ஸ்டைல் டிசீஸ்' எனப்படுபவை வருவதற்கு முன்பாக இன்சூரன்ஸ் எடுத்துவிடுவது நல்லது. காரணம், சில நிறுவனங்கள் அப்படிப்பட்ட வியாதிகள் இருப்பவர்களுக்கு டெர்ம் பாலிசிகள் வழங்குவதில்லை. வழங்கினாலும் பிரீமியத் தொகையை 30, 40% அதிகரித்துவிடுகின்றன. எனவே சுப காரியங்கள் மட்டுமல்ல. இன்சூரன்ஸும் சீக்கிரம் எடுப்பதே நல்லது. 18 வயது முதல் 65 வயது வரை எடுக்க முடியும்.

பிரீமியங்கள் மாறுவதற்கான காரணங்கள்

ஒரு அலுவலகத்தில் பணிபுரியும் இரு வேறு நபர்களுக்கு, ஒரே அளவு சம்-அஷ்யூர்டுக்கே கூட நிறுவனத்துக்கு நிறுவனம் பிரீமிய தொகைகள் மாறபடுகின்றன. இதற்குப் பல காரணங்கள் உண்டு. அவற்றை வரிசைப்படுத்தினால் இப்படி இருக்கும்.

- ***வயது:*** பாலிசி எடுக்கும்போது இருக்கும் வயது: குறைவான வயதுக்கு குறைவான பிரீமியம். வயது அதிகரிக்க அதிகரிக்க ஒரே சம்-அஷ்யூர்டுக்கே பிரீமியம் கூடும். பாலிசி காலம் முழுக்க.

- ***பாலினம்:*** மற்ற விஷயங்கள் ஒரேபோல இருந்தாலும்கூட, ஒரே அளவு பாலிசி தொகைக்கு ஆண் பெண் ஆகிய இருவருக்கும் வெவ்வேறு பிரீமியத் தொகைகளை நிறுவனங்கள் கேட்கின்றன. இதற்கு காரணம் அவர்களுடைய சராசரி ஆயுளாக இருக்கலாம். பெண்களுக்கு பிரீமியம்

குறைவு. ஆண்களுக்கு அதிகம். பாலிசிகள் கொடுக்கும் நிறுவனத்துக்கு ரிஸ்க் அதிகம்.

- **ஆரோக்கியம்:** நோய் உள்ளவர்களுக்குக் கூடுதல் பிரீமியம். பழக்கங்கள் புகை, மது பழக்கம் இல்லாதவர்களுக்கு பிரீமியம் குறைவு.
- **பழக்கங்கள்:** புகை பிடிப்பவர்களுக்கு புகைப் பிடிக்காதவர்களைக் காட்டிலும் 25 சதவீதம் வரை பிரீமியத் தொகை வேறுபாடு இருக்கலாம். மது குடிப்பவர்களுக்கும் பிரீமியம் அதிகமாக இருக்கும். மருத்துவ சோதனைகளில் சிறுநீர் மாதிரியிலிருந்து புகை பிடிப்பவர்களைக் கண்டுபிடிப்பார்கள். அவர்கள் ஒரு வாரத்துக்கு முன்பாக புகைப்பிடிப்பதை நிறுத்தினாலும் கூட அந்த சோதனைகளில் கண்டுபிடித்துவிட முடியுமாம்.
- **தேசம்:** வெவ்வேறு தேசங்களில் வெவ்வேறு விதமான பிரீமியங்கள் (ஒரே அளவு ஒரே வயது ஒரே பாலின மக்களுக்கு) வேறுபடுகிறது. காரணம், அங்கு வாழும் மக்களின் சராசரி வயது. அதை வைத்து இன்சூரன்ஸ் நிறுவனத்துக்கு இருக்கும் ரிஸ்க்கைக் கணக்கிட்டு பிரீமியத் தொகையை முடிவு செய்கிறார்கள்.
- **இனம்:** மேலே உள்ள அதே காரணம் தான்.
- **செய்யும் வேலை:** சிலருடைய வேலைகள் அதிக மன அழுத்தம் கொடுப்பதாக இருந்தால், பிரீமியம் அதிகமாகும்.
- **கடந்தகால மருத்தவ சிகிச்சைகள்:** இதை ‘மெடிக்கல் ஹிஸ்டரி’ என்பார்கள். தனக்கோ தன் பெற்றோருக்கோ கடுமையான அல்லது உயிருக்கு அச்சுறுத்தல் தரும் உடல்நலக்குறைவுகள் வந்திருந்தால், அதையும் கணக்கில் எடுத்துகொள்வார்கள். அப்படியிருக்கும் பட்சம் பிரீமியம் அதிகரிக்கும்.

பொதுவாக பாலிசி எடுக்கும் நேரம் சம்-அஷுர்ட் மற்றும் கட்டவேண்டிய பிரீமியம் ஆகிய இரண்டும் முடிவாகிவிடும். அதன்பின் பாலசி காலம் முழுவதும் அதுவேதான். மாற்றம் இருக்காது. ஆனால், சில குறிப்பிட்ட வகை டெர்ம் பாலிசிகளில் தொடக்க காலத்தில் சம்-அஷுர்ட் அதிகமாகவும் ஆண்டுகள் போகப் போகக் குறையும்விதமாகவும் அமைத்திருக்கிறார்கள். இதற்கு Decreasing term policies என்று பெயர். போகப் போக

என்பது ஐந்து பத்தாண்டுகளுக்கு ஒருமுறையாக இருக்கலாம். பிரீமியம் மாறாது. ஆனால் சம்-அஷுர்ட் குறையும். காரணம் பொறுப்புகள் நிறைவேற்றிய காலங்களில் குடும்பத்துக்கு பணத்தின் தேவை குறைந்துவிடும்.

டெர்ம் இன்சூரன்ஸ்கள் யாருக்கு சரி?

அதிக கவரேஜ் தேவை. ஆனால், அதிக பிரீமியம் கட்ட இயலாது என்பவர்களுக்கு இந்த இன்சூரன்ஸ் பொருந்தும். (இது யாருக்குத்தான் தேவைப்படாது.) பாலிசி எடுக்க நேரம் இல்லாதவர்களுக்கு. (அப்படிப்பட்ட சில பிரகஸ்பதிகளும் உண்டு.) உடம்பில் எந்தக் குறிப்பிட்ட தொந்தரவுகளும் இல்லை என்றால் இணையம் மூலமாகவே ஒரு பாலிசியை எடுத்து விடலாம்.

நிரந்தரமான வருமானம் நிச்சயம் என்பவர்கள், மட்டும் எடுக்கலாம். காரணம், பாலிசி காலம் முழுவதும் பிரீமியம் கட்டவேண்டும். காப்பீடு மட்டும்தான் பலன் எனும் போது, இடையில் பிரீமியம் கட்ட முடியாமல் விட்டால் நஷ்டம்தான். மற்றவர்கள் எடுக்கிறார்களே என்று பெரிய தொகைகளுக்கு டெர்ம் இன்சூரன்ஸ் எடுத்துவிட்டு வருமான நெருக்கடியினால் கட்டாமல் விட்டுவிட்டால், பின்பு தொடர முடியாது. அப்படிப் பட்டவர்களுக்கு எண்டோவ்மெண்ட் பரவாயில்லை. விட்டதைத் தொடர, கட்டியதில் ஒருபகுதியைப் பெற வாய்ப்புகள் இருக்கின்றன. டெர்ம் இன்சூரன்ஸில் அந்த வாய்ப்புகள் இல்லை.

வருமானம் இல்லாதவர்களுக்கு எண்டொமென்ட், யூலிப் போன்ற காப்பீட்டுகள் எடுக்க முடியும். ஆனால், டெர்ம் இன்சூரன்ஸ் தர மாட்டார்கள். தவிர, தொடர்ந்து வருமானம் வருகிறது என்று ஆதாரம் காட்டச் சொல்வார்கள். குறைந்தபட்சம் 3 ஆண்டுகள் வருமான வரி கணக்கு தாக்கல் செய்த ஆவணங்கள் கேட்பார்கள். அதிக வருமானம் இல்லாதவர்களுக்கு ஏனோ டெர்ம் இன்சூரன்ஸ் பிரிமியம் கூடுதலாக வசூலிக்கப்படுகிறது.

மருத்துவப் பரிசோதனைகள்

டெர்ம் இன்சூரன்ஸ் பாலிசி வழங்கும் போது, பாலிசி எடுப்பவருக்கு மருத்துவ பரிசோதனை செய்வதில் நிறுவனங் களுக்கு இடையே வேறுபாடுகள் இருக்கின்றன. பாலசி எடுப்பவரின் வயது மற்றும் எடுக்கும் தொகையைப் பொறுத்தும்

மருத்துவப் பரிசோதனை காட்டாயங்கள், நடைமுறைகள் மாறுகின்றன.

ஐந்து லட்ச ரூபாய் தொகை, வயது நாற்பதுக்கும் கீழ் போன்றவற்றில் மருத்துவ பரிசோதனைகள் இல்லை. நிச்சயம் ஒரு கோடி ரூபாய் மற்றும் அதிகமான தொகைகளுக்கான பாலிசிகளுக்குக் கட்டாயம் என்கின்றன பெரும்பாலான நிறுவனங்கள்.

'லைப் த்ரெட்டனிங் டிசீஸ்' என்றால், இதயக் கோளாறு, சிறுநீரக கோளாறு, கேன்சர், மூளையில் பாதிப்பு போன்றவற்றைச் சொல்கிறார்கள். இவை இருந்தால் மருத்துவ பரிசோதனைகள் கட்டாயம்.

முதலில் ஒரு கேள்வித்தாள் கொடுத்து நிறைவு செய்யச் சொல்வார்கள். அதில் பாலிசி எடுக்க இருப்பவருக்கு ஏதேனும் உடல்நலக்கோளாறு இருக்கிறதா என்பதை அறியக்கூடிய கேள்விகள் இருக்கும். அடுத்த கட்டமாக, அதே நபரைத் தொலை பேசியில் தொடர்புகொண்டு மேல் விவரங்கள் கேட்பார்கள். அதில் கிடைக்கும் விவரங்களை வைத்து, மருத்துவப் பரிசோதனை தேவையா இல்லையா என்பதை முடிவு செய்வார்கள்.

பதில்கள் கொடுக்கும் போது ஏதேனும் சொல்லவேண்டிய முக்கிய விஷயங்களை மறைப்பது, பின்னால், பணம் பட்டுவாடா செய்ய நேரும்போது தொந்தரவாக அமையும். நிறுவனம் மறுத்து விடலாம். அந்த ஆபத்து இருக்கிறது. காரணம், பாலிசி எடுக்கும் போது, நான் உண்மை எதையும் மறைக்கவில்லை என்று பொறுப் பேற்றுக்கொள்ளும்விதம் 'டிக்ளேர்' செய்து கையெழுத்திட வேண்டியிருக்கும்.

சிலருக்கு அவர்கள் பணிபுரியும் நிறுவனங்களைப் பொறுத்து மருத்துவ பரிசோதனை இல்லாமல் டெர்ம் பிளான் வழங்கப் படலாம். அதற்கு காரணங்கள் இருக்கும். நிறுவனம் செய்யும், 'ஆண்டு மருத்துவ பரிசோதனைகள்' போன்றவற்றின் அடிப்படையில் இருக்கலாம். ஆனாலும், பாலிசி எடுப்பவரின் 'டிக்ளரேஷன்' தேவைப்படும். அது முக்கியம்.

எல்.ஐ.சியில் மருத்துவ பரிசோதனை இல்லாமல் டெர்ம் பாலிசிகள் வழங்குவதில்லை. மருத்துவ பரிசோதனைகளுக்கு வரும் நபரை வீடியோ எடுத்து, அவர் வந்தார், அவர்தான் வந்தார் போன்றவற்றை நிறுவனம் உறுதி செய்துகொள்கிறது.

டெர்ம் பாலிசி எடுத்த மூன்று ஆண்டுகளுக்குள் பாலிசிதாரர் இறந்துவிட்டால், அதை 'துரிதமாக பணம் கேட்கும்' என்ற பொருளில் 'எர்லி கிளைம்' என்று பிரித்து, உடனடியாகத் பணம் தரமா ட்டார்கள். 'பீல்ட் இன்வெஸ்டிகேஷன்' என்ற கள ஆய்வு செய்வார்கள். அதன்பின் பாலிசி எடுக்கும்போது கொடுத்த தகவல்கள் சரிதான். ஏதும் மறைக்கப்படவில்லை என்று உறுதி செய்துகொண்ட பிறகே பணம் வழங்கப்படும்.

பிரீமியத்தைக் குறிப்பிட்ட தேதிக்குள் கட்ட வேண்டும். தவறினால் அபராதம் மற்றும் வட்டி கேட்பார்கள். அப்படி அவற்றுடன் சேர்த்துக் கட்டுவதும் குறிப்பிட்ட 'கிரேஸ் பீரியட்'க்குள் கட்டிவிடவேண்டும். அதன் பின் வாங்க மாட்டர்கள். பாலிசி 'லாப்ஸ்' ஆகிவிடும். பாலிசிதாரருக்கு ஏதும் அசம்பாவிதம் நடந்தால் பணம் தரமாட்டார்கள்.

மாரல் ஹசார்டு ரிப்போர்ட்

தனது வாழ்க்கை அல்லது ஆயுள் ரீஸ்க்கை சமாளிப்பதற்காக ஒருவர் இன்சூரன்ஸ் எடுக்கிறார். அவருக்கு பாலிசி வழங்குவதன் மூலம் இன்சூரன்ஸ் வழங்கும் காப்பீட்டு நிறுவனம் அந்த ரிஸ்க்கை எடுத்துக் கொள்கிறது. அதற்கு கட்டணம் வசூலிக்கிறது. அதுதான் பிரிமியம்.

இப்படியாக பலரிடமிருந்தும் ரிஸ்க்கை வாங்கிக் கொண்டாலும் அத்தனை பேரிடம் இருந்தும் பிரீமியத் தொகையை வசூலித்து கொள்வதால் பாலிசிதாரர்கள் ஒரு சிலருக்கு மட்டும் ஏற்படக் கூடிய இழப்பை இன்சூரன்ஸ் நிறுவனத்தால் சரிகட்ட இயலுகிறது.

மற்றவருடைய ரிஸ்க்கை இன்சூரன்ஸ் நிறுவனங்கள் எடுத்துக் கொண்டன என்றாலும், அவற்றால் கண்களை மூடிக்கொண்டு, உடலில் பலவித பிரச்சினைகளை வைத்திருக்கிற அல்லது வருமானமே இல்லாத நபர்களுக்கு நீண்ட காலத்திற்கும் பெரிய தொகை பாலிசிகளை வழங்க முடியாது. அப்படி வழங்க மாட்டார்கள். அப்படி செய்தால் அவர்கள் மிகப்பெரிய ரிஸ்க் எடுக்கிறார்கள். அப்படிப்பட்டவர்களை தவிர்த்து, அல்லது அவர்களிடம் கூடுதல் பணத்தை பிரியமாக வாங்கிக்கொண்டு சமாளிக்கலாம் என்பதற்காகத்தான் அவர்களுக்கு மருத்துவ பரிசோதனைகள் செய்கிறார்கள். அவர்களிடம் அவருடைய வருமானத்திற்கான ஆதாரங்களை கேட்கிறார்கள்.

இப்படியாக பலருடைய ரிஸ்க்குகளை எடுத்துக்கொள்ளும் காப்பீட்டு நிறுவனம் அதனுடைய ரிஸ்க்குகளைக் குறைத்துக் கொள்ள கீழ்கண்ட மூன்று வேலைகளை செய்கிறது.

1) பாலிசி எடுப்பதற்கு போதிய வருமானம் இருக்கிறதா? தகுந்த அளவிற்குத்தான் பாலிசி எடுக்கிறாரா அல்லது கூடுதல் தொகைக்கு எடுக்கிறாரா என்பதை தெரிந்துகொள்ள வருமானத்திற்கான சான்றிதழ்களை சோதிப்பது.

2) உடல்நிலை சுமாராக இருப்பவர் பெரிய தொகைக்கு இன்ஷூரன்ஸ் எடுக்கிறாரா என்பதை சோதிக்க அவருடைய உடல்நிலை பரிசோதனை மற்றும் அவருடைய குடும்பத்தார் உடைய மருத்துவ வரலாறு ஆகியவற்றை பார்ப்பது.

3) இவை இரண்டும் சரியில்லாத ஒருவருக்கு பாலிசி வழங்க அல்லது குறிப்பிட்ட தொகைக்குகு வழங்க மறுக்கலாம்.

ஆனாலும் அவர் பாலிசி எடுக்க முயற்சிக்கும் காப்பீட்டு நிறுவனத்தின் முகவரோ அல்லது அந்நிறுவனத்தின் வளர்ச்சி அதிகாரியோ அவர்கள் சொந்த பொறுப்பில் அவருக்கு அதிக ரிஸ்க் இல்லை என்று ஒரு சான்றிதழ் தந்தால் அவருக்கு பாலிசி வழங்கப்படும். அதன் பெயர் 'மாரல் ஹசார்டு ரிப்போர்ட்'.

அந்த அடிப்படையில் பாலிசி வாங்கிய பாலிசிதாரருக்கு மூன்று ஆண்டுகளுக்குள் ஏதும் ஆனால், மாரல் ஹசார்டு ரிப்போர்ட் சரி இல்லை என்றாகி, அதை வழங்கிய முகவர் அல்லது போலீஸ் அதிகாரிக்கு தண்டனை கிடைக்கும். தண்டனை என்பது 1 முதல் 8 வரையிலான இன்கிரிமெண்ட் குறைவாகவோ அல்லது பணிநீக்கம் ஆக கூட இருக்கலாம்.

எவ்வளவு பிரீமியம் ஆகும்?

வெவ்வேறு வயதுகளில் இருப்போருக்கு 50,75 மற்றும் 100 லட்ச ரூபாய்களுக்கு டெர்ம் பாலிசிகள் எடுத்தால் மாத தவணை எவ்வளவு வரும் என்று காட்டும் அட்டவணை.

பாலினம்	வயது	புகை பிடிப்பவரா?	பாலிசி தொகை	மாதாந்திர பிரீமியம் ரூ.
ஆண்	24	இல்லை	1 கோடி	820
ஆண்	24	இல்லை	50 லட்சம்	507
ஆண்	24	இல்லை	75 லட்சம்	760

ஆண்	30	இல்லை	50 லட்சம்	683
ஆண்	30	இல்லை	75 லட்சம்	1024
ஆண்	30	இல்லை	1 கோடி	1132
ஆண்	32	இல்லை	1 கோடி	1277
ஆண்	40	இல்லை	1 கோடி	2111
ஆண்	40	இல்லை	75 லட்சம்	1822
ஆண்	40	இல்லை	50 லட்சம்	1221
ஆண்	45	இல்லை	50 லட்சம்	1676
ஆண்	45	இல்லை	75 லட்சம்	2513
ஆண்	45	இல்லை	1 கோடி	2954
ஆண்	50	இல்லை	50 லட்சம்	2343
ஆண்	50	இல்லை	75 லட்சம்	2513
ஆண்	50	இல்லை	1 கோடி	2954
ஆண்	55	இல்லை	50 லட்சம்	3272
ஆண்	55	இல்லை	75 லட்சம்	4908
ஆண்	55	இல்லை	1 கோடி	5939
ஆண்	60	இல்லை	50 லட்சம்	4477
ஆண்	60	இல்லை	75 லட்சம்	6716
ஆண்	60	இல்லை	1 கோடி	8393

8.1.1 - டெர்ம் இன்சூரன்ஸ் வித் ரிட்டர்ன் ஆஃப் பிரீமியம்

டெர்ம் பாலிசி என்றாலே, பாலிசி காலம் முடிந்தபின் பாலிசிதாரருக்கு ஏதும் வழங்கப்படமாட்டாது என்பதுததான். அந்த அடிப்படையையே மாற்றுவது போல இது இருக்கிறதல்லவா?

பாலிசி காலத்தில் இறந்தால் டெத் பெனிஃபிட். பாலிசி காலம் முழுக்க ஏதும் ஆகாமல் இருந்தால், பாலிசிகாலம் முடிந்தபின் கட்டிய பிரீமியத்தை எல்லாம் திருப்பிக்கொடுத்துவிடுவார்கள்.

இது ஒரு வகை பாலிசி அல்ல. இது ஒரு ரைடர். ரைடர் என்றாலே

கூடுதல் கட்டணம், பிரீமியம் அல்லவா. இதை எடுத்தால் ரைடர் கட்டணம் அதிகமாக இருக்கும். திரும்பக் கிடைப்பது, பிரீமியத் தொகை மட்டுமே. ரைடர் கட்டணம் கிடைக்காது. அதற்கு பதில் ரைடர் கட்டணப்பணத்தை பரஸ்பரநிதிபோல வேறு எதிலும் முதலீடு செய்யலாம். 'ரைடர்கள்' குறித்த முழு விவரமும் 12ம் அத்தியாயத்தில் விரிவாகப் பார்க்கலாம்.

•

8.2 - எண்டோவ்மெண்ட் பாலிசிகள்

எப்படி அடுத்தடுத்து வந்த செல்பேசிகளில் கேமரா முதல் இன்டர்நெட் வரை இணைக்கப்பட்டதோ அதைப் போலவே இன்சூரன்ஸுடன் சேமிப்பு என்பதையும் இணைத்திருக் கிறார்கள். அப்படிப்பட்ட பாலிசிகள்தான் 'எண்டோவ்மெண்ட் பாலிசிகள்'. இவைதான் அதிக அளவில் விற்பனையாகிக் கொண்டிருக்கும் பாலிசிகள். பாலிசி எடுப்பவர் கட்டும் பிரீமியத்தில் ஒரு பகுதி அவரது காப்பீடுக்காகவும் மற்றொரு பகுதி சேமிப்பாகவும் பிரிக்கப்படும்.

உதாரணத்துக்கு, இன்சூரன்ஸ் எடுக்க நினைக்கும் ஒருவரிடம், ஒரு பாலிசிக்காக மாதம் 100 ரூபாய் செல்வாகக்கூடிய பியூர் இன்சூரன்ஸுடன் 300 ரூபாய் சேமிப்புக்காகச் சேர்த்து, மாதா மாதம் 400 ரூபாய் கட்டச் சொல்வார்கள். அந்த நபருக்கு பாலிசி காலம் முழுக்க, 100 ரூபாய்க்கு உரிய காப்பீடு கிடைக்கும். மற்றபடி அவர் கூடுதலாக கட்டிய 300 ரூபாய் இன்சூரன்ஸ் கம்பெனிகள் சேமித்து வைப்பார்கள்.

பாலிசிதாரர் பாலிசி முடிவடையும் முன்பே இறக்க நேர்ந்தால் அவர் நியமனம் செய்தவருக்கு 'டெத் பெனிஃபிட்' வழங்கப் படும். அவர் வெற்றிகரமாக பாலிசிகாலம் கடந்துவிட்டால், அவரது சேமிப்புத் தொகை சில கூடுதல் தொகைகளுடன், 'மெச்சூரிட்டி தொகை'யாக அவரிடம் வழங்கப்படும்.

பாலசி காலம் முழுக்க பிரீமியம் கட்டும்போது சேமிப்புக்கும் ஒரு பகுதி போவதால், பாலிசிமுடிவடையும் போது கணிசமான தொகை சேமிப்பாக கிடைக்கும். ஆனால், இந்தப் பணத்தை எப்படி எதில் சேமிக்கிறார்கள், எப்போது, எப்படித் திருப்பிக் கொடுக்கிறார்கள் போன்றவற்றில் வேறுபாடுகள் இருக்கும். அதனால் எண்டோவ்மெண்டுக்குள் பல வகைகள் இருக்கின்றன.

அந்த சேமிப்பு முதலீடு செய்யப்படும் விதத்தை வைத்து அதை யூலிப் திட்டம் அல்லது யூலிப் அல்லாத திட்டம் என்றும் பாகுபடுத்துவதுண்டு. அந்த வகையில் யூலிப் திட்டங்களும் எண்டோவ்மெண்ட் வகைதான்.

எதில் முதலீடு?

- வாங்கிய பணத்தை ரிஸ்க் இல்லாத ஃபண்டுகளில் முதலீடு செய்வது எண்டோவ்மெண்ட் பாலிசி.
- வாங்கிய பணத்தைப் பங்குச் சந்தைகளில் முதலீடு செய்வது: யூலிப் வகை 1 – (ஈக்விட்டி)
- வாங்கிய பணத்தைப் பாதுகாப்பான கடன் பத்திரங்களில் முதலீடு செய்வது: யூலிப் வகை 2 (டெ(ப்)ட்)
- வாங்கிய பணத்தை பங்குகள் மற்றும் கடன் பத்திரங்களில் என இரண்டிலும் கலந்து முதலீடு செய்வது: யூலிப் வகை 3 (ஹைபிரிட் அல்லது பேலன்ஸ்டு).

யாருக்காக... எதற்காக?

- குழந்தைகளின் எதிர்காலத்துக்காக எடுக்கப்படும் பாலிசிகள், சில்ரென்ஸ் பாலிசி.
- ஓய்வூதியம் பெறுவதற்காகச் சேமித்து வைக்கப் போடப்படும் பாலிசிகள், ரிட்டயர்மென்ட் பாலிசிகள்.

எப்போது திருப்பிக் கொடுப்பார்கள்?

பெரும்பாலும் பாலிசி முதிர்வு அல்லது பாலிசிதாரருக்கு இறப்பு ஆகிய தருணங்களில் மட்டுமே பணத்தைத் திருப்பிக் கொடுப்பார்கள். இது இரண்டில் எது முதலில் வருகிறதோ அப்போது. ஆனாலும் குறிப்பிட்ட சிலவகை பாலிசிகளில் பாலிசி தாரருக்கு பாலிசி காலத்துக்கு முன்பாகவே, பாலிசிதாரருக்கு ஏதும் ஆகாவிட்டாலும் பணம் கிடைக்கும். அவற்றில் ஒரு வகை பாலிசியின் பெயர், 'மணிபேக் பாலிசி'. அவ்வகை பாலிசிகளில் குறிப்பிட்ட ஆண்டுகளுக்கு ஒருமுறை பாலிசிதாரருக்கு அவர் கட்டிய பணத்திலிருந்து ஒரு பகுதியைக் கொடுப்பார்கள். இது பாலிதாரருக்கு லாபமானதா... இதில் போடலாமா என்றெல்லாம் பார்த்தால் இல்லை என்றுதான் சொல்லவேண்டும். ஆனாலும் சிலர் இவ்வகை பாலிசிகள் எடுத்துக்கொண்டுதான் இருக்கிறார்கள்.

வரி விலக்குகள்

வருமான வரிச்சட்டம் பிரிவு 80Cயின் கீழ், ஆண்டு ஒன்றுக்கு கட்டும் பிரீமியத்துக்கு, மற்ற அனுமதிக்கப்பட்ட சேமிப்புகளுடன் சேர்த்து (2021) ரூபாய் 1.5 லட்சம் வரை வரி விலக்கு உண்டு. டெத் பெனிஃபிட் மற்றும் மெச்சூரிட்டி பெனிஃபிட் ஆகிய இரண்டுக்குமே வருமான வரிச் சட்டம் பிரிவு 10Dயின் கீழ் வரி விலக்கு உண்டு.

ஜி.எஸ்.டி வரி

கட்டும் பிரீமியத்துக்கு ஜி.எஸ்.டி வரி கட்டவேண்டும். மற்ற வகை பாலிசிகளைவிட எண்டோவ்மெண்ட் பாலிசிகளுக்கு (யூலிப் தவிர) ஜி.எஸ்.டி வரி குறைவு. 2021 நிலவரப்படி, கட்டும் முதலாண்டு பிரீமியத்துக்கு 4.5%. அதன்பின் கட்டும் பிரீமியங்களுக்கு 2.25% வரி.

எண்டோவ்மெண்ட் பாலிசி யாருக்கு சரி?

பலராலும் தொடர்ந்து சேமிக்க இயலாது. அவர்கள் கையில் சேமிக்கும் அளவு பணம் தங்காது. செலவாகிவிடும். அப்படிப் பட்டவர்களுக்கு எண்டோவ்மெண்ட் பாலிசிகள் உதவியாக இருக்கும்.

இந்த வகையில் காப்பீடுடன் சேமிப்பும் சேர்வதால் கட்டும் முழுத் தொகைக்கான ஆயுள் பாதுகாப்பு கிடைக்காது. அந்த வகையில் வருமானம் குறைவாக இருப்பவர்களைக் காட்டிலும் வருமானம் அதிகம் இருப்பவர்களுக்கே எண்டோவ்மெண்ட் பாலிசிகள் பொருத்தமானவை.

வருமானம்

எண்டோவ்மெண்ட் பாலிசிகள் தரக்கூடிய வருமானம், அதாவது, ரிட்டர்ன் ஆன் இன்வெஸ்ட்மெண்ட் (ROI) குறைவாக இருக்கும். யூலிப் பாலிசிகள் சந்தை அபாயத்துக்கு உள்பட்டவை. ஆனால் அதிக வருமானம் தரும் வாய்ப்பு இருப்பவை.

எண்டோவ்மெண்ட் பாலிசிகளின் சேமிப்புப் பணம் அரசு பாண்டுகள் போன்ற பாதுகாப்பான முதலீடுகளில் போடப் படுவதால், போட்ட பணத்துக்கு ஆபத்து வராது. அவற்றில்

கிடைக்கும் வருமானத்தில் இருந்து காப்பீடு நிறுவனங்கள் பாலிசிதாரகளுக்கு போனஸ் தொகை அறிவிக்கும். மெச்சூரிட்டி காலத்தில் அவை பாலிசிதாரரிடம் வழங்கப்படும்.

பல்வேறு நிறுவனங்கள் பலவகையான போனஸ்கள்

நம் நாட்டில் இருபதுக்கும் மேற்பட்ட ஆயுள்/காப்பீடு நிறுவனங்கள் இயங்குகின்றன. ஒரே வயதுடைய நபர்களுக்கு ஒரே பாலிசி தொகைக்கு பல்வேறு நிறுவனங்களும் தரும் போனஸ்கள் வித்தியாசமாக இருக்கின்றன. பாலிசி எடுக்கும் போது இவற்றின் டிராக் ரெக்கார்ட்களை கவனித்து வாங்கலாம்.

வயது

பெரும்பாலான நிறுவனக்கள் 75 வயது வரை மட்டுமே பாலிசி காலமாக வைத்திருக்கின்றன. சில நிறுவனங்கள் பிறந்த குழந்தைக்கே பாலிசிகள் வங்குகின்றன். சில 8 வயது முதலும் பல நிறுவனங்கள் 18 வயது முதலும் கொடுக்கின்றன.

ரைடர்கள்

என்டோவ்மெண்ட் பாலிசிகளுடன் விருப்பப்படும் ரைடர்களை சேர்த்துக்கொண்டு கூடுதல் பிரீமியம் கட்டலாம்.

பிரீமியம் கட்டுவதில் வேறுபாடுகள்

மாதாமாததமோ ஆண்டுக்கு ஒன்று இரண்டு அல்லது நான்கு முறையோ கட்டலாம். அல்லது ஒரேயடியாக பாலிசி எடுக்கும் போதே மொத்த பிரீமியத்தையும் 'லம்ப் சம்'ஆகக் கட்டிவிடலாம். இதற்கு 'சிங்கிள் பே பாலிசி' என்று பெயர்.

மருத்துவப் பரிசோதனைகள்

டெர்ம் பிளான்கள் போல எண்டோவ்மெண்ட் பிளான்களுக்கு மருத்துவ பரிசோதனை கட்டாயமில்லை. ஆனால் பாலிசி எடுக்கும் போது ஒருவருக்கு இருக்கக்கூடிய மருத்துவ பிரச்னைகளை தெளிவாகக் குறிப்பிடவேண்டும். குறிப்பிடாத, பாலிசி எடுப்பதற்கு முன்பே ஆரம்பித்துவிட்டிருந்த ஏதாவது ஒரு மருத்துவக் காரணத்தால் (ப்ரீ எக்சிஸ்டிங் என்பார்கள்) பாலிசிதாரர் இறந்தால், டெத் பெனிஃபிட் பெறுவதில் தாமதம்/ சிக்கல் வரலாம்.

வகைகள்

- *பார்டிசிபேட்டிவ்: காப்பீடு நிறுவனத்தின் லாபங்களில் பங்குபெறும் என்று பொருள். இந்த வகை பாலிசிகளுக்கு கூடுதல் போன்ஸ்தொகைகள் கிடைக்கலாம். பிரீமியமும் அதிகம் இருக்கலாம்.*
- *நான்பார்டிசிபேட்டிவ்: மேலே சொல்லப்பட்டிருப்பதற்கு மாறானது.*
- *ஹோல் லைஃப் : 100 வயது வரை காப்பீடு. பிரீமியம் குறிப்பிட்ட ஆண்டோடு நிறுத்திக்கொள்ளலாம்.*
- *மணி-பேக் : பாலிசி காலம் முடியும்வரை இல்லாமல், இடையிலேயே 5 ஆண்டுகளுக்கு ஒரு முறை என்று சேமிப்பு பணத்தை பாலிசிதாரருக்குத் தருவார்கள். பிரீமியம் அதிகம்.*

இந்த என்டோவ்மெண்ட் பாலிசி வகைகளை சற்று விரிவாகப் பார்க்கலாம்.

8.2.1 மணி-பேக் பாலிசிகள்

இது ஓர் எண்டோவ்மெண்ட் பிளான்தான். இதில் சம்-அஷுர்ட் தொகையில் ஒரு பகுதியை சில ஆண்டுகளுக்கு (5, 10, 15, 20) ஒருமுறை பாலிசிதாரருக்குக் கொடுப்பார்கள். பாலிசி காலத்துக்குப் பிறகு சம்-அஷுர்ட் தொகையில் ஏற்கெனவே கொடுத்ததைக் கழித்துக்கொண்டு மீதித் தொகையை கொடுப்பார்கள். முழு பாலிசி காலத்துக்கும் ஒரே அளவுக்கு இன்சூரன்ஸ் பாதுகாப்பு உண்டு.

பாலிசி காலத்திலேயே பாலிசிதாரர் இறந்துவிட்டால் அவருடைய வாரிசு தாரருக்கு முழு சம்-அஷுர்ட் தொகையை ஏற்கனவே கொடுத்ததைக் கழிக்காமல் கொடுப்பார்கள்.

இருக்கிற பாலிசிகளிலேயே மிக விலை அதிகமான (அதிக பிரீமியம்) பாலிசி மணி-பேக் பாலிசிதான். மற்ற பாலிசிகளைப் போலவே இந்தப் பாலிசிக்குக் கட்டும் பிரீமியத்துக்கு வருமானவரி விலக்கு பெறலாம்.

8.2.2 ஹோல் லைஃப் பாலிசி

ஹோல் லைஃப் பாலிசிகளும் எண்டோவ்மெண்ட் வகையைச் சேர்ந்தவைதான். ஏனைய பாலிசிகள் அதிகபட்சம் 35 ஆண்டுகள்

மட்டும் கவரேஜ் கொடுக்கையில், ஹோல் லைஃப் பாலிசிகள் 80 முதல் 100 வயதுவரை கவேரேஜ் கொடுக்கின்றன.

என்பதோ நூறோ, அந்த குறிப்பிட்ட வயது வந்ததும் பாலிசி தாரரிடம் மெச்சூரிட்டி தொகை வழங்கப்படும். பாலிசிதாரர் உயிருக்கு இடைப்பட்ட காலத்தில் ஏதும் நேர்ந்தால், நியமனம் செய்யப்பட்டவருக்கு மெச்சூரிட்டி பணம் வழங்கப்படும்.

சில பாலிசிகளில் முழு காலகட்டத்துக்கும் பிரீமியம் கட்டத் தேவையில்லை. மேலும் கேஷ் வேல்யூ பகுதி ஆண்டுகள் போகப் போக அதிகரித்துக் கொண்டே போகும். இடைப்பட்ட காலத்தில் ஓரளவு பணத்தை எடுக்கலாம். கடன் வாங்கலாம்.

ஹோல் லைஃப் பாலிசிகளிலும் யூலிப் வகை உண்டு.

பெரும்பாலும் தங்களுக்கு வசதி இருக்கிறது. தங்கள் ஆயுளுக்குப் பின் பிள்ளைகளுக்குப் பணம் போகவேண்டும் என்று நினைப்பவர்கள் ஹோல் லைஃப் எடுப்பார்கள். காரணம், அவர்களே அந்த மெச்சூரிட்டி பெனிஃபிட்டை வாங்கும் சாத்தியம் குறைவு. அவர்களே மெச்சூரிட்டி தொகை வாங்குவ தென்றால் 99 அல்லது 100 வயது வரை வாழ்ந்து வாங்க வேண்டும்.

8.2.3 சில்ரன்ஸ் பாலிசிகள்

முன்பு பார்த்த எண்டோவ்மெண்ட் பாலிசிகள் போன்றதுதான் இது. யாருக்காகச் செய்கிறோம் என்பதில்தான் வேறுபாடு.

குழந்தையின் படிப்புக்கு, திருமணத்துக்கு என்பது போல சில பெரிய செலவுகளுக்கு முன்கூட்டியே தயார் ஆவது, சேமிப்பது. தவிர விபத்துகள், பெரிய மருத்துவ செலவுகள் போன்ற எதிர்பாராதவற்றைச் சமாளிக்கவும் இந்த பாலிசி தொகை உதவும். தவிர பெற்றோர் உயிருக்கு ஏதும் ஆனால், தொடர்ந்து பிரீமியம் கட்ட வேண்டாம் என்ற சலுகை. தவிர, பெற்றோர் இறந்து விட்டால் பாலிசி காலத்தில் பிள்ளைக்கு, சம்-அஷுர்டில் 1% தொடர்ந்து வழங்கப்படும்.

குழந்தை பிறந்தவுடனேயே அதற்காகத் தனியாகச் சேமிக்க நினைக்கிறவர்கள் உண்டு. பிறந்தது பெண் குழந்தையாக இருந்தால், பலரும் மத்திய அரசின் போஸ்ட் ஆபீஸ் செல்வமகள் சேமிப்புத் திட்டத்தில் (சுகன்யா சம்ரிதி யோஜனா) பணம் போட ஆரம்பித்துவிடுவார்கள். சிலர் தனியாக பரஸ்பரநிதி எஸ்.ஐ.பி

போடுவார்கள். சிலர் பப்ளிக் பிராவிடெண்ட் ஃபண்டில் பணம் சேமிப்பார்கள். வேறு சிலர் சைல்ட் இன்சூரன்ஸ் எடுப்பார்கள்.

குழந்தை பிறந்தவுடனேயே ஆரம்பித்துவிடலாம். பாலிசி எவ்வளவு காலத்துக்கு (டெனியூர்) என்பதை பாலிசி போடுகிறவர் முடிவு செய்யலாம். டெர்ம் பிளான் போலில்லாமல், இந்த சைல்ட் இன்சூரன்ஸில், பெற்றோர் (பிரீமியம் கட்டுபவர்) இறந்து விட்டால், பாலிசி முடிவுக்கு வந்துவிடாது. பாலிசி காலம் முடியும் வரை பிரீமியத்தைக் காப்பீடு நிறுவனமே கட்டும். பின்பு பிள்ளைக்கு மெச்சூரிட்டிப் பணம் கிடைக்கும். பிள்ளைக்கு 18 வயது ஆனபின் ஒரு பகுதி தொகையைப் பெறக்கூடிய வாய்ப்புள்ளது. இடைப்பட்ட காலங்களிலும் பணம் பெறும் திட்டங்களும் உண்டு. கடனாகவும் பெறலாம்.

கட்டும் பிரீமியம், கிடைக்கும் வளர்ச்சி மற்றும் முதிர்வுத் தொகை ஆகிய மூன்றுக்கும் வருமான வரியிலிருந்து விலக்கு உள்ளது. அதாவது EEE வரிச்சலுகை.

எண்டொவ்மெண்ட் ஆகவோ யூலிப் திட்டமாகவோ தேர்ந்தெடுக்கலாம். ரைடர்கள் சேர்த்துக்கொள்ளலாம். சிங்கிள் பிரீமியம் பாலிசிகளும் இருக்கின்றன. சில காப்பீடு நிறுவனங்கள் பிரீமியத்தில் தள்ளுபடிகள் கொடுக்கின்றன.

8.2.4 யூலிப் – யூனிட் லிங்க்ட் இன்சூரன்ஸ் பிளான்

யூலிப் குறித்து முன்பே விரிவாகப் பார்த்துவிட்டோம். ஆனால் அவையெல்லாம் விமர்சனங்கள், எச்சரிக்கைகள் போல. இந்தப் பகுதியில் மற்ற வகை பாலிசிகளைப் பார்பது போலவே, விளக்கமாகப் பார்க்கலாம்.

யூலிப் என்றால் ‘யூனிட் லிங்க்ட் இன்சூரன்ஸ் பிளான்’. Unit Linked Insurance Plan என்ற ஆங்கில வார்த்தைகளின் முதல் எழுத்துகளின் சுருக்கம். பரஸ்பர நிதிகளில் வழங்கப்படும் பரஸ்பர நிதி யூனிட் (Mutual Fund Unit) போல இன்சூரன்ஸ் பிரீமியம் பணத்தின் ஒரு பகுதியைக் கொஞ்சம் கூடுதல் ரிஸ்க் இருக்கும் கூடுதல் வருமானம்தர வாய்ப்பிருக்கும் வகைகளில் முதலீடு செய்து லாபம் பார்க்க முயற்சி செய்யும் திட்டம்.

இந்த இடத்தில் ஒரு விளக்கம் தேவைப்படுகிறது. பலரும் நினைத்துக்கொண்டிருப்பது போல எல்லா யூலிப் திட்டங்களும் பங்குச்சந்தைகளில் முதலீடு செய்வதில்லை. பரஸ்பரநிதிகளில்

இருப்பது போலவே, யூலிப்களிலும் இரண்டு மூன்று வகையான முதலீட்டு திட்டங்கள் இருக்கின்றன.

- பங்குகளில் மட்டும் முதலீடு (ஈக்விட்டி இன்வெஸ்ட்மென்ட்)
- கடன் பத்திரங்களில் மட்டும் முதலீடு (இன்வெஸ்ட்மெண்ட் இன் டெட் இன்ஸ்ட்ருமென்ட்ஸ்)
- மேற்கண்ட இரண்டிலும் வெவ்வேறு விகிதாச்சாரங்களில் முதலீடு. (ஹைபிரிட் அல்லது பேலன்ஸ்டு ஃபண்ட்)

இந்த மூன்றில் எதில் முதலீடு செய்யவேண்டும் என்பதை பாலிசிதாரர் முடிவு செய்யலாம். செய்த முடிவை இடையில் மாற்றவும் செய்யலாம். அப்படி செய்வதற்குப் பெயர், 'சுவிட்ச்'. ஓர் ஆண்டில் இத்தனை முறைவரை மாற்றம் செய்வதற்கு கட்டணமில்லை என்று சொல்லும் காப்பீடு நிறுவனங்கள் அதற்கு மேல் சிறு கட்டணம் வசூலிக்கும். ஆனால் சுவிட்ச் செய்ய அனுமதி உண்டு.

கட்டும் பிரீமியப் பணத்தின் ஒரு பகுதி இன்சூரன்ஸுக்கும் மற்றொரு பகுதி முதலீட்டுக்கும் போகிறது. முதலீட்டுக்குப் போகும் பணம் பாலிசிதாரர் விருப்பத் தேர்வுப்படி பங்குகளிலோ, கடன் பத்திரங்களிலோ அல்லது இரண்டிலும் கலந்தோ முதலீடு செய்யப்படும். இதற்கென்றே காப்பீடு நிறுவனத்தில் தனி 'ஃபண்ட் மேனேஜர்' இருப்பார். அவர் முதலீடுகள் செய்வதில் தேர்ச்சி பெற்றவராக இருப்பார்.

பரஸ்பர நிதிகளில் வழங்கப்படுவது போல பாலிசிதாரர்களுக்கு நடப்பு மதிப்பில் (Net Asst Value-NAVயில்) 'யூனிட்'கள் வழங்கப் படும். அவை பாலிசிதாரர் கணக்கில் இருக்கும். தொடர்ந்து பிரீமியம் கட்டக் கட்ட, யூனிட்டுகள் சேர்ந்துகொண்டே போகும். சேரும் யூனிட்டுகளின் எண்ணிக்கை, சந்தை நிலவரத்தைப் பொறுத்தது. பங்குகள் விலை உயர்ந்து, பரஸ்பரநிதி யூனிட்களின் மதிப்பு அதிமானால், அந்த தவணை பிரீமியத்தில் பாலிசி தாரருக்குக் குறைவான யூனிட்களே கிடைக்கும். மாறாக பங்குச் சந்தையில் இறக்கம் இருந்தால் ஒரு யூனிட் மதிப்பு குறையும். அதனால் அதே தவணைப் பணத்துக்கு கூடுதல் யூனிட்கள் வழங்கப்படும்.

இப்படியாக சந்தை நிலவரத்தைப் பொறுத்து முதலீடு செய்யப் படும் பிரீமியத்தின் ஒரு பகுதியின் மதிப்பு மாறுதல் அடைவதால்

யூலிப் பாலிசிகளை சந்தை அபாயங்களுக்கு உள்பட்டது என்பார்கள். உடன் சந்தை வாய்ப்புகளுக்கும் உள்பட்டதுதான்.

இடையில் எடுக்கலாம்

மற்ற சில வகை பாலிசிகளைப் போலில்லாமல், யூலிப் பாலிசிகளில் சேர்ந்திருக்கும் முதலீட்டில் இருந்து ஒரு பகுதியை முதல் 5 ஆண்டுகால 'லாக்-இன்'க்குப் பின் பாலிசிதாரர் எடுக்க அனுமதி உண்டு. குறிப்பாக அவரது குடும்பத்தேவைகளுக்கு எடுக்கலாம். பங்குச்சந்தை மிக அதிகமாக உயர்கிறபோது சிலர் எடுத்துவிடுவார்கள். அது சந்தையில் லாபத்தைப் பதிவு செய்வது போல – புக்கிங் பிராஃபிட்.

கூடுதலாக போடலாம்

விருப்பப்பட்டால் நடப்பில் இருக்கும் யூலிப் பாலிசியில் கூடுதலாக ஒரு குறிப்பிட்ட தொகையை போடலாம். சந்தை வீழ்ச்சியடைந்திருக்கும் நேரம் சிலர் இப்படிப் போடுவார்கள். அதன்மூலம் குறைந்த விலையில் அதிக யூனிட்கள் பெறுவார்கள்.

யூலிப்பில் கட்டும் பிரீமியம், காப்பீடு நிறுவனத்தால் கீழ்கண்ட விதங்களில் பிரித்து எடுத்துக்கொள்ளப்படுகிறது.

- ஃபண்ட் அலக்கேஷன் சார்ஜஸ்
- பாலிசி அட்மினிஸ்டிரேஷன் சார்ஜஸ்
- ஃபண்ட் மேனேஜ்மென்ட் சார்ஜஸ்
- மார்ட்லாலிட்டி சார்ஜஸ்

இவற்றில் நான்காவதாக இருக்கும் மார்ட்டாலிட்டி சார்ஜஸ்தான் இன்சூரன்ஸுக்கான தொகை. பாலிசி காலம் முழுக்க இது மாறாது.

லாக்-இன்

மற்ற வகை பாலிசிகளுக்கு குறைந்தபட்சம் 2 ஆண்டுகள் 'லாக்-இன்' என்று இருப்பது, யூலிப்புக்கு மட்டும் 5 ஆண்டுகள். ஐந்து ஆண்டுகால லாக்-இன் என்றால், எடுத்த பாலிசியை நிறுத்திவிட்டு உடனடியாகப் பணம் திரும்பப்பெற முடியாது. 5 ஆண்டுகள் முடியவேண்டும்.

2007/2008ல் யூலிப் வகை பாலிசிகள் அதிகம் விற்கப்பட்டதும், பங்குச்சந்தை திடீர் சரிவால் பாலிசிதாரர்கள் நஷ்டப்பட்டது

குறித்தும் முன்பே விரிவாகப் பார்த்திருக்கிறோம். அதனால்தான் செபி லாக்-இன் காலத்தை யூலிப் பாலிசிகளுக்கு மட்டும் கூட்டியது.

அதுமட்டுமல்ல, நிறுவனங்கள் யூலிப் பாலிசிகளையே விற்கக் கூடாது என்றும் தடைவிதித்தது. (இது குறித்து விரிவான தகவல்களுக்கு நான் எழுதிய கட்டுரையை, பின் இணைப்பில் பார்க்கலாம்). இதைக் கொடுக்கவேண்டிய தேவை என்னவென்றால், இது போல சில பாலிசிகளுக்கேகூட தடைகள் வந்திருக்கின்றன என்பதைத் தெரிவிக்கவும், உடன் இதுபோல எதிர்காலத்திலும் நடக்கலாம் என்று எச்சரிக்கவும்தான்.

பரஸ்பரநிதிகளும் யூலிப்பும்

யூலிப் என்பது இன்சூரன்ஸ் என்ற போர்வையில் இயங்கும் பரஸ்பரநிதிதான் என்பவர்களும் உண்டு. கட்டும் பிரீமியத்தின் ஒரு பகுதி சந்தையில் முதலீடு செய்யப்படுவதுதான் அதற்குக் காரணம். பரஸ்பரநிதியில் இருக்கும் பல கட்டணங்கள் யூலிப்பிலும் வசூலிக்கப்படுகின்றன. எல்லாம் கட்டும் பிரீமியத்தில் இருந்துதான் எடுத்துக்கொள்ளப்படும்.

வரிகள் - வரிவிலக்குகள்

யூலிப்புக்குக் கட்டும் பிரீமியத் தொகைக்கு வருமான வரி சட்டம் பிரிவு 80Cயின் கீழ் விலக்குப் பெறலாம். பிரீமியம் கட்டும்போது அதற்கு 18% ஜி.எஸ்.டி வரி உண்டு.

2021 நிலவரப்படி ஆண்டு ஒன்றுக்கு ரூ 2.5 லட்சத்துக்கும் அதிகமாக கட்டும் பாலிசிகள் முதிர்வடையும்போது பெறப்படும் தொகைக்கு வருமான வரி விலக்கு இல்லை. மற்ற பாலிசிகளுக்கு, பிரிவு 10Dயின் கீழ் உண்டு.

ஓர் ஒப்பீடு

டெர்ம் இன்சூரன்ஸ், எண்டோவ்மெண்ட் மற்றும் யூலிப் இன்சூரன்ஸ் ஆகிய மூன்றையும் ஒப்பிட கீழ் கண்ட படம் உதவியாக இருக்கும். உதாரணத்துக்கு ஒருவர் இந்த மூன்று பாலிசிகளும் வைத்திருக்கிறார். மூன்றுக்கும் ஒரே அளவு பிரீமியம் கட்டுகிறார் என்று வைத்துக்கொள்வோம். ஒவ்வொரு வகைப் பாலிசியில் இருந்தும் அவருக்கு என்ன கிடைக்கும் எவ்வளவு

கிடைக்கும், எது கிடைக்காது என்பதை இந்தப் படம் மூலம் பார்க்கலாம்.

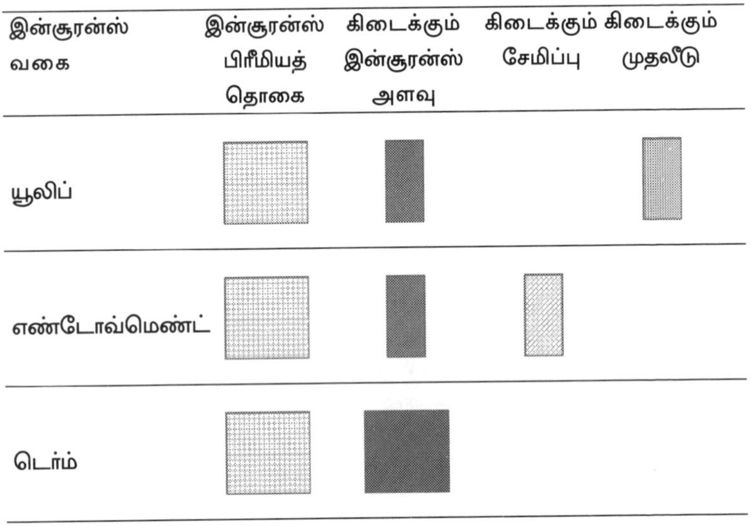

இன்சூரன்ஸ் வகை	இன்சூரன்ஸ் பிரீமியத் தொகை	கிடைக்கும் இன்சூரன்ஸ் அளவு	கிடைக்கும் சேமிப்பு	கிடைக்கும் முதலீடு
யூலிப்				
எண்டோவ்மெண்ட்				
டெர்ம்				

> ஆயுள் காப்பீடை எவ்வளவு தொகைக்கு, எவ்வளவு ஆண்டுகளுக்கு எடுத்திருக்கிறோம், பிரீமியம் கட்டுகிறோம் என்பது மட்டுமல்ல, அதைவிட, எந்த வகை பாலிசி எடுத்திருக்கிறோம் என்பதுதான் முக்கியம்.

9

வீட்டுக்கடனுடன் இணைந்த இன்சூரன்ஸ்

வீட்டுக்கான இன்சூரன்ஸ் செய்வது என்பது வேறு. வீடு கட்ட வாங்கிய கடன் மீது இன்சூரன்ஸ் எடுப்பது வேறு.

முதலாவது கட்டடம் மற்றும் வீட்டில் உள்ள பொருட்கள் ஆகிய இரண்டுக்கும் ஏதேனும் சேதம் நேர்ந்தால், அதற்கு பணம் பெற்றுத் தருவது. சேதம் என்பது, விபத்து, திருட்டு, இயற்கை சீற்றம் போன்றவற்றால் ஏற்படலாம். அந்த நஷ்டத்தைச் சரிசெய்துகொள்ள உதவும் பணம் பெற்றுத் தரும் இன்சூரன்ஸ். இது பலருக்கும் தெரிந்ததுதான். வண்டிக்கு இன்சூரன்ஸ் எடுப்பது போலதான்.

இது தவிர, வீடு தொடர்பாக மற்றொரு இன்சூரன்ஸூம் இருக்கிறது. அதன் பெயர், ஹோம் லோன் புரெட்டக்ஷன் பிளான். (Home Loan Protection Plan. சுருக்கமாக HLPP.) இனி இதை HLPP என்றே குறிப்பிடுவோம்.

பொதுவாக இன்கம் ரீபிளேஸ்மென்ட்டுக்காகத்தான் இன்சூரன்ஸ். அந்த வருமான நிறுத்தத்தின் காரணம் என்பது, பெரும்பாலும் இறப்புதான். தவிர ரைடர்கள் மூலம் வேறு சில காரணங்களால் விபத்து, உயிர் அச்சுறுத்தல் நோய்கள், வேலை இழப்பு ஆகியவையும் சேர்க்கப்படுகின்றன.

ஒருவருடைய வருமானம் நின்று போனால் மட்டுமா அவரை நம்பி உள்ள குடும்பம் தவிக்கும்? அவர் கடன் வைத்துவிட்டுப் போனாலும் குடும்பத்துக்கு அதே நிலைதானே வரும்! அல்லது வருமான நிறுத்தத்துக்கு மேல் ஒரு இன்னொரு அடியாக அல்லவா அது அமையும். குடும்பத்தலைவர் சில கடன்களைத் தவிர்க்க முடியும். வேறு சில கடன்களைத் தவிர்க்கவே முடியாது. அப்படிப்பட்ட கடன்களில் முக்கியமான ஒன்று வீட்டுக்கடன்.

சொந்த வீடு என்பது மத்திய தர வர்க்கம் மற்றும் அதற்கும் கீழே இருப்பவர்களுக்கு அவசியம். அதை அவர்களால் முழு பணம் கொடுத்து வாங்க இயலாது. கடன் வாங்கித்தான் பெரும் பாலானவர்களால் வீடு வாங்க முடியும். அப்படி வாங்கிய கடனுக்கு அவர்களுடைய வேலை செய்கிற காலம் முழுக்க அல்லது முக்கால் காலத்துக்காவது வட்டியும் ஒரே அளவு அசலும் என EMI கட்டிக் கொண்டிருப்பார்கள். 10, 15, 20, 25, 30 என்று பலவிதமான கால அளவுகளில் அவரவர் திருப்பிக் கட்டமுடியும் சக்தி பொறுத்து வாங்குவார்கள்.

சில துரதிர்ஷ்டசாலிகள் கடன் வாங்கி வீடு வாங்கிய பின் ஒரு சில ஆண்டுகளில் இறந்து போனால், அவர்களது வீடு இருக்கும். உடன் வீட்டுக் கடனும் இருக்கும். ஆனால், கடன் வாங்கியவரும் அவரால் வந்த வருமானமும் இருக்காது. இந்த நிலையில் அந்த குடும்பம் எப்படி வீட்டுக் கடனுக்கான தவணை கட்டுவது; கடனை அடைப்பது? கட்டாமல் விட்டால் கூட்டு கடன் கொடுத்த நிறுவனம் வீட்டை ஏலம் விட்டு, அது கடனாகக் கொடுத்த பணத்தை எடுத்துக்கொள்ளும்; வீடு போய் விடும்.

இந்தப் பிரச்னையைத் தவிர்க்க ஓர் ஏற்பாடு செய்திருக்கிறார்கள். அதன் பெயர் ஹோம் லோன் புரெட்டக்ஷன் பிளான் - HLPP. இது, வீட்டுக்கடன் யார் பெயரில் இருக்கிறதோ, அவர் பெயரில் எடுக்கப்படும் ஒரு டெர்ம் இன்சூரன்ஸ். அதன் ‘டென்யூர்’ வீட்டுக்கடன் கால அளவே இருக்கும். தொகை வீடுக்கடன் அளவு.

கடைசி தவணை கட்டியதும் பாலிசியும் முடிவுக்கு வந்து விடும். அதன் பின் பணம் கட்ட வேண்டாம். பணம் ஏதும் நிறுவனத்திலிருந்து திரும்ப கிடைக்காது. காரணம், இது, டெர்ம் இன்சூரன்ஸ் வகை. அதன்படி இதில் சேமிப்பெல்லாம் இல்லை. கொஞ்ச பிரீமியம்தான்.

இடையில் ஏதும் அசம்பாவிதம் நடந்தால், அந்தத் தொகை, கடன் கொடுத்த நிறுவனத்துக்குப் போய்விடும். கடன் அடைக்கப்பட்டு குடும்பத்துக்கு வீடு சொந்தமாகிவிடும். அதன் பின் அந்தக் குடும்பம் தவணை ஏதும் கட்ட வேண்டாம்.

இப்படிப்பட்ட காப்பீடை வீட்டுக் கடன் கொடுக்கும் நிறுவனங்களே ஏற்பாடு செய்கின்றன. அந்த நிறுவனங்களிடம் தான் அதை எடுக்கவேண்டும் என்கிற கட்டாயம் இல்லை. அதேபோல வீடு வாங்கியுள்ள எல்லோரும் இப்படி ஒரு இன்சூரன்ஸ் எடுக்க வேண்டும் என்பதும் கட்டாயமில்லை. அவரவர் புரிதல், வசதி பொறுத்து முடிவுசெய்துகொள்ளலாம்.

வீட்டுக்கடன் வாங்குகிறவர்கள் தனியாக டெர்ம் இன்சூரன்ஸ் எடுக்கையில் இந்தவித பாலிசியை பற்றி தெரிந்துகொண்டுவிட்டு பின்னர் யோசித்து முடிவெடுக்கலாம். பியூர் டெர்ம் இன்சூரன்ஸ் அளவைக் குறைத்துக்கொண்டு இதை எடுத்துக்கொள்ளலாம் அல்லது HLPP மட்டும் எடுத்துக்கொள்ளலாம்.

ஒருவர் வீட்டுக்கடன் கட்டத் தொடங்குகையில் அவரது நிலுவைத்தொகை அதிகமாக இருக்குமே. ஆண்டுகள் போகப் போக அவர் தொடர்ந்து அவனை கட்டி வர நிலுவைத் தொகையில் அசல் பகுதி குறைந்து கொண்டு வரும் அல்லவா? உதாரணத்துக்கு ஒருவர் 20 ஆண்டுகாலக் கடன் வாங்கிவிட்டு 19வது ஆண்டில் இறக்க நேர்ந்தால், அதன்பின் ஓராண்டு தானே அந்தக் குடும்பம் தவணை கட்ட வேண்டும்? ஆனால், இன்சூரன்ஸ் தொகை அதிகம் வருமே. மீதத்தை என்ன செய்வார்கள்? குடும்பத்துக்கு கொடுப்பார்களா என்று சந்தேகம் வரலாம்.

ஒருவர் டெர்ம் இன்சூரன்ஸ் தனியாக எடுத்தால்தான் அப்படிப்பட்ட நிலை வரும். இந்த வகை HLPP-ல் அப்படி ஏதும் மீதித் தொகை குடும்பத்துக்கு வராது. காரணம், ஒவ்வொரு மாதமும் வீட்டுக்கடன் அசல் தொகையில் எவ்வளவு பாக்கி இருக்கிறதோ அந்த அளவுக்குதான் டெர்ம் இன்சூரன்ஸ் இருக்கும்.

ஆமாம். உங்கள் யூகம் சரிதான். அசல் பகுதி கட்டப்பட, கட்டப்பட, பாலிசியின் டெத் பெனிஃபிட்டும் குறைந்து கொண்டே வரும். அப்படித்தான் அந்தத் திட்டத்தை வடிவமைத் திருக்கிறார்கள். அதனால்தான் பிரீமியம் குறைவாக இருக்கும்.

உதாரணத்துக்கு ஒருவர் 50 லட்ச ரூபாய் வீட்டுக் கடன் வாங்கி அதை 20 ஆண்டுகளில் திருப்பிக் கட்டுவதாக ஒப்புக் கொண்டிருந்தார் என்று வைத்துக்கொள்வோம். அதே 50 லட்ச ரூபாய்க்கு அவர் பெயரில் டெர்ம் இன்சூரன்ஸ் எடுக்கிறார். முதல் மாதத்தில் 50 லட்ச ரூபாயாக இருக்கும் டெர்ம் இன்சூரன்ஸ் 20வது வருடம் அவர் கட்ட வேண்டிய நிலுவைத் தொகை 50,000 என்றால் அந்த அளவுக்குத்தான் அவரது டெர்ம் இன்சூரன்ஸ் இருக்கும். இப்படியாக போகப்போக இன்சூரன்ஸ் தொகை குறையும்.

இந்தவகை இன்சூரன்ஸ் திட்டத்தில் இப்படியாக ஒரு அட்டவணை தயாரித்து அதன்படி பிரீமியம் வசூலிப்பார்கள்.

டெர்ம் இன்சூரன்ஸுக்கும் HLPPக்கும் உள்ள வேறுபாடுகள்.

டெர்ம் இன்சூரன்ஸ்	HLPP
சம் அஷ்யூர்டு, பாலிசிகாலம் முழுக்க மாறுபாடு இல்லாதது.	தொடக்கத்தில் சம் அஷ்யூர்டு அதிகமாகவும், போகப் போகக் குறைவாகவும் இருக்கும்.
ஒப்பீட்டு அடிப்படையில் இதன் பிரீமியத் தொகை அதிகம்.	வீட்டுக்கடன் அளவுக்கு பாலிசி தொகை இருக்கும்.
ஒருவடைய வருமானத்தைப் பொறுத்து அவர் எந்த அளவுக்கும் பாலிசி எடுக்கலாம்.	ஒப்பீட்டு அடிப்படையில் பிரீமியத் தொகை குறைவு.

ஏற்கனவே தேவையான அளவு இன்சூரன்ஸ் எடுத்திருப்பவர்கள் குறிப்பாக, டெர்ம் இன்சூரன்ஸ் எடுத்திருப்பவர்கள் வீடு வாங்கும்போது இந்த இன்சூரன்ஸ் எடுக்க வேண்டிய அவசியமில்லை.

'இல்லை. இந்தக் கடனுக்குத் தனியாக ஒரு இன்ஷூரன்ஸ் தேவைதான். என்னால் இதற்காக தனியாக, கூடுதலாக, பிரீமியம் கட்ட முடியும்' என்று நினைப்பவர்கள், எடுக்கலாம். கூடுதல் பாதுகாப்புதான்.

இந்த இன்சூரன்ஸ் என்பது வீட்டுக் கடன் தொகைக்கு. தொடர்ந்து தவணைகள் கட்ட வீட்டுக் கடன் தொகை குறையக் குறைய, இன்சூரன்ஸ் தொகை குறைந்து கொண்டே போகும்.

இதற்குக் கட்டவேண்டிய பிரீமியம் தொகை எவற்றைப் பொறுத்தது?

1. வீட்டுக்கடனின் மொத்த அளவு அதிகம் என்றால், இன்சூரன்ஸ் பிரீமியம் அதிகம்.

2. வீட்டுக் கடனை திருப்பிக் கட்டும்காலம் அதிகமாக இருந்தால், மொத்தத்தில் கூடுதல் பிரீமியம் செலவாகும்.

3. பாலிசி எடுப்பவர் வயது அதிகம் என்றால், அவர் கட்ட வேண்டிய பிரீமியமும் அதிகமாகும். ரிஸ்க் கூடுதல் அல்லவா. அதனால். வயது குறைவென்றால், ஒரே அளவு கடனுக்கு அதே டெனியூருக்கு பிரீமியம் குறையும்.

4. வீட்டுக் கடன் வாங்குபவரின் உடல் ஆரோக்கியக் குறைபாடு அதிகம் என்றால் (சர்க்கரை வியாதி, இதயக் கோளாறு இத்யாதி இத்யாதி இருந்தால்), பிரீமியம் அதிகரிக்கும். இல்லை என்றால், குறைவுதான்.

பணம் இருபவர்கள் சிலர் இந்த பாலிசிக்கு 'ஒன் டைம் பிரீமியம்' ஆகக் கட்டிவிடுகிறார்கள். வீட்டுக்கடன் கொடுக்கும் நிறுவனங்கள் சில கடன் கொடுக்கும் போதே இந்த ஒன் டைம் பிரீமியத்தையும் கடனாகக் கொடுத்துவிடுகிறார்கள். கடன் கொடுக்கும் நிறுவனத்துக்குக் கூடுதல் பாதுகாப்பு.

உதாரணத்துக்கு ஒருவர் 30 லட்ச ரூபாய் வீட்டுக்கடன் பெற்றால், அவர் கட்ட வேண்டிய ஒரே தவணை இன்சூரன்ஸ் பிரீமியத் தொகை 50 ஆயிரம் என்றால் (எல்லாம் உதாரணம்தான்) அவருக்கு 30.5 லட்சம் கடன் கொடுப்பார்கள்.

இப்படி கடன் வாங்கி பிரீமியம் கட்டினால் அதற்கு வருமான வரி விலக்கு இல்லை என்கிறார்கள். தெரிந்துகொண்டு செய்யலாம்.

ஒரே தவணையாக வீடுக்கடனுக்கான இன்சூரன்ஸ் பிரீமியம் கட்டுவது லாபமா?

இல்லை.

வீட்டுக்கடனைப் பெற்ற நிறுவனத்தில் இருந்து வட்டி குறைவு போன்ற காரணத்துக்காக வேறு நிறுவனத்துக்கு மாற்றும்போது சிக்கல் வரலாம். கடன் அசலில் ஒரு பகுதியை திருப்பிக்கட்டி கடன் அளவைக் குறைக்கும் போது, ஒன் டைமில் கட்டியதைத்

திருப்பித்தரவோ குறைத்துகொள்ளவோ மாட்டார்கள். தப்பித் தவறி கடன் வாங்கியவர் சில ஆண்டுகளுக்குள்ளாகவே இறக்க நேர்ந்தால், ஒன் டைம் பிரீமியம் முழு டெனியூருக்கும் கட்டியது வீண்.

எனவே HLPPஐப் பொறுத்தவரை, பிரீமியத்தை அவ்வப்போது EMI உடன் கட்டுவது லாபமாக மாறலாம்.

> 'வீட்டுக்கடன் ஆயுள் காப்பீடு' என்பது ஒரு வரப்பிரசாதம். நிலுவையில் இருக்கும் கடன் தொகை அளவுடன் தொடர்ந்து மாறிக்கொண்டே வரும் அம்சம் சிறப்பானது; குடும்பத்திற்கும் பாதுகாப்பானது. வீட்டுக் கடன் வாங்கும்போது அதை எடுத்துவிடுவது நல்லது. அதற்கு முன்பே பெரிய சம்-அஷுர்ட் தொகைக்கு இன்சூரன்ஸ் இருந்தால் மட்டுமே இதைத் தவிர்க்கலாம்.

10

காப்பீடுடன் சேர்ந்த ஓய்வூதியத் திட்டம்

ஆயுள் காப்பீடுத் திட்டங்களில் இதுவும் ஒரு வகை திட்டம். காப்பீடு தவிர, ஓய்வூதியமும் பெறுவதற்கான திட்டம்.

காப்பீடு பாலிசி ஏதும் எடுத்துவிட்டு மாதாமாதம் அல்லது ஆண்டுக்கு ஒருமுறை என பிரீமியம் கட்டுவது போல, இந்த பாலிசிக்கும் கட்டி வரலாம். பாலிசி காலம் முடிவதற்கு முன்பாக பாலிசிதாரர் உயிருக்கு ஏதும் நேர்ந்தால், முழு பாலிசி தொகை 'சம்-அஷுர்ட்' அவருடைய நாமினியாக நியமிக்கபட்டவரிடம் வழங்கப்படும்.

மற்றபடி பாலிசிதாரர் முழு பாலிசி காலமும் பிரீமியம் கட்டியபிறகு, அவரிடம் 'மெச்சூரிட்டி தொகை' கொடுப்பதற்குப் பதிலாக, அதில் ஒரு பகுதியை மட்டும் கொடுத்துவிட்டு மீதித்தொகையை அவருடைய ஓய்வூதியத்துக்கு முதலீடாக வைத்துக்கொள்வார்கள். அதன்பின், அவர் ஓய்வு பெற்ற மாதத்திலிருந்து அவருக்கு மாதாமாதம் ஒரு தொகை, ஓய்வூதியமாக அவருடைய ஆயுள் காலம் முழுக்க வழங்கப்படும். அவரது காலத்துக்குப்பின், அந்த முதலீட்டுத் தொகை முழுவதும் அவருடைய வாரிசுதாரருக்கு வழங்கப்படும். இதுதான் காப்பீடு மூலம் செய்யக்கூடிய ஓய்வூதியத் திட்டம்.

ஓய்வூதியத்துக்கு என்று நேஷனல் பென்ஷன் திட்டங்கள் (NPS) போல தனியார் நிறுவனங்களும் இருக்கின்றனவே. இன்சூரன்ஸ் திட்டங்களுடன் சேர்ந்து செய்வதால் என்ன பலன் அல்லது குறைபாடு?

கிட்டதத்தட்ட யூலிப் போன்றதுதான் இதுவும். முழுக்க முழுக்க காப்பீடாக இல்லாமல், உடன் வேறு ஒரு திட்டத்தையும் இணைத்துக்கொண்டிருக்கிறது. அதனால் பிரீமியத் தொகை கூடுதலாக இருக்கும். அதற்கு உரிய பலன்களும் கிடைக்கும்.

ஒருவருக்கு தேவைப்படும்போது ஊதியம் எவ்வளவு என்பதை கணக்கிட சில முறைகள் வைத்திருக்கிறார்கள். அப்படிப்பட்ட கணக்குகளை எல்லாம் உள்ளடக்கிய சில வலைத்தளங்கள் இருக்கின்றன. மிக எளிதாக எவரும் கணக்கிட்டுப் பார்க்கலாம்.

Policybazaar.com இணையத்தளத்தில் பென்சன் கால்குலேஷன் செய்யக்கூடிய வசதி இருக்கிறது. இன்னும் சில வலைத்தளங் களிலும் இருக்கலாம். இந்த இணையத்தளத்தில் கற்பனையாக மூன்று நபர்களுக்கு என்ன ஓய்வூதியம் பெற, மாதம் எவ்வளவு பிரீமியம் கட்டவேண்டும் என்று கணக்கிட்டுப் பார்த்தேன்.

நாம் கொடுக்க வேண்டிய தகவல்கள் வருமாறு.

- பிறந்த தேதி, ஆண்டு
- ஓய்வு பெறும் வயது
- தற்போதைய ஆண்டு வருமானம்
- தற்போதைய ஆண்டு சேமிப்பு தொகை
- குடியிருக்கிற வீடு சொந்த வீடா அல்லது வாடகை வீடா

மேலும் ஆண்டு வருமானம் ஒவ்வொரு ஆண்டும் எத்தனை சதவீதம் உயரும், சேமிப்பு ஒவ்வொரு ஆண்டும் எத்தனை சதவீதம் உயரும் போன்ற தகவல்களையும் உள்ளீடு செய்யலாம். அவர்கள் கொடுத்திருப்பது 5%. இதை நாம் மாற்றிக்கொள்ளலாம். அதே 5% இருக்கட்டும் என்று விடவும் செய்யலாம். நான் 5% என்பதை அப்படியே இருக்கட்டுமென்று விட்டுவிட்டேன்.

அடுத்து, அவர்கள் சில அனுமானங்கள் செய்துகொள்கிறார்கள்.

- ஒவ்வொரு ஆண்டும் பணவீக்கம் எத்தனை சதவிகிதம் இருக்கும்?

- நாம் தொடர்ந்து கட்டுகிற பிரீமயம் மூலம் சேரும் பணத்துக்கு என்ன வருமானம் கிடைக்கும்? ஆயுள் எத்தனை ஆண்டுகள்?

- பிரீமியம் முழுவதும் கட்டி முடித்து ஓய்வு பெறும்போது இருக்கும் தொகைக்கு என்ன வட்டி விகிதத்தில் வருமானம் கிடைக்கும்?

- அவருடைய பணி ஓய்வு பெறும் போது இருக்கிற சம்பளத்தில் எத்தனை சதவீதம், அதன்பிறகு ஓய்வூதியமாகத் தேவைப்படும்.

இவற்றையெல்லாம் முடிவு செய்த பிறகு, ஒருவர் இப்போது பாலிசி எடுத்து பிரீமியம் கட்ட ஆரம்பிக்கிறார் என்று வைத்துக்கொண்டால், பணி ஓய்வு பெறும் வரை அவர் மாதாமாதம் என்ன தொகை கட்ட வேண்டியிருக்கும்? அப்படி தொடர்ந்து கட்டிமுடித்தால், பணி ஓய்வுக்குப் பிறகு அவருக்கு ஓய்வூதியமாக மாதம் என்ன தொகை கிடைக்கும் என்கிற தகவல்கள் வருகின்றன.

எடுத்துக்காட்டு நபர் 1

நான் முதலில் எடுத்துக்கொண்ட நபர் பிறந்த ஆண்டு, 1985. அப்படியென்றால் 2021 ஆம் ஆண்டில் அவருக்கு வயது 36.

அவருக்கு ஓய்வு பெறும் வயதாக நான் கொடுத்தது 58. அப்படியென்றால் அவர் 2044ஆம் ஆண்டு பணி ஓய்வு பெறுவார். அதுவரை அவர் பிரீமியம் கட்டுவார்.

அவருடைய ஆண்டு வருமானம் ரூ.25 லட்சம். அவருடைய ஆண்டு சேமிப்பு ரூ.10 லட்சம். அவர் வசிப்பது, சொந்த வீட்டில்.

ஏற்கெனவே தெரிவித்ததுபோல, அவருடைய ஆண்டு வருமானமும் ஆண்டு சேமிப்பும் சராசரியாக வருடத்துக்கு 5 சதவீதமாக ஓய்வு காலம் வரை உயர்ந்து கொண்டே போகும். இவ்வளவுதான் நான் கொடுத்த தகவல். வலைத்தளத்தில் இருந்த 'கால்குலேட்டர்' சில அனுமானங்களைக் காட்டியது. அவற்றை மாற்றலாம் என்றாலும் நான் அப்படியே விட்டுவிட்டேன். அதன்படி,

- நாட்டில் பணவீக்கம் தொடர்ந்து 2.5 சதவீதமாக இருக்கும்.
- அவருடைய சேமிப்பு தொகைக்குக் கிடைக்கக்கூடிய வருமானம் 6%.

- அவருடைய ஆயுள் 90 ஆண்டுகள்.
- அவருடைய முதலீட்டுக்குக் கிடைக்கக்கூடிய வட்டி 11%.
- அவருடைய பணி ஓய்வு பெறும் மாதத்தில் கிடைக்கிற ஊதியத்தில், 55% அவருக்கு பணி ஓய்வுக்குப் பின் மாத வருமானமாகத் தேவைப்படும்.

இந்த குறிப்பிட்ட நபருக்கு 'கால்குலேட்டர்' தெரிவித்த விவரங்கள்:

- தேவைப்படும் மாத ஓய்வூதியம் 3.52 லட்ச ரூபாய்.
- இப்போதிலிருந்து மாதம் 65 ஆயிரம் ரூபாய் பிரீமியமாகக் கட்டி, ஓய்வூதியத் திட்டத்தில் சேமிக்கத் தொடங்க வேண்டும்.

இதையே கொஞ்சம் மாற்றி உள்ளீடு செய்தேன்.

எடுத்துக்காட்டு நபர் 2

- பிறந்த தேதி, ஆண்டு : 1.4.1985
- ஓய்வு பெறும் வயது :58
- தற்போதைய ஆண்டு வருமானம் : 10 லட்சம்
- தற்போதைய ஆண்டு சேமிப்பு தொகை : 1.5 லட்சம்
- குடியிருக்கிற வீடு: வாடகை வீடு.

மற்ற உள்ளீடுகளில் மாற்றம் இல்லை. முதல் நபருக்கு செய்த அதே அளவுகள்தான். கால்குலேட்டர் சொன்ன தகவல்கள்:

- பணி ஓய்வின் போது அவருக்கு இருக்கக்கூடிய ஆண்டு ஊதியம் ரூ.24.50 லட்சம்.
- அவருடைய ஆண்டு சேமிப்பு ரூ. 4.6 லட்சம்.
- அவருக்கு தேவைப்படக்கூடிய மாத ஓய்வூதியத் தொகை ரூ.1.12 லட்சம்.
- இப்போது மாதாமாதம் கட்ட வேண்டிய பிரீமியம் 21 ஆயிரம் ரூபாய்.

எடுத்துக்காட்டு நபர் 3

வயதை மாற்றினேன். இந்த நபர் பிறந்தது 1980ம் ஆண்டு. அப்படியென்றால் அவருக்கு 2021 ஆம் ஆண்டில் வயது 41. மேலும் அவருடைய ஓய்வு வயதை இரண்டு ஆண்டுகள் அதிகரித்து 60

ஆக்கினேன். அவருடைய ஆண்டு வருமானத்தை 18 லட்சம் ரூபாய் என்று குறிப்பிட்டேன். ஆண்டு சேமிப்பை மூன்றரை லட்சம் ஆக்கினேன். சொந்த வீடு என்று குறிப்பிட்டேன்.

கால்குலேட்டர் தெரிவித்த தகவல்கள்:

- பணி ஓய்வின் போது அவருக்குக் கிடைக்ககூடிய ஆண்டு வருமானம், ரூ. 65.46 லட்சம்.
- அப்போது அவர் செய்யக் கூடிய ஆண்டு சேமிப்பு ரூ. 8.84 லட்சம்.
- பணி ஓய்வுக்குப் பிறகு தேவைப்படும் மாத ஓய்வூதியம்: ரூ. 2.84 லட்சம்.
- இப்போது இருந்து கட்ட வேண்டிய மாதாந்திர பிரீமியத் தொகை: ரூ. 83 ஆயிரம்.

இதே போல் யார் வேண்டுமானாலும் அவர்களது சரியான வயது அல்லது கணவன், மனைவி, அல்லது பிள்ளைகளுடைய சரியான வயது, வருமானங்கள் ஆகியவற்றை உள்ளீடு செய்து பார்க்கலாம். அனுமானங்களையும் அவர்களே முடிவு செய்யலாம். அவற்றை ஓரளவு குறைவாக வைத்து கணக்கிட்டுப் பார்பதே சரியாக இருக்கும். வலைத்தளம் காட்டும் அனுமானங்களில் எதை வேண்டுமானாலும் மாற்றிக்கொள்ளலாம். கட்ட வேண்டிய மாதாந்திரத் தொகை தெரிய வரும்.

நீங்கள் ஒரு விஷயத்தைக் கவனித்திருக்கலாம். சொந்த வீடு வைத்திருப்பவர்களுக்கு ஓரளவுக்கு மாதாந்திர ஓய்வூதியத் தொகை குறைவாகத் தேவைப்படுகிறது. வாடகை வீடு வைத்திருப்பவர்களுக்கு அதிகமாகத் தேவைப்படுகிறது.

இரண்டாவது ஒருவர் எவ்வளவுக்கு எவ்வளவு சீக்கிரமாக இளம் வயதில் இருந்தே இதில் பணம் சேமிக்கத் தொடங்குகிறாரோ அவ்வளவு குறைவான தொகையை அவர் சேமித்தால் போதும். மாறாக ஒருவர் தாமதமாகத் தொடங்கினால் அவருக்குத் தேவைப்படும் ஓய்வூதியம் பெறுவதற்கு அவர் அதிக அளவில் சேமிக்க, பிரீமியம் கட்ட வேண்டியதாகிவிடுகிறது.

எனவே, ஓய்வூதியத் திட்டம் என்பது அவசியம். அதை எவ்வளவு முடியுமோ அவ்வளவு சீக்கிரம் ஆரம்பித்துவிட வேண்டியது முக்கியம்.

ஒரு பாலிசிதான் போட வேண்டும் என்பதில்லை. ஒன்றுக்கு மேற்பட்ட பாலிசிகளை வெவ்வேறு நிறுவனங்களில் போடலாம். வருமானம் அதிகரிக்க அதிகரிக்க, கூடுதல் பாலிசிகள் போட்டு ஓய்வுக்குப் பிறகு கிடைக்கக்கூடிய மாதத் தொகையைத் தேவைப்படும் அளவுக்கு உறுதி செய்துகொள்ள முடியும்.

பொருளாதாரக் காரணங்கள் தவிர சமூக காரணங்களுக்காகவும் சொந்த வீடு அவசியம். அதற்கான ஏற்பாட்டைப் பணி ஓய்வு காலத்துக்கு பல ஆண்டுகள் முன்பே தொடங்கிவிட வேண்டும்.

ரிட்டயர்மெண்ட் திட்டங்களின் வகைகள்

1) கட்டுகிற பணம் எதில் முதலீடு செய்யப்படுகிறது - பங்குகள் கடன் பத்திரங்கள்

2) பாலிசிக்கான பிரீமியம் எப்படி கட்டப்படுகிறது? ஒரே தவணையிலா தொடர்ந்து பல தவணைகளாகவா?

3) ஆண்டுத் திட்டங்கள்

   சிங்கிள் லைஃப். அவருடைய வாழ்நாள் முழுக்க அவருக்கு வருமானம்; அதன்பிறகு அவருடைய வாரிசுதாரருக்கு அவர் கட்டியிருந்த பணம் திருப்பித் தரப்படும்.

   ஆயுள் காலம் முழுக்க பணம் தரப்படும்; அதற்குப் பிறகு எதுவும் தரப்படாது. இது பெயர் வித்தவுட் ரிட்டர்ன் ஆஃப் பிரீமியம்.

   கணவன் அல்லது மனைவி பாலிசிதாரர் இருக்கும்போது அவருடைய வாழ்நாள் முழுக்க அதற்குப் பிறகு அவருடைய வாரிசுதாரர்கள் வாழ்நாள் முழுக்க வழங்கப்படும் ஓய்வூதியம்.

> **பணி செய்யும் இடத்தில் நல்ல ஓய்வுவூதியத் திட்டம் இருப்பவர்கள் மற்றும் ஏற்கனவே தனி ஓய்வூதிய திட்டங்களில் சேமித்தவர்கள் தவிர மற்றவர்கள் இதில் சேருவது குறித்து ஆலோசிக்கலாம்.**

11

குரூப் இன்சூரன்ஸ்

ஆயுள் காப்பீடில் மற்றொரு வகையும் இருக்கிறது. அதன் பெயர் குரூப் இன்சூரன்ஸ். ஒரு நிறுவனத்தில் பணிபுரியும் அனைத்து ஊழியர்களுக்கும் அல்லது குறிப்பிட்ட பிரிவில் இருக்கும் ஊழியர்களுக்கு அந்த நிறுவனத்தின் நிர்வாகம் மொத்தமாக எடுக்கும் ஒரு இன்சூரன்ஸ் பாலிசிக்குப் பெயர், குரூப் இன்சூரன்ஸ்.

உதாரணத்துக்கு ஒரு தொழிலகத்தில் 300 ஊழியர்கள் பணிபுரிகிறார்கள். அவர்களது பெயர், வயது போன்ற விவரங்கள் எழுதி, ஒவ்வொரு ஊழியருக்கும் 3 லட்ச ரூபாய்க்கு குருப் பாலிசி எடுக்கலாம்.

குருப் பாலிசிகள் ஐந்து தேவைகளுக்காக எடுக்கலாம்: ஆயுள் காப்பீடு; விபத்துக் காப்பீடு; மருத்துவக் காப்பீடு; பணிக்கொடை எனும் கிராஜுவிடி; சூப்பர்ஆனுவேஷன் ஃபண்ட் (பென்ஷன்).

மேலே பார்த்த உதராண பாலிசி எதற்காகவும் இருக்கலாம். முன்னூறு ஊழியர்களுக்குமான இந்த பாலிசியின் பிரீமியத் தொகையை நிறுவனம் கட்டிவிடும். ஒவ்வொரு முறை பிரீமியம் கட்டும்போதும் நிறுவனம் 300 நபர்களின் விவரங்களைக் கொடுக்கும்.

இதற்குக் காரணம் சென்ற மாதம் பணியில் இருந்த சிலர், அடுத்த மாதம் பணி ஓய்வு பெற்றோ ராஜினாமா செய்தோ அல்லது வேறுவிதங்களிலோ நிறுவனத்தில் இருந்து வெளியேறி இருப்பார்கள். அவர்கள் பெயர்கள் நிறுவனம் தரும் பட்டியலில் இருக்காது. வேறு எவரேனும் புதிதாகச் சேர்ந்திருந்தால் அவர்கள் பெயர்கள் சேர்க்கப்படும்.

இந்த முன்னூறு என்ற எண்ணும் கூடலாம், குறையலாம். அதற்கு ஏற்ப பிரீமியத் தொகைகளும் மாறும்.

11.1 – குரூப் லைஃப் இன்சூரன்ஸ்

இதற்கு மாஸ்டர் லைஃப் இன்சூரன்ஸ் பாலிசி என்று பெயர். தனிநபருக்கு எடுக்கும் ஒரே தொகைக்கான (உதாரணத்துக்கு ரூ 5 லட்சம்) பிரீமியத்தைக் காட்டிலும் குருப் இன்சூரன்ஸில் ஒருவருக்கான பிரீமியம் குறைவாக இருக்கும்.

பணியிலிருக்கும் ஊழியர் இறந்துவிட்டால், நிறுவனம் குருப் லைஃப் இன்சூரன்ஸ் எடுத்திருந்தால், காப்பீடு நிறுவனம், அந்த மாதத்துக்கான பிரீமியம் நேரத்தில் கட்டப்பட்டிருக்கிறதா மற்றும் இறந்த ஊழியரின் பெயர், நிறுவனம் தந்த பட்டியலில் இருக்கிறதா என்று பார்த்து காப்பீடுத் தொகையை நியமன தாரரிடம் கொடுத்துவிடுவார்கள்.

நிறுவனங்களின் கொள்கை முடிவுகளுக்கு ஏற்ப, எந்த வகை ஊழியருக்கு (தொழிலாளியா, மேற்பார்வையாளரா, நிர்வாகப் பொறுப்பில் இருப்பவரா) எவ்வளவு தொகைக்கு இன்சூரன்ஸ் எடுப்பது என்று முடிவு செய்வார்கள். சில நிறுவனங்களில் பதவிகள், ஊதிய அளவு போன்றவற்றின் அடிப்படையில் சம்-அஷ்யூர்ட் தொகையை மாற்றி வைத்திருப்பார்கள். சில நிறுவனங்களில் பணிநிரந்தரம் செயப்பட்ட ஊழியர்களுக்கு மட்டுமே என்று வைத்திருப்பார்கள். அப்படிப்பட்ட ஊழியர் களுக்கு அவர்களது முதல் சில மாதங்களுக்கு புரபேஷன் பீரியடில் காப்பீடு இருக்காது. இவற்றை நிறுவனத்தில் சேருவதற்கு முன்பே கேட்டுத் தெரிந்துகொள்வது நல்லது.

ஊழியர் எவரேனும் நிறுவனத்தை விட்டு விலகினால், அவருடைய பெயர் அடுத்தமாதப் பட்டியலில் இருந்து நீக்கப்படும். அதன்பிறகு அந்தத்திட்டத்தின் கீழ் அவருக்கு ஆயுள் காப்பீடு கிடையாது. புதிதாக எவரேனும் அந்த நிறுவனத்தில்

சேர்ந்தால் அவர்கள் பெயர் சேர்க்கப்பட்டால், அவர்களுக்கும் சேர்த்து பிரீமியம் கட்டப்பட்டால், அவர்களுக்கு அந்த ஆயுள் பாதுகாப்பு, பட்டியலில் குறிப்பிடப்பட்டிருக்கும் தேதியில் இருந்து கிடைக்கும்.

குரூப் இன்சூரன்ஸ் பாலிசி என்பது டெர்ம் இன்சூரன்ஸ் வகைதான். பெரும்பாலும் மருத்துவ பரிசோதனை இருக்காது.

11.2 - மருத்துவ காப்பீடு

மாத ஊதியம் ஒரு குறிப்பிட்ட அளவுக்கு கீழ் இருப்பவர்களுக்கு மட்டும் மத்திய அரசின் சட்டமான ESI பொருந்தும். ESI சட்டத்தின் கீழ் வருகிறவர்களுக்கு மருத்துவ சிகிச்சை உள்ளிட்ட சில அனுகூலங்கள் கொடுக்கப்படும். அப்படி அந்தச் சட்டத்தின் கீழ் வராதவர்களுக்கு நிறுவனங்கள் மருத்துவ காப்பீடு பாலிசிகள் வழங்கும். வழங்கவேண்டும் என்று கட்டாயச் சட்டங்கள் இல்லை.

சில நிறுவனங்களில் ஊழியர்களுக்கு மட்டும் மருத்துவக் காப்பீடு இருக்கும். வேறு சில நிறுவனங்களில், மனைவி/கணவன் மற்றும் குழந்தைகளுக்கும் இருக்கும். வெகு சில நிறுவனங்களில் பெற்றோர்களுக்கும் மருத்துவ காப்பீடு கொடுப்பார்கள்.

சில நிறுவனங்கள், ஊழியர்களுக்கு என்று மாதம் இவ்வளவு ரூபாய் அல்லது ஆண்டுக்கு இவ்வளவு ரூபாய் கொடுக்கலாம். இதை காஸ்ட் டு கம்பெனி என்பார்கள். சம்பளம், பி.எஃப், கிராஜுவிட்டி தவிர மற்றபடி மீதித் தொகையை ஊழியர்கள் விரும்பும் விதம் தருவார்கள். அதில் மருத்துவக் காப்பீடு பாலிசிக்கான செலவைக் கழித்துவிடுவார்கள். அதாவது ஊழியர் தேவையிருந்தால் மருத்துவக் காப்பீடு எடுத்துக்கொள்ளலாம். கட்டாயமில்லை. தொகையும் அவரே நிர்ணயம் செய்து கொள்ளலாம். எல்லாம் அவருக்கான 'காஸ்ட் டு கம்பெனி'யில் இருந்து.

11.3 - குரூப் விபத்து காப்பீடு பாலிசிகள்

விபத்துக்கான காப்பிடுகளில், வேலையில் இருக்கும் நேரம் விபத்து நேர்ந்தால் என்று பாலிசி இருக்கலாம். மற்ற நேர விபத்துகளுக்கு காப்பீடு இல்லாமல் இருக்கலாம். இப்படி சில நிபந்தனைகள் இருப்பதால், வேலை மாறும் நேரங்களில் காப்பீடு இல்லாமல் போகும் ஆபத்து இருக்கிறது.

11.4 - குரூப் கிராஜுவிட்டி காப்பீடுகள்

பேமெண்ட் ஆஃப் கிராஜுவிட்டி சட்டம் 1972ன் படி 10க்கும் அதிகமான ஊழியர்கள் பணியாற்றும் நிறுவனங்கள், அவற்றின் ஊழியர்கள் வேலையில் இருந்து விலகும்போது (பணி ஓய்வு அல்லது ராஜினாமா அல்லது இறப்பு) அவர்கள் 5 ஆண்டுகளுக்கு மேல் பணியாற்றியிருந்தால், வேலை செய்த ஒவ்வொரு ஆண்டுக்கும் 15 நாள்களின் சம்பளத்தை பணிகொடை (கிராஜுவிட்டி) ஆக வழங்க வேண்டும். வேலை தொடர்பான விபத்தில் இறந்தால் 5 ஆண்டுகளுக்குக் குறைவாக வேலை செய்திருந்தாலும், செய்த ஆண்டுகளுக்கு கணக்கிட்டு கிராஜுவிட்டி கொடுக்கவேண்டும்.

பல நிறுவனங்கள் அவர்களே கொடுக்கவேண்டிய நேரங்களில் கொடுக்கிறார்கள். சில பெரிய நிறுவனங்கள், எப்போது எவ்வளவு தேவைப்படுமோ என, அதற்காவே இன்சூரன்ஸ் பாலிசி எடுத்து, பிரீமியம் கட்டி வரும். எவரேனும் பணி ஓய்வு பெற்றால், ராஜினாமா செய்தால் அல்லது இறந்துபோனால், காப்பிட்டு நிறுவனம் கிராஜுவிட்டியைக் கணக்கிட்டு வழங்கிவிடும்.

11.5 - குருப் பென்ஷன்/ சூப்பர் ஆனுவேஷன் பாலிசிகள்

இதை வழங்க சட்டம் ஏதும் கட்டயாயப்படுத்தவில்லை. நிறுவனம் விரும்பினால் கொடுக்கலாம். நிறுவனம் ஊழியர்களின் பட்டியல் தயாரித்து சம்பள விவரங்கள், வயது ஆகியவற்ரைக் கொடுத்து, இதற்கான பாலிசி எடுத்து, பிரீமியம் கட்டி வரும். ஊழியர்கள் பணி ஓய்வு பெற்றதும் அவர்களுக்கு அல்லது ஊழியர்கள் இறந்துவிட்டால் அவர்களது குடும்பத்தார்க்கு ஓய்வூதியம் வழங்கும்.

> நிறுவனங்களில் பணி செய்கிறபோது கிடைக்கும்
> இந்தத் தொகையை மட்டுமே நம்பியிராமல் கூடுதலாக
> தேவைப்படும் அளவுக்குத் தனிப்பட்ட முறையில்
> ஆயுள் காப்பீடு மற்றும் மருத்துவ காப்பீடுகள்
> எடுத்ததுக் கொள்வது புத்திசாலித்தனம்.

12

ரைடர்கள் - ஒன்றிலேயே பல

மக்கள் எல்லோரும் ஒரே மாதிரியானவர்கள் அல்ல. அவர்களுடைய உடல்நலம், வசதிகள், தேவைகள், அச்சங்கள் எல்லாம் வெவ்வேறானவை. அவற்றை எல்லாம் புரிந்து கொண்டு, கட்டணங்கள் பெற்று கூடுதல் அம்சங்களையும் பாலிசிகளில் சேர்ப்பதன் பெயர்தான் ரைடர் (Rider).

உதாரணம் சொல்வதென்றால், ஹோட்டல்களில் சாப்பாடு விலை 50 என்பார்கள். எவர் வாங்கினாலும் அதே விலைதான். ஆனால் விருப்பப்படுகிறவர்கள், வடை, தயிர், கூடுதல் அப்பளம், சாதம் போன்றவற்றை வாங்கிக்கொள்ளலாம். அவற்றுக்குத் தனியே பணம் கொடுக்கவேண்டும் (அசைவம் சாப்பிடுகிறவர்களுக்குச் சொல்வதென்றால், சாப்பாட்டுடன் ஸ்பெஷல் ஆக மீன் வறுவல், ஆம்லெட் போன்றவற்றை வாங்குவது போலதான் ரைடர்கள் என்பது).

இன்னும் எளிமையாகச் சொல்லவதென்றால், தோசையில் சிலவற்றைச் சேர்ப்பதன் மூலம் மசாலா தோசை, ஆனியன் தோசை, தேங்காய்பூ தோசை என்கிறார்கள் அல்லவா அப்படித்தான். சிலவற்றை அடிப்படை விஷயத்துடன் சேர்கிறார்கள்.

ரைடர்கள் தனியாகக் கிடைக்காது. இன்சூரன்ஸ் பாலிசி எடுக்கும் போது சேர்த்துகொள்ளக்கூடியவை.

ரைடர்கள் என்பவை கட்டாயம் அல்ல. விருப்பம் இருப்பவர்கள் மட்டும் சேர்த்துக்கொள்ளக்கூடியவை. அவை சும்மா வராது. அவற்றுக்காக கூடுதல் பிரீமியம் கட்ட வேண்டும்.

எத்தனை ரைடர்கள் போட்டாலும், அடிப்படைத் திட்டத்துக்கு இணையான மற்றொரு பிரீமியத்துக்கு மேல் வாங்கக் கூடாது என்கிறது, IRDA.

புழக்கத்தில் இருக்கும் சில ரைடர்களைப் பார்ப்போம்.

1 - ஆக்சிடெண்டல் டெத் பெனிஃபிட் ரைடர்

விபத்தில் இறந்தால் கூடுதல் தொகைக்கான ரைடர் இது. பாலிசிதாரர் இறந்தால் இன்சூரன்ஸ் தொகை கிடைக்கும். அதே நபர் விபத்தில் இறந்தால், பாலிசி தரும் 'டெத் பெனிஃபிட்' தவிர, விபத்தில் இறந்தற்காக தனியாக ஒரு தொகை வழங்கப்படும்.

ஆபத்தான பணிகளில் ஈடுபட்டிருப்பவர்கள், வாகன ஓட்டுனர்கள், சாலைப் போக்குவரத்து போலீசார், அதிகம் பிரயாணம் செய்யவேண்டியிருப்பவர்கள் ஆகியோர் இந்த ரைடர்கள் எடுத்துக்கொள்வார்கள். ரைடருக்குக் கூடுதல் கட்டணம் கட்டவேண்டும்.

2 - கிரிட்டிகல் இல்னெஸ் ரைடர்

சில உயிர்கொல்லி நோய்களுக்கான ரைடர் இது. இன்சூரன்ஸ் தொகை இறப்புக்குத்தான் அல்லது பாலிசி காலம் முடிந்த பின்தான் என்றாலும் இந்த ரைடர் போடப்பட்டிருக்கும் பட்சம், ரைடரில் குறிப்பிடப்பட்டிருக்கும் உடல் நலக்குறைவுகள் ஏற்பட்டால் உடல்நலக் குறைவு சிகிச்சைக்கு ஆகும் செலவுக்கு காப்பீடு நிறுவனம் பணம் கொடுக்கும். அதில் மருத்துவமனையில் அனுமதிக்கப்படுவதற்கு முன்னால் நடந்த மருத்துவச் செலவுகளும் பின்னால் மருத்துவமனை விட்டு வந்தபின், அதே உடல் நலக்குறைவு காரணமாக ஏற்படும் மருத்துவச் செலவு களுக்கும் இன்சூரன்ஸ் நிறுவனம் பணம் வழங்கும்.

மாரடைப்பு, வாதம், சிறுநீரகக் கோளாறு, இதயக்கோளாறு, உறுப்பு மாற்று சிகிச்சை போன்ற சில குறிப்பிட்ட சிகிச்சைகளை

பெரும்பாலான நிறுவனங்கள் கிரிட்டிகல் இல்னெஸ் ரைடரில் சேர்த்திருக்கும். ஒரு நிறுவனம் 40 வகை உடல்நலக் குறைவுகளைப் பட்டியலிட்டிருக்கிறது. படித்துப் பார்த்து எடுத்துக்கொள்ளவண்டும்.

இந்த ரைடருக்கும் 'வெயிட்டிங் பீரியட்' உண்டு. பாலிசி எடுக்கப்பட்ட நாளில் இருந்து 90 நாள்கள் ஆனபின் இந்த நிலை வந்தால்தான் இந்த ரைடர் செல்லுபடியாகும்.

3 - வைவர் ஆஃப் பிரீமியம்

ரைடர் பிரீமியத்தைத் தள்ளுபடி செய்வது இந்த ரைடர். குறிப்பிட்ட உடல்நலக்குறைவு வந்துவிட்டால் அதன்பின் பிரீமியம் கட்ட வேண்டாம் என்கிற ஏற்பாடு. பிரீமியம் கட்டா விட்டாலும் முன்போலவே பாலிசி நடப்பில் இருக்கும்.

அது என்ன குறிப்பிட்ட உடல்நலக்குறைவு? குறைந்தது ஆறுமாத காலத்துக்கு 'டிஸ்சேபில்டு ஸ்டேட்' (படுத்த படுக்கை) அல்லது இதயக்கோளாறு, கேன்சர் போன்ற நோய்கள் இருப்பது கண்டு பிடிக்கப்பட்டால் இது செல்லுபடியாகும்.

இந்த ரைடருக்கும் 'வெயிட்டிங் பீரியட்' உண்டு. பாலிசி எடுக்கப்பட்ட நாளில் இருந்து 90 நாள்கள் ஆனபின் இந்த நிலை வந்தால்தான் பிரீமியம் தள்ளுபடி செய்யப்படும்.

சில நிறுவனங்கள் வேலை இழப்பு, விபத்துகள் போன்ற வற்றுக்கும் இந்த ரைடர் பொருந்தும் என்கின்றன.

பாலிசி எடுக்கும்வரைதான் இந்த ரைடரைச் சேர்க்க முடியும். அதேபோல, சேர்த்ததைப் பின்னால் விலக்க முடியாது. ரைடர் பாலிசி காலம் முழுக்கத் தொடரும். பிரீமியம் கட்டியாக வேண்டும்.

கிரிட்டிக்கல் இல்னெஸ் - பாலிசி வாங்குகிற போது எதற்கு உண்டு எதற்கு இல்லை என்பதைக் கேட்டு, படித்துப் பார்த்து தெரிந்து கொள்ளவேண்டும்.

4 - அக்சிடெண்டல் டோட்டல் & பர்மனெண்ட் டிஸ்சபிளிட்டி ரைடர்

விபத்தில் முழு மற்று நிரந்தர உறுப்பு இழப்பு ஏற்பட்டால் அதைச் சமாளிக்க உதவும் ரைடர் இது. விபத்து காரணமாக பாலிசிதாரர்

கை, கால்கள், பார்வை போன்றவற்றை இழக்க நேர்ந்து அதனால் வேலைக்குப் போகமுடியாமல், சம்பாத்திய இழப்பு ஏற்படும் நிலை வந்தால், இந்த ரைடர் எடுத்திருக்கும் பட்சம் அவருக்கு 5 அல்லது 10 அல்லது பாலிசி காலம்முழுக்க மாத வருமானத்தைக் காப்பீடு நிறுவனம் கொடுக்கும்.

எவ்வளவு காலத்துக்கு மற்றும் என்ன தொகை என்பவை ரைடரைப் பொறுத்தவை.

> குறிப்பிட்ட தேவையைப் பொறுத்து ரைடர்களை பாலிசி எடுக்கும்போது எடுக்கலாம். அவை சும்மா வரவில்லை. இதனால் பிரிமியத்தொகை அதிகரித்து விடும். தொடர்ந்து கட்ட வேண்டியது வரும்.

13

எவ்வளவு நாட்களில் பணத்தைக் கொடுக்கிறார்கள்?

பாலிசிதாரர் பாலிசிகாலம் முடிவதற்கு முன்பாக இறந்து போனால், நாமினியாக நியமிக்கப்பட்டவருக்கு எவ்வளவு நாட்களில் பணம் கிடைக்கும் என்பது இரண்டு விஷயங்களைப் பொறுத்தது.

முதலில் பாலிசி தொகை எவ்வளவு என்பது. ஒரு கோடி ரூபாய்க்குக் குறைவாக இருந்தால், கொடுக்கவேண்டிய ஆவணங்களை முறையாக சமர்ப்பித்த உடன் பணம் கிடைக்கும். கோடி ரூபாய்க்கும் அதிகமான பாலிசி தொகைகளுக்கு சற்று தாமதமாகலாம்.

அடுத்து, பாலிசி எடுத்து எவ்வளவு ஆண்டுகள் ஆகிறது என்பதைப் பொறுத்தும் பட்டுவாடா காலம் கூடுதல் குறைவு ஆகும். பாலிசி எடுத்து மூன்றாண்டுகளுக்கு மேல் ஆகியிருந்தால் தொகை சீக்கிரம் கிடைக்கும். மூன்று ஆண்டுகளுக்குக் குறைவாக இருந்தால், காப்பீடு நிறுவனம் 'ஃபீல்டு வெரிஃபிகேஷன்' செய்ய வேண்டியிருக்கலாம். அதனால் சற்றுத் தாமதமாகலாம்.

உரிய ஆவணங்கள் தயாராக இருந்து, தொகையும் கோடி ரூபாய்க்கும் குறைவாக இருந்து, பாலிசி எடுத்தும் கணிசமான

ஆண்டுகள் ஆகியிருந்தால் உடனடியாக கொடுத்துவிடுவார்கள். இதை 'இன்ஸ்டா கிளைம்' (Insta claim) என்று குறிப்பிடுகிறார்கள்.

பல காப்பீடு நிறுவனங்களில் விண்ணப்பங்களைப் பார்ப்பதற்கென்றே 'கிளைம் செட்டில்மெண்ட் ஆபிஸர்கள்' இருக்கிறார்கள்.

தாமதமாகும் தொகையை வட்டியுடன் கேட்க முடியும். சில நிறுவனங்கள் அவர்களாகவே தாமதமான காலத்துக்கு வட்டி தருகிறார்கள்.

பல்வேறு நிறுவனங்களின் கிளைம் செட்டில்மெண்ட் ரேஷியோ

ஒவ்வொரு நிறுவனமும் குறிப்பிட்ட நிதி ஆண்டில் எவ்வளவு கிளைம்கள் கிடைக்கப்பெற்றன. அவற்றுள் எவ்வளவு கிளைம்களுக்கு எவ்வளவு பணம் பட்டுவாடா செய்தன என்கிற தகவல்களைப் பொதுவெளியில் வெளியிடுகிறது.

பட்டுவாடா செய்யப்பட்ட பாலிசிகள் எண்ணிக்கையில் டாப் 10

	மொத்த கிளைம்	வழங்கப்பட்ட கிளைம்		நிராகரிக்கப்பட்ட கிளைம்	
காப்பீடு நிறுவனம்	எண்.	எண்.	%	எண்.	%
Max Life	15463	15342	99.22%	120	0.78%
HDFC	12626	12509	99.07%	54	0.43%
Tata AIA	2982	2954	99.06%	28	0.94%
Pramerica Life	569	560	98.42%	7	1.23%
Exide Life	3468	3404	98.15%	26	0.75%
Canara HSBC OBC	1276	1252	98.12%	22	1.72%
Reliance Nippon	8017	7866	98.12%	149	1.86%
Bajaj Allianz	12127	11887	98.02%	237	1.95%
Aegon	351	344	98.01%	7	1.99%
ICICI Prudential	11460	11212	9 7.84%	153	1.34%

Source: IRDAI Annual Report 2019-20

கிளைம்களில் எல்லாவிதமான கிளைகளும் அடக்கம். கிளைம் என்றால், பணம் கேட்டு பாலிசிதாரர் அல்லது நியமனம்

செய்யப்பட்டவர் கொடுக்கும் விண்ணப்பம். வருகிற மொத்த விண்ணப்பங்களையும் பரிசீலித்துக் காப்பீடு நிறுவனம் கொடுக்க வேண்டிய தொகையைக் கொடுக்கவேண்டும். சில விண்ணப் பங்களைப் பல்வேறு காரணங்களுக்காகக் காப்பீடு நிறுவனங்கள் கூடுதல் நேரம் எடுத்துப் பரிசீலிக்கும். வேறு சிலவற்றைச் சரியில்லை என நிராகரிக்கும். அப்படி வந்த ஒவ்வொரு 100 விண்ணப்பத்துக்கும் எத்தனை ஏற்றுக்கொள்ளப்பட்டு, பணம் வழங்கப்பட்டது என்பதை கிளைம் செட்டில்மெண்ட் ரேஷியோ (கோரிக்கை பூர்த்தி விகிதம்) என்று அழைக்கிறார்கள்.

என்ன இது... இந்தப் பட்டியலில் எல்.ஐ.சி இல்லையே என்று தோன்றலாம். சந்தேகம் சரிதான். 2019-20ம் ஆண்டில் எல்.ஐ.சி நிறுவனம் இந்த வகையில் முதல் 10 இடங்களுக்குள் வரவில்லை. எல்.ஐ.சியின் கிளைம் செட்டில்மெண்ட் விகிதம் 96.69 சதவீதம்தான். அதற்குப் பல காரணங்கள் இருக்கலாம்.

எல்.ஐ.சி. முதல் பத்து இடங்களுக்குள் வராததற்கு என்ன காரணமாக இருக்கலாம் என்று எல்.சி.சியுடன் தொடர்புடைய சிலருடன் பேசினேன். அவர்கள் சொன்ன காரணங்கள் ஏற்றுக் கொள்ளக்கூடியதாக இருந்தன.

தனியார் காப்பீடு நிறுவனங்கள் பாலிசி எடுக்கும் நேரம் மிகக் கடுமையாக ஆராய்வார்கள். ஆனால் எல்.ஐ.சியில் பாலிசி எடுப்பது ஒப்பீட்டு முறையில் எளிது. ஆனால் பணம் பட்டுவாடா செய்யவேண்டிய சூழ்நிலை வந்தால் அப்போது அதிகம் ஆராய்வார்கள். டிக்கெட் சைஸ் எனப்படும், பாலிசிகளின் தொகை எல்.ஐ.சியில் குறைவானதாக இருக்கும். லட்ச ரூபாய்க்க்கும் குறைவான தொகைகான பாலிசிகளை வழங்க எல்.ஐ.சி தயங்குவதில்லை. அப்படி எடுப்பவர்களில் சிலரால் அதற்கான பிரிமியத்தொகையை கட்டமுடியாமல் போகும். அதனால் 'அன் பெய்டு' பாலிசிகள் மற்ற காப்பீட்டு நிறுவனங்களை விட எல்.ஐ.சியில். அதிகம். சமீபகாலமாக பணப்பட்டுவாடாவிற்கு வங்கி கணக்கின் நெட் விவரங்கள் தேவை. பல ஆண்டுகளுக்கு முன்பு பாலிச் எடுத்தவர்களில் சிலர் டெட் விவரங்கள் தருவதில்லை.

ஒரு நிதி ஆண்டில் கிளைம் செய்யப்பட்ட தொகைகள் மற்றும் செட்டில் ஆன தொகைகள் என்று பார்க்கும் வழக்கமும் இருக்கிறது. அதே 2019-20ம் ஆண்டில் முதல் 10 இடங்களில் இருந்த நிறுவனங்களின் பட்டியலையும் IRDA வெளியிடுகிறது.

பட்டுவாடா செய்யப்பட்ட தொகைகளில் டாப் 10

	மொத்த கிளைம்		வழங்கப்பட்ட கிளைம்		நிராகரிக்கப்பட்ட கிளைம்	
நிறுவனம்	பாலிசி	ரூ. கோடி	ரூ. கோடி	கிளைம்	ரூ. கோடி	கிளைம் %
Aviva	810	83.33	80.78	96.94%	0.97	1.16%
Tata AIA	2982	231.96	222.47	95.91%	9.49	4.09%
Pramerica Life	569	23.43	22.44	95.78%	0.77	3.28%
Bharti Axa	1320	64.29	61.56	95.75%	1.58	2.45%
Star Union	1248	53.29	50.47	94.71%	21	3.93%
Max Life	15463	595.43	562.54	94.48%	32.88	5.52%
Reliance Nippon	8017	167.03	157.03	94.01%	9.43	5.64%
Aegon	351	69	64.6	4.4	93.63%	6.37%
Bajaj Allianz	12127	332.15	310.71	93.55%	20.78	6.26%
LIC	758916	13694.34	12797.85	93.45%	205.02	1.50%

Source: IRDAI Annual Report 2019-20

அனைத்து தனியார் ஆயுள் காப்பீடு நிறுவனங்களும் சேர்ந்து 1.20 லட்சம் ‘கிளைம்’களை 2019-20 ஆம் ஆண்டில் பட்டுவாடா செய்யவேண்டும், எல்ஐசி என்ற ஒரு நிறுவனம் மட்டுமே 7.58 லட்சம் ‘கிளைம்’களைப் பட்டுவாடா செய்தது.

தனியார் ஆயுள் காப்பீடு நிறுவனங்களிடமிருந்து கோரப்பட்ட மொத்த பெனிஃபிட் தொகை ரூ.5,725 கோடி. எல்ஐசி மட்டும் தனியாக 13,694 கோடி ரூபாய்கள் பெனிஃபிட் தொகை பட்டுவாடா செய்துள்ளது.

செட்டில் ஆகாத விண்ணப்பங்களுக்குக் காப்பீடு நிறுவனங்கள் மட்டுமே காரணமல்ல. பொறுப்பு அல்ல. சரியான தகவல்கள் தராத பாலிசிதாரர்கள் மற்றும் அதற்கு உதவிய அல்லது கவனமாய் பாலிசி எடுக்க வழி சொல்லாத முகவர்களும் காரணம் தான். சரியான தகவல்கள் மட்டுமே விரைவாக, முழுமையாக பயன் பெற வழி செய்யும்.

ஏனைய காப்பீடுகள்

14

ஜெனரல் இன்சூரன்ஸ்

சொந்தமாக சம்பாதிக்க ஆரம்பித்ததும் பெரும்பாலான மக்கள் செய்வது என்ன?

இந்தக் கேள்விக்கான பதிலைக் கடந்த முப்பத்தைந்து, நாற்பது ஆண்டுகளாகத் தொழிற்சாலைகள், அலுவலகங்கள் போன்ற வற்றில் நான் பார்த்தவற்றை வைத்துச் சொல்லவா?

சரியாக சொல்வதென்றால் நிச்சயம் அது பெரிய பட்டியலாக மாறிவிடும். சொற்சிக்கனத்துடன் சொல்வதென்றால், ஒரே வார்த்தையில் சொல்லலாம்.

செலவு.

வெளியூர் போய் வேலை பார்க்கிறவர்கள்தான் அதிகம். தங்கியிருக்கும் ஊரில் சாப்பாட்டுச் செலவு, வாடகை, போக்குவரத்து, துணிமணிகள், பொழுதுபோக்கு, போன் என்று பல செலவுகள் இருக்கும். அவற்றில் சில அவசியமானவை. சில தவிர்க்கக் கூடியவை. மொத்தத்தில் எல்லாம் செலவுகள்தான்.

கிடைக்கும் சம்பளம் முழுவதையும் செலவு செய்வது மட்டுமல்ல. ஒருவருக்கு வேலை கிடைத்துவிட்டது என்றால் அதுவும் ஓரளவு நிச்சயத்தன்மை இருக்கிற தனியார் நிறுவன

வேலையாக இருந்தால்கூட போதும். எப்படியோ அவருடைய கைபேசி எண்ணைக் கண்டுபிடித்து அவருக்குக் கடன் அட்டை மற்றும் பர்சனல் லோன் தராமல் விடமாட்டார்கள். அவ்வளவு வேகமாக இயங்குகின்றன அந்த நிறுவனங்களும் வங்கிகளும்.

அதனால் மக்கள் வந்த வருமானத்தைச் செலவு செய்வார்கள். தவிர, எதிர்காலத்தில் வரப்போகும் வருமானத்தையும் கடன் அட்டை மற்றும் கடன்கள் மூலம் செலவு செய்யும் வாய்ப்பும் துணிச்சலும் பெறுவார்கள்.

எல்லோரும் இப்படி அல்ல என்பதை ஒப்புக்கொள்கிறேன். பெற்றோர் வாங்கிய அல்லது தாங்களே வாங்கிய கடன்களைக் கட்டுகிறவர்கள், பெற்றோர்களின் தேவைகளுக்கும் குடும்பத் தாரின் தேவைகளுக்கும் சம்பளத்தின் பெரும்பகுதியைக் கொடுக்கும் சில ஆண்/பெண் பிள்ளைகள் இருக்கிறார்கள்தான். அதேபோல செலவு ஏதும் செய்யாமல், பெற்றோரிடமும் கொடுக்காமல் தாங்களே சேமித்து வைத்துக் கொள்பவர்களும் உண்டு. ஆனால், அப்படிப்பட்டவர்களின் எண்ணிக்கை மொத்தத்தில் மிகக் குறைவு.

அப்படி சேமிக்கிறவர்கள், முதலீடு செய்கிறவர்கள் எதில் பணத்தைப் போடுகிறார்கள்?

சீட்டு, பரஸ்பர நிதியில் சிஸ்ட்மேடிக் இன்வெஸ்ட்மெண்ட் பிளான் மூலம், வங்கி அல்லது போஸ்ட் ஆபீஸில் ரெக்கரிங் டெபாசிட் மூலம் அல்லது நகைச் சீட்டு. இவற்றில் சேமிப்பைப் போடுகிறார்கள்.

இதெல்லாம் தவறா? இல்லை. இதெல்லாம் சரிதான். இவற்றின் மூலம் பணம் சேருகிறது. பிற்காலத் தேவைகளுக்கு அந்தப் பணம் உதவும். ஆனால் அவற்றை எல்லாம் செய்வதற்கு முன்னால், அவர்கள் கட்டாயம் செய்ய வேண்டியவை சில இருக்கின்றன. அவை அவர்களின் பட்டியலில் இல்லை. அது குறித்த புரிதல் இல்லை.

‘அவுட் ஆப் சைட், அவுட் ஆப் மைண்ட்’ என்று ஒரு ஆங்கில சொல்லாடல் கேள்விப்பட்டிருப்பீர்கள். ‘எது கண்ணில் படவில்லையோ, அதைப் பற்றி மனது சிந்திக்காது; அதற்கு முக்கியத்துவம் கொடுக்காது’ என்பது அதன் பொருள்.

அமைதியாகப் போகும் வாழ்க்கைத் திரைக்கதையில் திடீர் திருப்பங்கள் வரலாம் அல்லவா? எல்லா கதைகளுமே சுவாரஸ்ய

மாகவே நகர்ந்து சுபமாகவே முடியும் என்று சொல்லமுடியாது அல்லவா? ஆனாலும் அவை குறித்து எச்சரிக்கையாய் இருக்க வேண்டும்.

இது ஒரு 15 ஆண்டுகளுக்கு முன்னால் நிகழ்ந்தது.

நான் மனிதவளத் துறைத் தலைவராகப் பணியாற்றிய நிறுவனமொன்றில், ராஜேஷ் என்று ஒரு பயிற்சியாளர் இருந்தார் (பெயரை மாற்றித்தானே குறிப்பிட வேண்டும். மாற்றி விட்டேன்). ராஜேஷ் நல்ல மனிதர். நல்ல ஊழியர். அவருக்கு வழங்கப்பட்ட வேலையைச் சிறப்பாகச் செய்பவர்.

அந்தக் குறிப்பிட்ட நிறுவனத்தில் அலுவலகத்துக்கு நான் ஒருநாள் காலைவேளையில் போகிறேன். காரை நிறுத்திவிட்டு லிஃப்ட்டில் நுழைந்து இரண்டாம் தளம் என்கிற பொத்தானை அழுத்தினேன். அப்போது வேகமாக ஓடி வந்த ஒருவர், மூடியிருந்த கதவை விலக்கியபடி லிஃப்டுக்குள் நுழைந்தார்.

அவர் யாரென்று நான் நிமிர்ந்து பார்க்கிறேன். என்னைப் பார்த்ததும் அவர் திடுக்கிட்டு வணக்கம் சொல்கிறார். அவர் வேறு யாருமல்ல அந்தப் பயிற்சி கொடுக்கும் ராஜேஷ்தான். தன்னிச்சையாக என் கண்கள் கை கடிகாரத்தைப் பார்க்கின்றன. மணி 10:05.

'இவர் காலை 9 மணிக்கு அல்லவா அலுவலகம் வந்திருக்க வேண்டும்!' என்று நினைக்கிறேன். உடன் கண்ணில்பட்ட அவருடைய தோற்றமும் எனக்கு வியப்பூட்டுகிறது. சரியாக வாரப்படாத, கலைந்திருந்த தலைமுடி. சற்று அழுக்கான மேல்சட்டை. கால்களில் ஷூக்களுக்குப் பதிலாக செருப்பு. அவர் அப்படியெல்லாம் வருபவர் அல்ல. நேர்த்தியாக உடை அணிந்து, மிடுக்காக இருப்பவர். நேரத்துக்கு வேலைக்கு வருகிறவர். இருவரும் இருந்தது பொதுவெளி, லிஃப்ட் என்பதால் ஏதும் கேட்காமல் அமைதியாக இருந்தேன்.

பின்னர் அவரை என்னுடைய அறைக்கு வரவழைத்துப் பேசினேன். என்ன ஆயிற்று என்று கேட்டேன். நீங்கள் வழக்கமாக நேரத்துக்கு வந்துவிடுவீர்களே என்றேன். அவர் பஸ்ஸில் வர லேட்டாகிவிட்டது என்றார். ஏன் பைக்கில்தானே வருவீர்கள் என்றேன். இல்லை. பைக்கை விற்றுவிட்டேன் என்றார்.

'ஏன்... வேறு வாங்கப் போகிறீர்களா?'

'இல்லை.' சிறிய மவுனத்துக்குப் பின், 'சார் என் வைஃப் ஹாஸ்பிடல்ல இருக்காங்க' என்றார்.

'அடடா! என்ன ஆச்சு?'

'முதுகில் தண்டுவடத்தில் ஒரு டிஸ்க் விலகிவிட்டது. ஹாஸ்பிட்டலில் சேர்த்தேன். தொடர்ந்து செலவானது'.

'உங்களுக்குத்தான் கம்பெனி கொடுக்கும் மெடிக்கல் இன்சூரன்ஸ் இருக்கிறதே!'

'ஆமாம் சார். கம்பெனி கொடுக்கும் தொகை 50,000 முடிந்துவிட்டது. சேமிப்பு கையிலிருந்த 35 ஆயிரமும் செலவாகி விட்டது'.

நான் பேசாமல் இருந்தேன்.

'கொஞ்சம் நகைகளை அடகு வைத்துப் பார்த்தேன். வட்டி கட்ட இயலவில்லை. அதனால் பைக்கை விற்றுவிட்டேன். பஸ்ஸில் வருகிறேன்' என்றார்.

ஒரு மாதத்துக்கு முன்னால் அவர் இருந்த நிலை வேறு. நல்ல வேலை, நல்ல சம்பளம். கையில் சேமிப்பு. பைக்கில் அலுவலகம் வருதல். நேரத்துக்கு வருதல். நல்ல பெயர். இப்போது? முதலிரெண்டு தவிர மற்றவையெல்லாம் கெட்டு, மனிதர் சிரமத்தில் இருக்கிறார்.

இவற்றுக்கெல்லாம் என்ன காரணம் என்று யோசித்துப் பார்த்தால் அவருடைய மனைவிக்கு முதுகுத்தண்டில் வந்த பிரச்னை என்று சொல்வது சுலபம். ஆனால் அவர் கூடுதல் தொகைக்கு மெடிக்கல் இன்சூரன்ஸ் எடுத்து வைத்திராததுதான் காரணம். அது இருந்திருந்தால் இவ்வளவு தூரம் போயிருக்காது.

அவர் மனைவிக்கு வந்த நோய்க்கு பெரிய மருத்துவ சிகிச்சை தேவைப்படுவது என்கிற காரணத்தினால் நிறுவனம் அப்போது (2005-06ல்) கொடுத்திருந்த 50,000 போதவில்லை. இப்படிப்பட்ட பெரிய நோய்கள் யார் யாருக்கெல்லாம் வராது என்று எவராலும் உறுதி கூற முடியுமா.

இப்படிப்பட்ட பிரச்னை யாருக்கு வேண்டுமானாலும் வரும். இப்போது அவர் உணர்கிறார். இதைப் படிக்கிற சிலர் மாறலாம் ஆனால், அவருக்கு இது குறித்து முன்பு பெரிய விழிப்புணர்வு இல்லை.

இது என் தலையெழுத்து என்று அவர் விதியை நொந்து கொள்ளலாம். ஆனால் இவ்வளவு சிரமங்கள் இல்லாமல் அவர் அவரை காப்பாற்றிக் கொண்டிருக்க முடியும் அல்லவா? அவர் நிறுவனம் வழங்கி இருந்து 50,000 ரூபாய்க்குக் கூடுதலாக அவர் மேலும் ஒரு 50 ஆயிரம் அல்லது ஒரு லட்ச ரூபாய்க்கு மருத்துவக் காப்பீடு எடுத்திருக்கலாம். ஆனால் அப்படிப்பட்ட கூடுதல் பாலிசி ஒன்றுக்கு ஆண்டுக்கு ஐந்தாயிரம் ரூபாய் வரை அப்போது பிரீமியம் கட்ட வேண்டி இருந்திருக்கும். அந்த விதத்தில் மாதம் 400 ரூபாய் கூடுதல் செலவு.

அப்படிப்பட்ட கூடுதல் செலவு வேண்டாம் என்று நினைத்திருக்கலாம். அதன் காரணமாக அவர் சேமிப்பு, நகைகள், வண்டி, நிறுவனத்தில் நல்ல பெயர் போன்றவை செலவாகி விட்டன. மேலும் அவர் வேலை பார்த்தது ஒரு தனியார் நிறுவனம். எந்தக் காரணத்துக்காகவோ அவருக்கு வேலை போயிருந்து, ஒரு புதிய நிறுவனத்துக்கு மாற்றலாகி, அந்த நிறுவனத்தில் அரசாங்கத்தால் கட்டாயப் படுத்தப்படாத மருத்துவ காப்பீடு ஏதும் இல்லாத நிலை ஏற்பட்டிருந்தால் அவருக்கு இன்னும் கூடுதலாக 50 ஆயிரம் ரூபாய் செலவாகி இருக்கும்; கடன் வாங்கியிருப்பார்.

பயிற்சியாளர் ராஜேஷ்க்கு நேர்ந்ததை முன்கூட்டித் தெரிந்து கொள்ள, தவிர்க்க எவராலும் இயலாது. ஆனால் இவற்றால் ஏற்படக்கூடிய பொருளாதாரத் தாக்கங்களை மெடிக்கல் இன்சூரன்ஸ் என்ற ஏற்பாட்டின் மூலம் பெருமளவு குறைத்துக் கொள்ள முடியும்.

•

ஒரு சிறிய அலுவலகத்தில் அங்கு பணிபுரிந்த மக்களுக்கு தேநீர் வழங்குகிற வேலை செய்துகொண்டிருந்த ஒரு பெண்மணி. அந்தப் பெண்மணியின் சம்பாத்தியம்தான் அந்த குடும்பத்துக்கு என்பது நிலை.

ஓரளவுக்கு சுமாரான மாத ஊதியம்தான். படிக்காதவர். ஒருநாள் அவருடைய கல்லூரி படிக்கும் மகன் இருசக்கர வாகனம் ஓட்ட, இவர் பின்னால் அமர்ந்து வந்திருக்கிறார். இரவு நேரம். போரூர், பூந்தமல்லி இடையே என்று நினைக்கிறேன். மழை பெய்து சாலைகள் குண்டும் குழியுமாக இருந்திருக்கின்றன. இருட்டில் தெரியாமல் ஒரு பள்ளத்தில் வண்டி இறங்கி, ஏறியிருக்கிறது. அந்த

அதிர்ச்சியில் பின்னால் அமர்ந்திருந்த அம்மாள் கீழே விழுந்துவிட்டார். தலையில் அடி.

மருத்துவமனையில் சேர்த்தார்கள். பிழைக்கவில்லை. வயது 45 இருக்கலாம். தொடர்ந்து இருந்து வேலை செய்திருந்தால் இன்னும் ஒரு பதினைந்து ஆண்டுகளுக்கு சம்பாதித்திருப்பார். அதற்குள் பிள்ளைகள் படிப்பை முடித்திருக்கும். அவர் இல்லை என்கிற சோகம் தவிர, அவரால் வந்துகொண்டிருந்த வருமானமும் இல்லை என்ற நிலையால் பிள்ளைகள் தடுமாறிப் போயின.

இப்படி எதிர்பாராமல் சிறுவயதிலேயே உயிரிழக்கும் குடும்ப தலைவர்களும் இருக்கிறார்கள் அல்லவா. அவர்கள் போன பிறகு அவர்களால் வந்த வருமானம் நின்று போய் அந்தக் குடும்பம் சிரமத்துக்கு உள்ளாகிறது.

அந்த அம்மாள் ஒரிரு லட்சத்துக்குக் காப்பீடு எடுத்திருந்தால் அதையும் வேலைக்கு போக ஆரம்பித்ததிலிருந்து எடுத்து பிரீமியம் கட்டி இருந்தால் அந்த ஒன்றிரெண்டு லட்ச ரூபாய்கள் குடும்பத்துக்கு கிடைத்திருக்கும். கிடைக்கவில்லை. காரணம், அவர் பாலிசி எடுத்திருக்கவில்லை.

வாங்கிய பத்தாயிரத்து சொச்ச சம்பளத்தில் மாதம் 200, 300 ரூபாய் பிரீமியம் என்பது சுலபமாகக் கட்டியிருக்கக்கூடிய ஒன்று. ஏனென்று தெரியவில்லை அல்லது தனக்கெல்லாம் இது நேரும் என்றோ, தன் குடும்பத்துக்கு இன்சூரன்ஸ் தேவைப்படும் என்றோ அவர் யோசிக்கவில்லை.

இப்படி நேராது என்று யாராவது யாருக்காவது உறுதி சொல்ல முடியுமா?

பாதுகாப்பாக இருக்கலாம். பயணப்படலாம். அதற்குமேல் லட்சத்தில் ஒருவருக்கு, பத்து லட்சத்தில் ஒருவருக்கு ஏதோ ஒன்று இப்படி நடந்து கொண்டுதான் இருக்கிறது. அப்படி எங்கோ எவருக்கோ நடக்கிற ஒன்றுக்காகத்தான் எல்லோரும் மாதாமாதம் பணம் கட்டிக் கொண்டிருக்க வேண்டும். காரணம் அது யாருக்கு வேண்டுமானாலும் நேரலாம். விதி என்று சொல்லலாம். அதில் நம்பிக்கை இல்லாதவர்கள், ‘லா ஆஃப் பிராபபிளிட்டி’ (எதேச்சை) என்று சொல்லிக்கொள்ளலாம்.

எனவே நகைகள் வாங்குவது, பைக், மொபைல் போன் வாங்குவது, விரும்பியதைச் சாப்பிடுவது, உல்லாசமாக இருப்பது

போன்றதெல்லாம் செய்யவேண்டியதுதான். ஆனால் எல்லா வற்றுக்கும் முன்னால் ஒரு மருத்துவ காப்பீடு, ஒரு ஆயுள் காப்பீடு. சிறிய தொகைகளுக்காவது எடுத்துக்கொள்ளுங்கள்.

> மாறி வரும் உலகில் புதிய நோய்கள் மட்டுமல்ல; அவற்றுக்கான சிகிச்சைச் செலவுகளும் அதிகரித்துக் கொண்டே போகின்றன. வாகன இன்சூரன்ஸ் போல மருத்துவக் காப்பீடைக் கட்டாயம் என்று சட்டம் ஏதும் சொல்லவில்லை என்பதால், பலரும் அது குறித்து அறியாமல் அதை எடுக்காமல் இருக்கிறார்கள். இது ஆபத்தானது.

15

மெடிக்கல் இன்சூரன்ஸ்

சில நேரங்களில் மருத்துவத்துக்கு, அதிலும் குறிப்பிட்ட வியாதிகளுக்கு ஆகும் செலவுகள் அதிர்ச்சி அளிக்கக் கூடியவையாக இருக்கும். உதாரணத்துக்கு காப்பீடு நிறுவனம் ஒன்றின் வலைதளத்தில் கொடுக்கப்பட்டிருக்கிற கேன்சர் நோய்க்கான சிகிச்சை செலவுகள் குறித்த தகவலைச் சொல்லலாம்.

Herception என்ற ஒருவகை கேன்சருக்கான மருந்தின் 400 மில்லிகிராம் குப்பி ஒன்றின் விலை ஒரு லட்சத்துப் பத்தாயிரம் ரூபாய். நோயாளியின் உடல் எடையைப் பொறுத்து ஒருவருக்கு ஒரு மாதத்தில் மட்டும் 17 முதல் 19 வரையிலான குப்பிகள் மருந்து தேவைப்படுமாம். எனில், ஆண்டொன்றுக்கு அந்த மருந்துகான செலவு மட்டும், ரூபாய் 20 லட்சம் ஆகும். இந்த மருந்து தவிர, மருத்துவமனை செலவுகள், கீமோதெரபி போன்ற மற்ற செலவுகளையும் சேர்த்துப் பார்த்தால், அந்த வியாதி ஒருவருக்கு வந்துவிட்டால் ஒவ்வொரு ஆண்டுக்கும் அவர் செலவழிக்க வேண்டிய தொகை எவ்வளவு இருக்கும்! அவர் நிலையை என்ன என்று சொல்ல?

கேன்சர் மட்டுமல்ல. சிறுநீரகங்கள், கணையம், இதயம், கல்லீரல், நுரையீரல் போன்ற உறுப்புகளில் கோளாறு

ஏற்பட்டால், மூளையில் பிரச்னை என்றாலும் இப்படித்தான் தாங்க முடியாத அளவு செலவுகள் ஆகும். உண்மைதான். அறிவியலின் அபரிமித வளர்ச்சியால் பெரும்பாலான கோளாறுகளுக்கு சிகிச்சைகள் வந்துவிட்டன. ஆனால், அவற்றின் விலைகள் சாதாரண மனிதர்களால் தாங்க முடியாதவை. இப்படிப்பட்ட வற்றில் இருந்து ஓரளவு தப்பிப்பதற்கு மருத்துவ காப்பீடை தவிர வேறு என்ன வழி இருக்கிறது?

பெரும்பாலோருக்கு அனுபவமே இல்லாத இப்படிப்பட்ட பணக்கார நோய்கள் உலாவிக் கொண்டிருக்கும் இந்த உலகத்தில், தப்பித் தவறி இவற்றைச் சந்திக்க நேர்ந்துவிட்டால், அதை எதிர்கொள்ள காப்பீடுகள் மட்டுமே ஓரளவு உதவும். எனவே எவருமே அவர்களது பதின் பருவம் முதலே அல்லது குறைந்த பட்சம் சம்பாதிக்கத் தொடங்கிய உடனே ஓரளவுக்கு போதுமான தொகையை மருத்துவ பாலிசி எடுத்து தொடர்ந்து பிரீமியம் கட்டி வருவது அவசியம்.

ஓரளவு வசதி இருப்பவர்களுக்குக்கூட பெரிய மருத்துவ செலவுகளைச் சமாளிப்பது சிரமம்தான். அவர்கள் வாழ்க்கையின் பிற தேவைகள், ஆசைகள், கடமைகளுக்காகச் சேர்த்து வைத்திருக்கும் பணம் இப்படிப்பட்டவற்றுக்கான சிகிச்சை களால் கரைந்துபோய்விடக்கூடும். எனவே மருத்துவ பாலிசி களுக்குக் கட்டும் பிரிமியத்தொகையை ஆயுளை நீட்டித்துக் கொள்வதற்கு, ஆரோக்கியமாக, நிம்மதியாக வாழ்வதற்குச் செலுத்துகிற கட்டணமாக நினைத்துக்கொள்ள வேண்டியதுதான்.

மருத்துவ காப்பீடு வகைகள்

இதில் இரண்டு வகை பாலிசிகள் இருக்கின்றன. ஒன்று, மருத்துவ சிகிச்சைக்கானது. அதன் பெயர் மெடிக்கிளைம். மற்றொன்று நீண்டநாள் சிகிச்சை தேவைப்படக்கூடிய, உயிருக்கு அச்சுறுத்தல் செய்யும் நோய்கள் (கிரிட்டிகல் இல்னெஸ்) வந்தால், அவற்றுக்கு ஆகும் பணச் செலவைச் சமாளிக்க உதவும் இன்சூரன்ஸ்.

இன்சூரன்ஸ் வகை மற்றும் இன்சூரன்ஸ் வழங்கும் நிறுவனம் ஆகியவற்றைப் பொறுத்து, கவரேஜில் மருத்துவமனைக்கு முன் மற்றும் பிந்தைய கட்டணங்கள், ஆம்புலன்ஸ் கட்டணங்கள், பகல்நேரக் கட்டணங்கள், உடல்நலப் பரிசோதனைகள் போன்றவை அடங்கும்.

முதலில் அடிப்படையான மெடிக்கிளைம் குறித்துப் பார்க்கலாம்.

15.1 மெடிக்கிளைம் பாலிசி

மருத்துவமனையில் அனுமதித்து சிகிச்சை பெறும் மருத்துவ செலவுகளுக்கான காப்பீடுத்திட்டம். மருத்துவமனையில் குறைந்தது 24 மணிநேரம் இருந்து சிகிச்சை பெற்றால் மட்டுமே கிளைம் கொடுப்பார்கள். மருத்துவத்துக்கு தேவைப்படும் செலவுகளுக்கு மட்டும். எல்லாவற்றுக்கும் அல்ல. எல்லா மருத்துவச் செலவுகளுக்கும் இல்லை. அனுமதிக்கப்பட்ட சிகிச்சைகளுக்கு மட்டும். தொகைகள் அனுமதிக்கப்பட்ட அளவுகளில் மட்டும். மற்ற செலவுகளுக்கு இல்லை.

எவர் வேண்டுமானாலும் எடுக்கலாம். தனி நபர்களுக்கும் எடுக்கலாம் (Individual Health Policy). மொத்த குடும்ப உறுப்பினர்களுக்கும் – 'ஃபேமிலி புளோட்டர்' முறையில் – கணவன், மனைவி, குழந்தைகள், பெற்றோர் ஆகியோரைச் சேர்த்து ஒரு பெரிய தொகைக்கு பாலிசி எடுத்துக்கொள்ளலாம் (Family Health Policy). இதற்கு பிரீமியம் அதிகம் கட்ட வேண்டிவரும். இந்தப் பாலிசியில் எத்தனை பேருக்கு வேண்டு மானாலும் அந்த மொத்த தொகைக்குள் சிகிச்சை எடுத்துக் கொள்ளலாம். காப்பீடு நிறுவனங்கள் குடும்ப உறுப்பினர்களுக்கு வயது வரம்பு வைத்திருக்கிறார்கள். சார்ந்திருக்கும் பெற்றோர் வயது 65 வயது வரைதான் பாலிசி எடுக்கும்போது இருக்கலாம். 65 வயதுக்கு மேற்பட்டவர்களும் தனியாக பாலிசி எடுத்துக் கொள்ளலாம் (Senior Citizen Policy). இதற்கான பிரீமியம் மிக அதிகம்.

ஏற்கனவே இருக்கும் நோய்களுக்கும் (ப்ரீ எக்சிஸ்டிங் என்பார்கள்) காப்பீடு நிறுவனங்கள் பாதுகாப்பு அளிக்கின்றன, ஆனால் பெரும்பாலான சந்தர்ப்பங்களில் 48 மாதங்கள் அளவிலான வெயிட்டிங் பீரியட் முடித்த பிறகு பாலிசியின் கவரேஜ் பலன்களை அனுபவிக்க முடியும்.

ஆண்டுக்குள் எத்தனை முறை வேண்டுமானாலும் மருத்துவமனை சிகிச்சை பெறலாம். அதற்கு வரையறை இல்லை. ஆனால் தொகை பாலிசி சம்-அஷுர்ட்டுக்கு உட்பட்டது.

ஒரு குறிப்பிட்ட வியாதியின் காலம் அது தொடங்கியது முதல் முடியும் வரை தவிர அதே வியாதி அது தொடர்பானது 45 நாட்களுக்குள் ஏற்பட்டால் அதுவும் இதே ஒன்றுக்குள் தான் வரும்.

வழங்கப்படும் சிறப்பு தொகைகள்

முன்பும் பின்பும் ஆகும் செலவுகள்: மருத்துவமனை சிகிச்சைக்கு முன்பாகவும் மருத்துவமனையில் சிகிச்சைக்கு பின்பாகவும் அந்த குறிப்பிட்ட சிகிச்சை தொடர்பான மருத்துவ செலவுகளுக்குப் பணம் கிடைக்கும். இதை ஃப்ரி ஹாஸ்பிடலைசேஷன் மற்றும் போஸ்ட் ஹாஸ்பிடலைசேஷன் என்று அழைப்பார்கள்.

செலவுக்குப் பணம்: சிலவகை பாலிசிகளில் மருத்துவமனை செலவுகளுக்கு தருவது போக, தினசரிச் செலவுகளுக்கு என்று ஓரளவு பணம் கொடுப்பார்கள். இதை, Hospital daily cash benefit என்பார்கள். பாலிசி வாங்கும் போது கேட்டு, பார்த்து வாங்கலாம். அதற்குரிய அளவு பிரிமியம் கூடுதலாக இருக்கும்.

கூடுதல் பணம்: அதே போல அவசர சிகிச்சை பிரிவு மற்றும் குறிப்பிட்ட வியாதிகள் மற்றும் குறிப்பிட்ட காயங்களுக்கு கூடுதலாக பணம் தரும் பாலிசிகளும் உண்டு. க்ரிட்டிக்கல் இல்னஸ் போன்ற சில குறிப்பிட்ட அறுவை சிகிச்சைகளுக்கும் ஒரு தொகை இலவசம் கொடுக்கும் பாலிசிகள் உண்டு.

இலவச மருத்துவ பரிசோதனை: எல்லா பகுதிகளுமே 4 ஆண்டுக்கு ஒரு முறை தொடர்ந்து பிரீமியம் கட்டி வரும் போலீசார் அவர்களுக்கு இலவசமாக ஹெல்த் செக்கப் தருகிறார்கள்.

கால அளவு

பொதுவாக மெடிக்கல் இன்சூரன்ஸ் பாலிசிகள், வாகன இன்சூரன்ஸ்களைப் போலவே ஓராண்டு காலத்துக்கு வழங்கப் படுகின்றன. குறைந்தபட்ச காலம்தான் ஒரு ஆண்டே தவிர, ஒரே சமயத்தில் ஒன்று அல்லது இரண்டு அல்லது மூன்று அல்லது நான்கு அல்லது ஐந்து ஆண்டுகளுக்கு கூட ஒரே மொத்தமாக மெடிக்கல் ஹெல்த் பாலிசி எடுக்க முடியும்.

குறிப்பிட்ட தேதிக்குள் அடுத்த பிரிமியம் கட்டாவிட்டால், விடுபடும் நாள்களுக்குக் காப்பீடு இல்லை. ஆனால், பாலிசியைத் தொடரலாம். டெர்ம் பாலிசிகள் போல, அந்த ஆண்டு ஏதும் மருத்துவ சிகிச்சை தேவைப்படாவிட்டால், அந்தப் பணம், சிறிய, 'நோ கிளைம்' போனஸ் போல சலுகை தருவார்கள். அடுத்த ஆண்டு பிரிமியம் கட்டும்போது சென்ற ஆண்டு ஏதும் செலவு வைக்கவில்லை என்பதால் 'நோ கிளைம்'க்கான போனஸ் என்று ஒரு தொகையை பிரிமியத்தில் கழித்துக்கொள்ளும்

வழக்கம் இருந்தது. இப்போது அதற்கு பதிலாக கவரேஜ் தொகையை அதிகப்படுத்துகிறார்கள்.

பாலிசி தொகைகள்

ஒரு பாலிசிக்கு நபர் ஒருவருக்கு ஒரு லட்சம் ரூபாய் முதல் 5 லட்சம் ரூபாய் வரை பாலிசி எடுத்துக் கொள்ளும் வழக்கம் இருக்கிறது. 50 லட்ச ரூபாய் பாலிசிகளும் உண்டு. குறைந்த அளவாக ஆண்டொன்றுக்கு ரூபாய் 5 ஆயிரத்துக்கு மைக்ரோ இன்சூரன்ஸ்களும் உண்டு.

மைக்ரோ இன்சூரன்ஸ் பாலிசிகள்

பாலிசி தொகை 50,000க்கு குறைவாக இருப்பவை எல்லாம் மைக்ரோ இன்சூரன்ஸ்கள். பொருளாதரத்தில் பின்தங்கி இருப்பவர்களுக்காக IRDA பரிந்துரையின் பெயரில் வழங்கப் படுகிறது. மெடிக்கல் மட்டுமல்ல. ஆயுள், குடிசைகள், ஆடு மாடுகள் உழவுபொருட்கள் ஆகியவற்றுக்கான இன்சூரன்ஸ் மற்றும் விபத்துக்காப்பீடு ஆகியவையும் இந்த மைக்ரோ இன்சூரன்ஸ் வகையில் உண்டு.

பாலிசிக்கான பிரீமியம் தொகைகள் முடிவாவது

- பாலிசி தொகை
- பாலிசிதாரர் வயது
- அவருடைய உடலில் ஏற்கனவே இருக்கும் உபாதைகள்
- மற்றும் அவருடைய ஆரோக்கிய சரித்திரம் (மெடிகல் ஹிஸ்டரி இதில் அவருடைய பெற்றோர் ஆரோக்கியம் மற்றும் ஆயுள் ஆகியவை பற்றிய விவரங்கள்).
- கேட்கும் கூடுதல் சலுகைகள்
- முந்தைய ஆண்டுகளில் எவ்வளவு தொகைக்கு சிகிச்சை பெற்றார் அல்லது சிகிச்சை ஏதும் பெறாமல் இருந்தால் கிளைம் ஃபிரி பீரியட்.

பணம் பெறுவது

ஒருவருக்கு ஆகக்கூடிய மருத்துவமனை செலவுகளை காப்பீடு நிறுவனங்கள் நேரடியாக மருத்துவமனைகளுக்கு கொடுத்துவிடும் வழக்கம் உண்டு. அதன் பெயர், கேஷ்லெஸ். அதைப்

பெறுவதற்கு அந்த காப்பீடு நிறுவனம் ஏற்பாடு செய்து கொண்டிருக்கிற மருத்துவமனைகளில் சிகிச்சை பெற வேண்டும். அப்படிப்பட்ட மருத்துவமனைகள் அருகில் இல்லாத பட்சம் வேறு இடங்களில் சிகிச்சை பெற நேர்ந்தால் சிகிச்சைக்கான கட்டணங்களை பாலிசிதாரர் செலுத்திவிட்டு அந்தக் கட்டண ரசீதுகளைக் காப்பீடு நிறுவனத்துக்கு அனுப்பி பணம் பெற்றுக் கொள்ளலாம். இதன் பெயர், ரீம்பர்ஸ்மெண்ட். இதில் முழுமையாகக் கிடைக்குமா என்று சொல்லமுடியாது. சில வற்றை ஏற்றுக்கொள்ளமுடியாது என்று காப்பீடு நிறுவனம் சொல்லலாம். அதன் பின்னர் அலைய வேண்டியிருக்கும். இயன்றவரை நெட்வொர்க் மருத்துவமனைகளிலேயே சிகிச்சை பெற்றுக்கொள்வது நல்லது.

தொகை வரம்பு இல்லை. ஆனால் அதிகபட்ச அளவு முன் கூட்டியே முடிவு செய்துகொள்ளப்படும். அந்த அளவு மட்டுமே வழங்கப்படும். எடுத்திருக்கும் பாலிசி தொகைக்கும் அதிகமான செலவுகளுக்குக் காப்பீடு நிறுவனம் பணம் தராது.

காத்திருப்பு காலம்

மருத்துவக் காப்பீடுகளில் இது மிகவும் முக்கியமான அம்சம். பலரும் அறியாயது.

ஒருவர் புதிதாக மெடிக்கிளைம் பாலிசி எடுத்தால், அவருக்கு 30 நாட்கள் காத்திருப்பு காலம். அப்படியென்றால், பாலிசி எடுத்தலில் இருந்து முதல் 30 நாட்களில் அவர் எடுத்துக்கொள்ளும் எந்த மருத்துவமனை சிகிச்சைக்கும் காப்பீடு நிறுவனம் பணம் தராது. இதில் விபத்துகளுக்கு மட்டும் விதி விலக்கு. பணம் தரப்படும்.

இந்த 30 நாள் போல இன்னும் சில காத்திருப்பு காலங்களும் உண்டு. கண்ணில் உண்டாகும் பொறை (காட்ராக்ட்), முதுகு தண்டுவடப் பிரச்னை போன்ற சிலவற்றுக்கு 2 ஆண்டுகள் வெயிட்டிங் பீரியட். பாலிசி எடுத்து 2 ஆண்டுகளுக்குப் பிறகுதான் இவை தொடர்பான சிகிச்சைகளுக்குப் பணம் வழங்கப்படும். இப்படியாகப் பல இருக்கின்றன. பாலிசியில் விவரமாக இருக்கும். கேட்டு, படித்துத் தெரிந்துகொள்ளவேண்டும்.

அதேபோல பாலிசி எடுப்பதற்கு முன்பே இருந்த உடல்நலக் குறைவுகளுக்கு அவற்றை பிரி எக்சிஸ்டிங் டிசீஸ் என்பார்கள் 3 முதல் 4 ஆண்டுகள் வரை வெயிட்டிங் பீரியட்.

பேறுகால (கர்ப்ப) சிகிச்சைக்கும் வெயிட்டிங் பீரியட் உண்டு. குருப் பாலிசிகளில் இந்த வெயிடிங் பீரியட்களிலும் பணம் கிடைக்கலாம். காரணம், நிறுவனம் அவற்றுகெல்லாம் சேர்த்து கூடுதல் பிரிமியம் கட்டும். இதையும் நிறுவனத்திடம் கேட்டு உறுதிப்படுத்திக்கொள்ளவேண்டும்.

டொமிசிலிரிக்கு இன்சூரன்ஸ் பணம் உண்டா?

புறநோயாளியாகச் சென்று மருத்துவர்களைப் பார்த்து, அவர்களுக்கு கன்சல்டிங் ஃபீஸ் கொடுத்து, மருந்து மாத்திரைகள் வாங்கி செலவு செய்யும் பணம் இன்சூரன்ஸ் மூலம் ரீஇம்பர்ஸ்மெண்ட் கிடைக்குமா? அப்படிக் கிடைத்தால் அதன் பெயர் டொமிசிலிரி டிரீமெண்டுக்கான இன்சூரன்ஸ் தொகை.

அப்படி காப்பீடு நிறுவனங்கள் வழங்குவதில்லை. சில இன்சூரன்ஸ் நிறுவனங்கள் டொமிசிலிரி டிரீமெண்டுக்கான கூடுதல் பிரீமியத்தைச் செலுத்தச் சொல்லி டொமிசிலிரி டிரீமெண்டுக்கான இன்சூரன்ஸ் தொகை வழங்குகிறார்கள்.

நிலச்சரிவு, தீவிபத்து, வெள்ளப்பெருக்கு போன்ற அசாதாரண சூழ்நிலைகளில் நிகழ்விடத்திலேயே சிலருக்கு சிகிச்சை அளிக்கப்படும். அந்த சிகிச்சை மருத்துவமனை சிகிச்சை இல்லை. ஆனாலும் இன்சூரன்ஸ் இருக்கும் பட்சம் அவர்களுக்கு அதற்காகப் பணம் கிடைக்கலாம். அதை சிலர் டொமிசிலிரி என்கிறார்கள்.

எதற்கெல்லாம் மெடிக்கல் இன்சூரன்ஸ் பாலிசி பணம் தராது?

- பொதுவாக ஏற்கனவே இருக்கிற வியாதிகளுக்கு. முதல் ஆண்டிலேயே வரக்கூடிய வேறுசில வியாதிகளுக்கு. காத்திருப்பு காலத்தில் வரக்கூடிய வியாதிகளுக்கு.
- மூக்கு கண்ணாடி. கான்டாக்ட் லென்ஸ். ஹியரிங் எய்டு.
- பற்களுக்கான சிகிச்சை (விபத்துக்கள் அல்லது ஏதாவது நோயினால் பாதிக்கப்பட்டிருப்பது சரி செய்வது தவிர)
- எய்ட்ஸ் மற்றும் பால்வினை நோய்கள்.
- சுயமாக ஏற்படுத்திக்கொள்ளும் காயங்கள்.
- போதைமருந்து, மதுவினால் ஏற்படும் சிக்கல்கள்.
- மகப்பேறு தொடர்பான சிகிச்சைகள் மற்றும் கருக்கலைப்பு.

- சிசேரியன் (குருப் பாலிசியில் கிளைம் கிடைக்கும். சில நிறுவனங்கள் தனி நபர் பாலிசியும் கொடுக்கிறார்கள். ஆனால் வெயிட்டிங் பீரியட் உண்டு.)
- பரிசோதனைக் கட்டணங்கள் மற்றும் எக்ஸ்ரே கட்டணங்கள், ஸ்கேன், MRI. குறிப்பிட்ட, மருத்துவமனை சிகிச்சைக்குத் தேவைப்படாத வேறு சில பரிசோதனைகள்.
- இயற்கை மருத்துவம். சில நிறுவனங்கள் ஆயுர்வேதம் மற்றும் சித்தா மருத்துவதுக்கும் பாலிசி (ஆயுஷ்) அளிக்கின்றன.

15.2 டாப்-அப் பாலிசி

டாப்-அப் பாலிசிகள் உங்களுடைய எதிர்பாராத மருத்துவ அவசரநிலைகளைச் சமாளிக்க உதவும் திட்டம். ஏற்கனவே உள்ள உடல்நலக் காப்பீடுக் கொள்கைக்கு (தனிநபர் அல்லது உங்கள் நிறுவனத்தின் குழுக் காப்பீடு) கூடுதல் மருத்துவக் காப்பீடை வழங்குகிறது. உங்களுடைய அடிப்படை சம்-இன்ஷூர்ட் வரம்பைக் கூட்டிடுவதைவிட இதற்கான பிரீமியம் அளவு குறைவு.

இந்தத் திட்டம் மெடிக்கிளைம் பாலிசியின் அதே பலன்களை வழங்குகிறது. உங்கள் மருத்துவமனை கட்டணம் சம்-இன்ஷூர்ட் வரம்பை மீறும் போது இது செயல்படும். உதாரணத்திற்கு உங்களின் தற்போதைய காப்பீடுத் தொகை ரூ.5 லட்சம். கூடுதலாக ரூ.8 லட்சத்திற்கு டாப்-அப் செய்கிறீர்கள். மருத்துவமனை செலவு ரூ.9 லட்சம். அந்தத் தொகைக்கு கிளைம் பதிவு செய்யும்போது உங்களின் அடிப்படைத் தொகையான ரூ. 5 லட்சம் பயன்படுத்தப்படும். மீதமுள்ள 4 லட்சம் உங்கள் டாப்-அப் திட்டத்திலிருந்து பயன்படுத்தப்படும். ஆனால் ஓராண்டில் ரூ. 3 லட்சம், ரூ. 2 லட்சம் மற்றும் ரூ. 2 லட்சம் என மூன்று தனித்தனியான கிளைம்கள் இருந்தால், (மொத்தம் ரூ. 7 லட்சம்) காப்பீடு செய்தவர் அவரது பாக்கெட்டில் இருந்து ரூ.2 லட்சம் செலுத்த வேண்டும். ஏனென்றால் தனிப்பட்ட கிளைம் தொகை ரூ. 5 லட்சத்துக்கு மேல் இல்லை.

15.3 ஆரோக்கிய சஞ்சீவினி பாலிசி

காப்பீடு நிறுவனத்தில் இருந்து மற்றொரு காப்பீடு நிறுவனத்துக்கு மாறுகிற போது பாலிசிதாரர் சந்திக்கும் பல்வேறு வேறுபாட்டு சிரமங்களைக் குறைப்பதற்காக IRDA செய்த ஒரு ஏற்பாடு இது.

ஒரே விதமான அம்சங்களை கொண்ட ஒரு மெடிக்கல் இன்சூரன்ஸ் பாலிசி அனைத்து மருத்துவ காப்பீடு நிறுவங்களும் வழங்கவேண்டும் என்பதுதான் அது. அதன் பெயர் ஆரோக்கிய சஞ்சீவினி.

எந்த நிறுவனத்தில் எடுத்தாலும் இந்த பாலிசியின் அம்சங்கள் ஒப்பிடக் கூடியதாக ஒன்றுபோல இருக்கும். எனவே இந்தப் பெயரைச் சொல்லி எந்த நிறுவனத்திலும் பாலிசி எடுக்கலாம். இதை பிரிமியம் அல்லது சேவை அல்லது நெடொர்க் ஹாஸ்பிடல்ஸ் போன்ற அல்லது எந்தக் காரணத்துக்காகவும் ஒரு நிறுவனத்தில் எடுத்திருக்கும் இந்தப் பாலிசியை நீட்டிக்கும்போது வேறு நிறுவனத்தில், எடுத்துகொள்ளலாம். 30க்கும் மேற்பட்ட காப்பீடு நிறுவனங்கள் தற்சமயம் இந்த வகை பாலிசியை வழங்கிக் கொண்டிருக்கின்றன.

அம்சங்கள்

- இது ஒரு மெடிகிளைம் பாலிசி. 18 வயதுக்கு மேற்பட்டவர்கள் 65 வயதுக்கு உட்பட்டவர்கள் எவரும் இந்த பாலிசி எடுக்கலாம்.

- தனிநபர் பாலிசி ஆகவோ ஃபேமிலி ஃப்ளோட்டர் பாலிசியாகவோ எடுக்கலாம். மூன்று மாதங்களுக்கு மேல் ஆன 25 வரை வயது வரை உள்ள பிள்ளைகளை ஃபேமிலி புளோட்டரில் சேர்த்துக் கொள்ளலாம். பிள்ளைகள் அவர்களுக்கு பிறந்ததாகவோ அல்லது அவர்கள் தத்து எடுத்துக் கொண்டதாகவோ இருக்கலாம்.

- 18 வயதுக்கு மேல் ஆகிற பிள்ளைகளுக்குத் தனியாக வருமானம் இருக்கிற பட்சம் அவர்களை ஃபேமிலி புளோட்டரில் சேர்க்க இயலாது.

- ஒருவர் தன் வாழ்க்கைத் துணைவரை, தான் எடுத்த பாலிசியில் சேர்க்க விரும்பினால், அவர்களுக்கிடையே சட்டபூர்வமாக திருமணம் நடைபெற்றிருக்க வேண்டும்.

- ஆண்டுக்கான பாலிசியை ஆயுள் முழுக்க நீட்டித்துக் கொண்டே போகலாம்.

வழங்கப்படும் சிறப்பு தொகைகள்

- வழக்கமாக கிடைக்கிற மருத்துவமனை செலவுகள் தவிர, மருத்துவமனையில் தங்கியிருக்கையில் ஆகும் செலவுக்காக

என்பது போல பாலிசி தொகையில் அதிக பட்சமாக 2 சதவீதம் அல்லது ரூபாய் கணக்கில் நாளொன்றுக்கு 5 ஆயிரம் வரை கிடைக்கும்.

- அவசர சிகிச்சை பிரிவில் இருக்கிறபோது மொத்த பாலிசி தொகையில் 5 சதவீதம் அல்லது நாளொன்றுக்கு 10 ஆயிரம் வரை கிடைக்கும்.

எதற்கெல்லாம் தருவார்கள்?

- அனஸ்தீசியா, ரத்தம் (தானம் பெற்றால்) அறுவை சிகிச்சை அறை வாடகை, அறுவை சிகிச்சை கருவிகளுக்கான செலவுகள், மருந்து மாத்திரைகள், பரிசோதனைகள் மற்றும் எக்ஸ்ரே போன்றவற்றுக்கு . மேலும் அறுவை சிகிச்சை நிபுணர், மயக்க மருந்து கொடுக்கும் மருத்துவர், மருத்துவர், சிறப்பு மருத்துவர், மருத்துவ ஆலோசகர் ஆகியயோருடைய கட்டணங்களும் ஏற்றுக்கொள்ளப்படும்.
- **காட்ராக்ட்:** கண்புரை சிகிச்சையான காட்ராக்ட்டுக்கும் தொகை உண்டு. பாலிசி தொகையில் 25% அல்லது 40,000 இரண்டில் எது குறைவோ அந்தத் தொகை கிடைக்கும்.
- **பல் டெண்டல்:** பல் சிகிச்சையைப் பொறுத்தவரை ஏதாவது குறிப்பிட்ட வியாதியினால் பற்கள் பாதிக்கப்பட்டிருந்தாலோ அல்லது விபத்தினால் இழப்பு ஏற்பட்டிருந்தாலோ அதைச் சரி செய்வதற்கு மட்டும் கிடைக்கும். மற்றபடி சரி செய்தல் மேம்படுத்துதல் போன்றவற்றுக்கு இல்லை.
- **பிளாஸ்டிக் சர்ஜரி:** விபத்து மற்றும் வியாதியால் செய்ய வேண்டி வரும் பிளாஸ்டிக் சர்ஜரிக்கும் உண்டு. நவீன சிகிச்சைகளுக்கும் மொத்த பாலிசி தொகையில் 50 சதவீதம் வரை தருவார்கள்.
- **டே கேர் ட்ரீட்மென்ட்:** வளர்ந்துவிட்ட மருத்துவ சிகிச்சையின் தரம் காரணமாக முன்பு அதிக நேரம் எடுத்துகொண்ட பல சிகிச்சைகளுக்கு இப்பொது குறைவான நேரமே தேவைப் படுகிறது. சிகிச்சை முடித்து ஒரே நாளில் வீட்டிற்கு அனுப்பி விடுகிறார்கள். அதனால் சிகிச்சை பெற்றவர்களால் 24 மணி நேரம் மருத்துவமனைகளில் தங்க முடிவதில்லை. ஆனாலும் அந்த சிகிச்சைகளுக்கு பணம் கொடுக்கவேண்டும் என்பதற்காக உருவாக்கபட்டதுதான் டே கேர் டிரீட்மெண்ட். இதில் ஆல் டேகர் ட்ரீட்மெண்ட் அடக்கம்.

- ஆம்புலன்ஸ் கட்டணங்கள் வழங்கப்படும். அதிகபட்சம் ரூபாய் 2000.
- மருத்துவமனையில் சேர்வதற்கு முன்பான 30 நாட்களில் அதே வியாதி தொடர்பான மருத்துவச் செலவுகளுக்கு உண்டு. மருத்துவமனையில் இருந்து வந்த பிறகு அடுத்த 60 நாட்களுக்குள் அது தொடர்பான செலவுகளுக்கும் உண்டு.
- ஆயுஷ் திட்டத்துக்கும் (ஆயுர்வேதம், சித்தா) உண்டு.

பிரீமியம்

- இந்த பாலிசியைக் குறைந்தபட்சம் ஒரு லட்சத்துக்கு எடுக்க வேண்டும் அதிகபட்சம் 5 லட்சத்துக்கு வைக்கலாம். 1 முதல் 5 லட்சத்துக்கு ஒன்றாக இருக்கும் தொகையில் 50 ஆயிரத்தை மடங்குகளாக இருக்க வேண்டும்.
- பிரிமியத் தொகைகளை ஆண்டுக்கணக்கிலோ அரையாண்டு காலாண்டு மாதக்கணக்கிலோ கட்டலாம்.
- பிரிமியம் கட்டுவதற்கான தவணை காலமான கிரேஸ் பீரியட், ஆண்டு ப்ரிமியம்களுக்கு 30 நாட்களாகவும் மற்றவற்றுக்கு 15 நாட்களாகவும் வைத்திருக்கிறார்கள்.
- எந்த ஒரு ஆண்டில் எந்தவிதமான சிகிச்சைக்கான பணம் பெற்றுக்கொள்ளாமல் இருக்கும் பட்சம் அடுத்த ஆண்டு 5 சதவீதம் கூடுதல் தொகைக்கு சம் அஷுர்டு கொடுப்பார்கள்.
- 'கோ பேமெனட்' என ஒவ்வொரு முறை பணம் கிளைம் செய்யும் போதும் அந்த தொகையில் 5 சதவீதம் அதிகமாக வழங்கப்படும்.

கூடுதல் விவரங்களை www.indiagov.in இல் பார்க்கலாம்.

15.4 கொரோனா சிகிச்சைக்கான சிறப்பு மருத்துவ காப்பீடு

நடப்பிலிருக்கும் எல்லா மருத்துவ காப்பீடு பாலிசிகள் மூலம் கொரானா சிகிச்சைக்கான பணம் பெறலாம். காரணம், கோவிட் 19 என்பது ஒரு வைரஸ் நோய். தவிர, பாலிசி எடுப்பதற்கு முன்பாக பாலிசிதாரர் அந்த நோயால பாதிக்கபட்டிருக்கவில்லை (என்றால்) என்பதனால்.

நடப்பில் இருக்கும் பாலிசி தொகை போதாது என்று நினைப்பவர்கள், புதிதாக கொரானாவுக்காகவே உருவாக்கப் பட்டிருக்கும் மருத்துவ பாலிசிகள் எடுக்கலாம். பெரும்பாலான

மருத்துவ காப்பீடு நிறுவனங்கள் கொரானா பாலிசிகள் வழங்குகின்றன.

கொரானா கவச் பாலிசி: ரூபாய் 50 ஆயிரம் முதல் 5 லட்சம் வரை பாலிசிகள் இருக்கின்றன. தனிநபருக்கோ, அல்லது ஃபேமிலி ஃப்ளோட்டர் வகையிலோ எடுக்க முடியும். இவை வைரல் தாக்குதலுக்கான நோய்க்கு மட்டுமே. மருத்துவர் பரிந்துரையின் பேரில் வீட்டிலிருந்தே சிகிச்சை எடுத்துக்கொண்டாலும் பாலிசி பணம் கிடைக்கும். சிகிச்சைக்கான செலவு தவிர சிகிச்சை காலத்தில் அணிந்துகொள்ளும் முகக்கவசம், கையுறைகள் மற்றும் ஏனைய பாதுகாப்புப் பொருட்களுக்கும் பணம் உண்டு. இந்தவகை பாலிசியில் கோபேமெண்ட் என்கிற கூடுதலாக கிடைக்கிற தொகை கிடைக்காது. கேஷ்லெஸ் வசதி உண்டு.

கொரானா ரக்ஷக் பாலிசி: இந்த பாலிசியில் குறைந்தபட்சம் 72 மணிநேரம் மருத்துவமனையிலிருந்து சிகிச்சை பெற்றிருக்க வேண்டும். இந்தப் பாலிசியிலும் மருத்துவ சிகிச்சை தவிர, உடல் பாதுகாப்பதற்காக அணிந்துகொள்ளும் முகக் கவசங்கள், பெர்சனல் புரோடெக்டிவே ஈக்விப்மன்ட் (PPE), ஆக்சிஜன், கையுறைகள் மற்றும் ஆயுஷ் டிரீட்மெண்ட்க்கும் பணம் கிடைக்கும். 18 வயது முதல் 65 வயது உள்ளவர்களுக்கு மட்டும் இந்த பாலிசி வழங்கப்படுகிறது. பாலிசி தொகை ரூபாய் 2.5 இலட்சத்திலிருந்து ஐந்து லட்சம் வரை.

கொரானா வைரஸ் குரூப் ஹெல்த் இன்சரன்ஸ்: தனிநபர்கள் குடும்பங்கள் தவிர, பணிபுரியும் இடங்களில் இருக்கும் பெரிய குழுவினர்களுக்கு கவரேஜ் கொடுக்கும் பாலிசி. நிறுவனங்கள் இப்படிப்பட்ட பாலிசிகளை எடுக்கிறார்கள்.

கொரோனா வைரஸ் ஹெல்த் இன்ஷூரன்ஸ் பணம் எதற்கெல்லாம் கிடைக்காது?

- ஹோம் குவாரண்டைன் போது ஆகும் சிகிச்சை தொடர்பான செலவுகளுக்கு பணம் கிடைக்காது.
- அங்கீகாரம் இல்லாத தனிமைப்படுத்த மையங்களில் இருந்து ஆகும் செலவுகளுக்கு பணம் கிடைக்காது.
- ஏற்கெனவே உள்ள வியாதிகளுக்கு. கொரானா சிகிச்சையின் போது வேறு ஏதும் ஏற்கனவே இருந்த நோய்களுக்கான

சிகிச்சை செய்ய நேர்ந்தால் அதற்குரிய காத்திருக்கும் காலத்தைப் பொறுத்துதான் பணம் வழங்கப்படும்.

- மருத்துவமனையில் இருந்தால் தவிர பாலூட்டும் காலம் அதற்கான சிகிச்சை செலவுகளும் பிரி நட்டால் போஸ்ட் நட்டால் கிடைக்காது.
- மருத்துவரின் ஆலோசனை இல்லாமல் மருத்துவமனையில் சேர்ந்தால் பணம் கிடைக்காது.

பணம் பெறும் வழிகள்

நெட்வொர்க் மருத்துவமனைகளில் சிகிச்சை பெற்றால் கேஷ்லெஸ் முறையிலேயே மருத்துவ சிகிச்சையை முடித்துக் கொள்ளலாம். ஒருவர் அவர் எடுத்திருக்கும் இன்சூரன்ஸ் பாலிசியில் இதற்கு வாய்ப்பு இருக்கிறதா என்பதை முகவர்களைக் கேட்கலாம். தவிர, அவர் அந்த நிறுவனத்தின் வலைதளம் மூலமாகவும் தொலைபேசியில் தொடர்பு கொண்டு பேசியும் தெரிந்துகொள்ளலாம். மருத்துவமனைகளிலும் விவரம் தெரிவிப்பார்கள். நெட்வொர்க் இல்லாத மருத்துவமனையில் சிகிச்சை பெற்றாலும், ரீஇம்பர்ஸ்மெண்ட் வழியில் உரிய ஆவணங்களுடன் சமர்ப்பித்து பணம் பெறலாம்.

கொரானா பாலிசிகள் பெரிய தொகைக்கு எடுக்கிறார்கள். காரணம், மருத்துவ சிகிச்சையின் செலவுகள் அப்படி இருக்கின்றன. பாலிசி எடுப்பதற்கு முன்பே முகவர்கள் மூலம் எவற்றுகெல்லாம் பணம் கிடைக்காது என்று தெரிந்துகொள்ள வேண்டும். அதேபோல காத்திருப்பு காலம் – வெயிட்டிங் பீரியட் எத்தனை நாட்கள் என்று தெரிந்துகொள்ளவேண்டும். பெரும் பாலும் 30 நாட்களாக இருக்கும். ஸ்டார் ஹெல்த் இன்சூரன்ஸ் நிறுவனம் 14 நாட்கள் காத்திருப்பு காலம் வைத்திருக்கிறது.

15.5 கிரிட்டிகல் இல்னெஸ் இன்சூரன்ஸ் பிளான்

பாலிசிதாரருக்கு குறிப்பிட்ட உடல்நலக்குறைவுகள் ஏற்பட்டு விட்டால், அதை உறுதி செய்தபின் காப்பீடு நிறுவனம் ஒரு தொகையைக் (லம்ப் சம் ஆகக்) கொடுக்கும் ஏற்பாடு இது. இந்தத் திட்டத்தில் மருத்துவமனைக்குப் போகவேண்டியதோ பில்கள் கொடுக்கவேண்டியதோ இல்லை. பணம் வழங்கப்படும். அந்த உடல்நலக்குறைவுகளுக்கு ‘கிரிட்டிகல் இல்னெஸ்’ அல்லது

'டெர்மினல் இல்னெஸ்' என்று பெயர். கேன்சர், இதயக்கோளாறு, நுரையீரல் கோளாறு, பக்கவாதம், சிறுநீரகக் கோளாறு போன்றவை அவை. எவையெல்லாம் கிரிட்டிகள் இல்னெஸ் என்பது காப்பீடு நிறுவனத்துக்கு நிறுவனம் வேறுபடும். உதாரணத்துக்கு ஸ்டார் ஹெல்த் இன்சூரன்ஸில் 23 நோய்களை கிரிட்டிகல் இல்னெஸ் என்று வகைப்படுத்தியிருக்கிறார்கள்.

ஆயுள் காப்பிட்டு நிறுவனங்கள் இதை ரைடராக வழங்குகின்றன. மருத்துவ காப்பீடு நிறுவனங்கள் தனி பாலிசியாகவே வழங்கு கின்றன. இரண்டும் எடுக்கலாம். இது அல்லது அது என்பது போலல்ல. பிரிமியம் கட்ட முடிந்தவர்கள் இரண்டு வகைப் பாலிசிகளையும் எடுத்துகொள்ளலாம்.

காப்பீடு நிறுவனத்தை எப்படி தேர்வு செய்வது?

பல நிறுவனங்கள் மருத்துவ காப்பீடு பாலிசிகள் தருகின்ற. எவற்றை வைத்து, பாலிசி எடுக்கத் தகுந்த ஒரு மருத்துவ காப்பீடு நிறுவனத்தைத் தேர்வு செய்வது?

- எவ்வளவு சிகிச்சைகளுக்கு அனுமதி? அவற்றில் விடுபட்டிருக்கும் முக்கிய சிகிச்சைகள் என்ன?
- எத்தனை மருத்துவமனைகள் சிகிச்சை எடுத்துகொள்ளக்கூடிய பட்டியலில் இருக்கின்றன? நம் ஊர் பக்கம் எவை? அந்த மருத்துவமனைகள் எப்படிப்பட்டவை?
- பாலிசி காலத்தில் நோய் உடலநலக்குறைவு வந்தால் அதற்காக பிரிமியம் அதிகரிக்கப்படுமா?
- எத்தனை வயது வரை பாலிசியை நீட்டிக்கலாம்?

பிரீமியம் தொகைக்கான வருமான வரி விலக்கு

கட்டும் பிரிமியத்துக்கு வருமான வரி விலக்கு உண்டு. இது 80 சியின் கீழ் இருக்கும் 1.5 லட்ச ரூபாய்க்கும் மேல். அது தவிர. தனியாக வருமான வரிச் சட்டத்தில் 80 டி என்று பிரிவு உள்ளது. ஒருவர் ஆண்டுக்கு 25000 வரை விலக்கு பெறலாம். அதில் மனைவி குழந்தைகளுக்குக் கட்டும் பிரிமியங்களையும் சேர்த்து கொள்ளலாம். 60 வயதுக்கு மேற்பட்டவராக இருந்தால் ஆண்டுக்கு 50,000 வரை விலக்கு உண்டு. 75 வயதாகும் நபர்கள் சூப்பர் சீனியர் சிட்டிசன்கள். அவர்களுக்கு ஆண்டுக்கு 75000 வரை மருத்துவ காப்பீடுக்கான விலக்கு தரப்படுகிறது.

நிறுவனம் மாற்றுதல்

காப்பீடு நிறுவனத்திலிருந்து தன்னுடைய பாலிசியை மற்றொரு காப்பீடு நிறுவனத்துக்கு ஒருவர் மாற்ற முடியும். அவருக்கு ஏற்கனவே இருந்த நோய்களையும் அந்த புதிய பாலிசியில் அவர்கள் சேர்த்துக் கொள்ளத்தான் வேண்டும். அவற்றை பிரி எக்சிஸ்டிங் என்று தவிர்க்க இயலாது. ஆனால், புதிய பாலிசி அதே அளவு தொகைக்காக இருக்க வேண்டும். கூடுதல் தொகைக்கு மாற்ற முடியாது. இந்த வசதியை ஐஆர்டிஏ 2011 ஆம் ஆண்டு முதல் நடைமுறைக்கு கொண்டு வந்துள்ளது.

ஹெல்த் இன்சூரன்ஸ் பிரிமியம் எவ்வளவு ஆகும்?

PolicyBazaar.com என்ற இணைய தளத்தில், பெயர், வயது குடும்ப உறுப்பினர்கள் எண்ணிக்கை ஆகியவற்றைக் கொடுத்தால் பல்வேறு காப்பீடு நிறுவனங்களும் என்ன பிரிமியத்திற்கு என்ன தொகைக்கு பாலிசிகள் தருகின்றன என்று தெரியவரும். ஒப்பிட்டுப்பார்த்து முடிவு செய்துகொள்ளலாம்.

உதாரணத்திற்காக 16.12.21 அன்று தேடியதில் கிடைத்த விவரங்கள்.

31 வயது பெண்மணி. தனி நபர். ஒருவருக்கு மட்டும்.

தொகை 2 லட்சம்	பிரிமியம் ரூ.
ஸ்டார் ஹெல்த்	3835
SBI ஜெனரல்	3237

31 வயது ஆண், ஒரு பெண். இருவருக்கு.

தொகை 4 லட்சம்	பிரிமியம் ரூ.
கேர் ஹெல்த் இன்சூரன்ஸ்	9523
ஸ்டார் ஹெல்த்	10549
SBI ஜெனரல்	7877

31 வயதாகும் கணவன், அவர் மனைவி மற்றும் ஒரு குழந்தை

தொகை 5 லட்சம்	பிரிமியம் ரூ.
கேர் ஹெல்த் இன்சூரன்ஸ்	18604
ஸ்டார் ஹெல்த் இன்சூரன்ஸ்	15541

ஆதித்யா பிர்லா கேப்பிடல்	13081
SBI ஜெனரல்	11251
HDFC எர்கோ	14143
ராயல் சுந்தரம்	12409

31 வயதாகும் கணவன், அவர் மனைவி மற்றும் இரண்டு குழந்தைகள்

தொகை 5 லட்சம்	பிரிமியம் ரூ.
கேர் ஹெல்த் இன்சூரன்ஸ்	23024
ஸ்டார் ஹெல்த் இன்சூரன்ஸ்	17464
ஆதித்யா பிர்லா கேப்பிடல்	15610
SBI ஜெனரல்	13830
HDFC எர்கோ	17265
ராயல் சுந்தரம்	15463

> பெரிய நிதி சிக்கல்களில் இருந்து காப்பாற்ற வந்த நல்ல ஏற்பாடு இது. அதிக சிரமமின்றி இழப்பீட்டுத் தொகைகளும் கிடைக்கின்றன.

16

ஆக்சிடெண்ட் இன்சூரன்ஸ்

யாருக்கு எப்போது நேரும் என்று தெரியாதற்குப் பெயர் விபத்து. விபத்தின் முடிவு எப்படியும் இருக்கலாம். மிகத்தீவிரமான இறப்பு அல்லது கைகால் முறிவுகள், மருத்துவமனையில் தங்க வேண்டிய நிர்பந்தங்கள் ஆகிய எதுவுமாக இருக்கலாம். அதிர்ஷ்ட காரர்களுக்கு எளிதாக கடந்து போய்விடக்கூடிய லேசான அடி அல்லது அதுவும் இல்லாத வெறும் எச்சரிக்கையாகவும் முடியலாம்.

விபத்தை முற்றிலும் தவிர்க்க முடியுமா என்று சொல்ல முடியாது. ஆனால் அதன் பாதிப்பைக் குறைத்துக்கொள்ள முடியும்.

உதாரணம் அவசியமில்லை. ஆனாலும் அதன் தீவிரதத்தை உணர்த்துவதற்காக நான் அறிந்த ஒரு விபத்து குறித்து சொல்கிறேன்.

கோவையைச் சேர்ந்த அந்த நபர் ஒரு தனியார் நிறுவனத்தில் வேலை செய்துகொண்டிருந்தவர். எனக்கு புத்தகங்கள் மூலம் அறிமுகமானவர். சில ஆண்டுகளுக்கு முன்பு அவர் மோட்டார் சைக்கிளில் போய்க் கொண்டிருந்தார். எதிரில் காய்கறி ஏற்றிக்கொண்டு வந்த சின்ன டெம்போ போன்ற ஒரு ‘குட்டியானை’ வண்டி, இவர் மோட்டார்சைக்கிள் மீது மோதி

விட்டது. இவர் சாலையில், அவரது இடது கை பக்கமாக வண்டியோடு சாய்ந்துவிட்டார். அந்தக் குட்டியானை இவர் வண்டி மீது சாய்ந்துவிட்டது. அக்கம் பக்கத்தில் இருந்தவர்கள் ஓடி வந்து தூக்கிவிட்டிருக்கிறார்கள். மனிதர் பிழைத்துவிட்டார். ஆனால், அவருடைய தோள்பட்டை முதல் கணுக்கால் வரை இடது பக்கம் முழுவதும் பலமான அடி.

ஓராண்டுக்கும் மேலாகப் அவர் படுக்கையில் கிடந்தார். மருத்துவச் செலவு. தவிர, வேலைக்கு போக முடியாமல் சம்பளம் வரவில்லை. பெரும் சிரமத்துக்கு உள்ளானார். குடும்பம் பொருளாதார ரீதியாக மிகவும் சிரமப்பட்டது. இது அவருக்கு நேராமல் இருந்திருந்தால், அவர் வாழ்க்கை நிம்மதியாக போயிருந்திருக்கும். 60, 70 ஆயிரம் ரூபாய் மருத்துவச் செலவு. கிட்டத்தட்ட ஒன்றரை லட்ச ரூபாய்க்கு அதிகமான சம்பள இழப்பு ஆகியவற்றை அவர் சந்தித்திருக்க மாட்டார்.

இந்த நிகழ்வை, அதனால் உண்டான கடுமையான சூழ்நிலையை, அது உண்டாக்கிய சிரமங்களை அவர் தவிர்த்திருக்க முடியுமா? அதற்கு அவர் சாலையில் போகாமல் இருந்திருக்க வேண்டும். அல்லது எப்போது எவ்வாறு எந்த வண்டி இடிக்கும் என்று அவருக்கு முன்கூட்டியே தெரிந்து இருக்க வேண்டும். அதெல்லாம் சாத்தியமில்லை.

இப்படிப்பட்ட எதிர்பாராத நிகழ்வு யாருக்கு ஏற்படும், யாருக்கு ஏற்படாது என்று எவராலும் உறுதியாகச் சொல்ல முடியாது.

விபத்துகளினால் சிரமப்படுகிறவர்கள் எல்லாம் வண்டி ஓட்டத் தெரியாதவர்களோ தவறாக ஓட்டியவர்களோ இல்லை. எதிரில் வருபவருடைய, இணையாக ஒட்டுபவருடைய தவறுகள் எல்லாம் சரியாக வண்டி ஓட்டுகிறவரையும் பாதிக்கும். இப்படிப்பட்ட விபத்துக்களுக்குச் சிகிச்சை தேவைப்படும். அந்தச் சிகிச்சைக்கான செலவு எதிர்பாராத ஒன்று. அதை சமாளிப்பதற்கு மெடிக்கிளைம் உதவும்.

நல்ல வேளையாக அவர் பிழைத்தார். ஆனால், வேலைக்குப் போக முடியாமல் படுக்கையில் கிடைந்தார். சென்ற அத்தியாயத்தில் நாம் பார்த்ததுபோல் அவர் கிரிட்டிகல் இல்னெஸ் இன்சூரன்ஸ் எடுத்திருந்தால், வீட்டிலிருந்த காலத்தைச் சமாளிக்க அவருக்கு ஒரு ஒட்டுமொத்த (லம்ப்-சம்) தொகை கிடைத்திருக்கும். அப்படி ஒன்று இருப்பதே அவருக்குத் தெரியாது.

ஒருக்கால் அந்த விபத்தின் காரணமாக அவர் இறந்திருந்தால் ஆயுள் காப்பீடும் இல்லாமல் இருந்தால் சம்பாதித்துகொண்டிருந்த அவருடைய இழப்பை ஈடுகட்ட ஆயுள் காப்பீடு போல ஆக்ஸிடெண்ட் இன்சூரன்ஸ் மூலமும் பணம் கிடைக்கும். குடும்பம் சமாளித்துக்கொள்ளும்.

விபத்துக் காப்பீடுகளில் பல வகைகள் இருக்கின்றன.

தனிநபர் விபத்து காப்பீடு

பர்சனல் ஆக்சிடெண்ட் இன்சூரன்ஸ். ஒருவருக்கு ஏதேனும் விபத்து நேர்ந்து, அதனால் அவர் உயிர் இழந்தால்; அல்லது அந்த விபத்தின் காரணமாக , உடல் உறுப்புகள் அல்லது கண் பார்வை இழப்பு ஏதும் ஏற்பட்டால்; அல்லது தற்காலிக செயல் முடக்கம் ஏற்பட்டால், காப்பீடு நிறுவனம் அவரிடமோ அவர் இல்லாத பட்சம் அவர் நியமனம் செய்திருந்தவரிடமோ இழப்பீடுத் தொகையை வழங்கும்.

குரூப் ஆக்சிடென்ட் இன்சூரன்ஸ்

பெரும்பாலும் நிறுவனத்தை நடத்துகிறவர்கள், முதலாளிகள், அவர்களுடைய ஊழியர்கள் பலருக்கும் சேர்த்து எடுக்கிற குழு இன்சூரன்ஸ் இது. அந்த குழுவில் எவருக்கு விபத்து நேர்ந்தாலும், ஒரு குறிப்பிட்ட தொகையைக் காப்பீடுத் தொகையாக வழங்கும் ஏற்பாடு. குருப் இன்சூரன்ஸ் குறித்து முன்பே விரிவாகப் பார்த்துவிட்டோம்.

இழப்பீடு எப்போது கிடைக்காது

- விபத்து அல்லாத வகையில் இறப்பு.
- ஏற்கெனவே இருக்கக்கூடிய உறுப்பு இழப்பு அல்லது காயம்.
- கர்ப்ப காலம் அல்லது குழந்தை பிறப்பு.
- தற்கொலை.
- தற்கொலை முயற்சியினால் காயங்கள்.
- ஆங்கில மருத்துவம் அல்லாத ஏனைய மருத்துவங்கள்.
- போதைப்பொருட்கள் பயன்படுத்தியதால்.
- பாதுகாப்பு பணியில் ஈடுபட்டிருந்தபோது.
- விளையாட்டுகள், சாகசங்கள் செய்ததால் நிகழ்ந்தவற்றுக்கு.

இழப்பீடு தவிர மேலும் சில அனுகூலங்கள்

சில நிறுவனங்கள் கீழ்கண்டவற்றை ஆக்சிடெண்ட் பாலிசி எடுக்கும் அனைவருக்கும் தருகின்றன. சில நிறுவனங்கள் சிலவற்றை மட்டும். வேறு சில நிறுவனங்கள் கீழ்கண்டவற்றைத் தர, கூடுதல் பிரீமியம் வசூலிக்கின்றன.

- மருத்துவமனையில் சிகிச்சை பெறும்போது 'தினசரி ரொக்கப்பணம்' என்று ஒரு தொகையைச் செலவுக்காக, சில நாட்களுக்குத் தருவார்கள்.
- விபத்துக்குள்ளானவரை மருத்துவமனைக்கு எடுத்துச் செல்ல ஆம்புலன்ஸ் கட்டணம்.
- விபத்தில் இறந்துவிட்டால், உடலை எடுத்துச்செல்ல வண்டிக் கட்டணம், ஈமச்சடங்கு செலவுகள்.
- எலும்பு முறிவு, தீக்காயங்களுக்கு தனி இழப்பீடு.
- பாலிசியில் குறிப்பிடப்பட்டிருக்கும் தொகைக்குள், குடும்பத்தினரை விபத்து நடந்த இடத்துக்கு (தூரமாக இருப்பின்) அழைத்துச் செல்லும் செலவு.
- குடும்பத்தலைவர் இறந்தால், பிள்ளைகளின் படிப்புக்கு, அவர் வாங்கியிருந்த கடனுக்கு என்று ஒரு தொகை (பாலிசியில் குறிப்பிடப்பட்டிருந்தால்).

வரி விலக்கு

ஆக்சிடெண்ட் இன்சூரன்ஸ்சுக்கு கட்டும் பிரீமியத்துக்கு வருமான வரியில் இருந்து விலக்கு ஏதும் இல்லை. ஆனால், ஒருவர் பெறும் இழப்பீட்டுத் தொகைக்கு முழு விலக்கு உண்டு. அந்தத் தொகை மீது வருமான வரி கட்டத் தேவையில்லை (2021 நிலவரப்படி).

ஆக்சிடெண்ட் இன்சூரன்ஸ் சில முக்கிய தகவல்கள்

பாலிசி எடுத்திருந்தால் போதாது. விபத்து நடந்தால் உடனடியாகக் காப்பீடு நிறுவனத்துக்குத் தகவல் தெரிவிக்க வேண்டும். அது 24 முதல் 48 மணி நேரம் என்ற அளவில் கூடக் குறைவாக இருக்கலாம். காலக்கெடு பாலிசியில் குறிப்பிடப் பட்டிருக்கும்.

அடுத்து, அப்படி தகவல் தெரிவிக்கையில் விபத்து நடந்த நேரம், இடம், வண்டி எண், ஓட்டியவர் போன்ற விவரங்கள்

கேட்பார்கள். அவற்றைச் சரியாகத் தெரிவிக்கவேண்டும். அதில் மாறுபாடுகள் இருந்தாலோ தாமதமானாலோ கிளைம் நிராகரிக்கப்படும் ஆபத்து உண்டு.

சின்ன உரசல், கீறல்கள் லைட் உடைதல் போன்ற சேதங்களுக்கும் ஆள் எவருக்கும் அடிபடாதவரையிலும் FIR தேவைப்படாது. அது இல்லாமலே கிளைம் ஏற்றுக்கொள்ளப்படும். மற்றபடி சேதம் அதிகம் செய்யும் சாலை விபத்துகளுக்கு, காவல்நிலையத்தில் போடப்படும் முதல் தகவல் அறிக்கை (FIR) தேவைப்படும். அதற்கான ஏற்பாடுகளை உடனடியாகச் செய்யவேண்டும். குறிப்பாக வேறு ஒருவரின் வண்டியுடன் விபத்து நேர்ந்தால், எவருக்கேனும் அடிபட்டிருந்தால், இறப்பு நேர்ந்தால் இதைச் செய்தாகவேண்டும்.

பெரிய சாலை விபத்துகளுக்குப்பின் வண்டியை ரிப்பேர் செய்ய அங்கிருந்து எடுக்கும், நகர்த்தும் முன்பு இன்சூரன்ஸ் நிறுவனத்துக்கு அவசியம் தகவல் கொடுக்க வேண்டும். வண்டியை எடுக்க, அடிபட்டவர்களைச் சிகிச்சைக்குக் கொண்டுசெல்ல அவர்கள் உதவக்கூடும். விபத்தினால் பயந்து அங்கிருந்து போவிடுவதோ எவரையும் வைத்து வண்டிகளை வேகமாக எடுத்துப் போய்விடுவதோ கிளைம் செய்வதில் சிக்கல் உண்டாக்கும்.

அதே போல தற்காத்துக்கொள்வதாக நடந்ததை மாற்றிச் சொல்லி, அது கண்டுபிடிக்கப்பட்டால் அல்லது அது தவறு என்று தெரியவந்தால் கிளைம் செட்டில் ஆவதில் பிரச்னை வரும். சிலர் அடிபட்டவருடன் சமாதானமாகப் போய்விடலாம், போலீஸுக்கு போகாமல், FIR போடாமல் விட்டுவிடுவார்கள். அதனால் இன்சூரன்ஸ் நிறுவனத்தில் இருந்து இழப்பீடு கிளைம் செய்வது பாதிக்கப்படும்.

விபத்து நிகழ்விடத்தையும் வண்டிகளையும் புகைப்படம் எடுத்து வைத்துகொள்வது, நேரில் பார்த்தவர்களின் முகவரி, செல்போன் நம்பர் ஆகியவற்றை வாங்கிவைத்துகொள்வது, கிளைம் விரைவாக முழுமையாக செட்டில் ஆக உதவியாக இருக்கும்.

வாகனங்கள் தொலைந்து போனாலும் கிளைம் செய்ய FIR அவசியம் தேவைப்படும்.

பெரிய கிளைம்களுக்கு வழக்கறிஞர்களை ஏற்பாடு செய்து கொள்வது உதவியாக இருக்கும்.

எவற்றுக்கு உண்டு எவற்றுக்கு இழப்பீடு இல்லை என்பதை பாலிசி எடுக்கும் போதே தெரிந்துகொள்வது அவசியம். இழப்பீடு கேட்கும் போது இன்சூரன்ஸ் நிறுவனம் கொடுக்கும் ஆவணங்களைப் படித்துப் பார்க்காமல் கையெழுத்துப் போடக் கூடாது. இயன்றால் வழக்கறிஞரிடம் காட்டி அபிப்பிராயம் பெற்றுக்கொண்டு கையெழுத்திடலாம்.

விபத்தில் இறப்பு

விபத்து நேர்ந்தபின் குறிப்பிட்ட காலத்துக்குப் பிறகு (100 - 180 நாட்கள்) இறந்தால், அது விபத்தால் இறந்ததாகக் கருதப்படாது. எத்தனை நாட்கள் என்பது பாலிசியில் குறிப்பிடப்பட்டிருக்கும்.

எவ்வளவுக்கு இன்சூரன்ஸ்?

ஒருவருக்கு அவருடைய மாத வருமானத்தைப் போல 100 மடங்கு கவரேஜ் தேவை என்கிறார்கள். மாதம் ஊதியம் 25,000 என்றால் 25 லட்ச ரூபாய்க்கு ஆக்சிடெண்ட் பாலிசி எடுப்பது சரி என்கிறார்கள்.

யார் யாருக்கு அவசியம்?

சுரங்கங்கள், பெரிய கட்டுமானங்கள், குரியர் நிறுவனங்கள் ஆகியவற்றில் பணி செய்பவர்கள், வாகன ஓட்டுநர்கள், டிராஃபிக் போலீஸ்காரர்கள், ஸ்விகி, சொமோட்டோ, டன்சோ போன்ற நிறுவனங்களில் பணி புரியும் இருசக்கர வாகனத்திலேயே அலையவேண்டியிருப்பவர்கள் ஆகியோருக்கு இந்த இன்சூரன்ஸ் அவசியம் தேவை.

> விபத்துக் காப்பீடு சின்ன தொகைதான்.
> எடுத்துவிடலாம். அதிகம்
> யோசிக்க வேண்டாம்.

17

டிராவல் இன்சூரன்ஸ்

பயணங்கள் இரு வகைப்படும். உள்நாட்டுக்குள்ளாகவே செய்யும் பயணங்கள். மற்றொன்று ஓவர்சீஸ் டிராவல். வெளிநாட்டுப் பயணம்.

முதலில் உள்நாட்டுப் பயணக்களுக்கான 'டொமெஸ்டிக் டிராவல் இன்சூரன்ஸ்' குறித்துப் பார்க்கலாம்.

சிலருக்கு இது புதிதாகத் தெரியலாம். ஐ.ஆர்.டி.சி மூலம் ரயில் டிக்கெட்டுகள் வாங்கும் போது மற்றும் ஆன்லைனில், ரெட்பஸ் டாட்காம் போன்ற இணையத்தளங்களின் மூலம் பேருந்து பயணச்சீட்டுகள் வாங்கும் போதும், பயணக்காப்பீடு பற்றிய கேள்வி வரும்.

சிலர் காப்பீடு எடுத்துக்கொள்வார்கள். சிலர் தவிர்த்து விடுவார்கள்.

பல கோடிக்கணக்கான பயணிகள் இன்சூரன்ஸ் எடுப்பதால் அதன் கட்டணங்கள் குறைவாகவே இருக்கும். அந்தக் காப்பீடு அந்தப் பயணத்துக்கு மட்டுமானது.

எதிர்பாராத விபத்துகள் நிகழக்கூடிய வாய்ப்பிருக்கும் உள்நாட்டுப் பயணங்களின் போதும் காப்பீடு தேவைதான்.

டொமெஸ்டிக் டிராவல் இன்சூரன்ஸ்

பல்வேறு காப்பீடு நிறுவனங்கள் வெவ்வேறான அம்சங்கள் கொண்ட டிராவல் இன்சூரன்ஸ் பாலிசிகளை வழங்குகின்றன. சில பொதுவான அம்சங்கள் வருமாறு.

இந்தியர் அல்லது வெளிநாட்டில் இருந்து இந்தியா வந்து பயணம் செய்பவர்.

வயது: பெரும்பாலான நிறுவனங்கள் வழங்குவது 18 முதல் 65 வயதானவர்களுக்கு மட்டும்.

விபத்துக்கான இழப்பீடு: பிரயாணத்தின் போது ஏற்படும் உடல்நலக்குறைவு, விபத்தால் உண்டாகும் உறுப்பு இழப்புகள் மற்றும் இறப்பு ஆகியவற்றுக்கான இழப்பீடு, சிகிச்சைக்கான செலவுகளும் இதில் அடங்கும்.

பர்சனல் லயபிளிட்டி: பாலிசிதாரரால் வேறு எவருக்கேனும் காயமோ சேதமோ ஏற்பட்டால் அதற்கான இழப்பீட்டைக் காப்பீடு நிறுவனம் ஏற்றுக்கொள்ளும்.

ஃபேமிலி டிராவல்: பாலிசி எடுத்தவர் மருத்துவமனையில் சேர்ந்து சிகிச்சை எடுத்துக் கொள்ள நேர்ந்தால் அவருடைய குடும்ப உறுப்பினர்கள் அவரை வந்து பார்ப்பதற்கான, உதவியாக இருப்பதற்கான பயணச் செலவு, விடுதியில் தங்குவதற்கான கட்டணம் ஆகியவற்றை இந்தக் காப்பீடு பாலிசி ஏற்றுக் கொள்ளும்.

வகைகள்: ஒரே ஒரு பயணத்துக்கான பாலிசி மற்றும் பல்வேறு பயணங்கள் செய்யும் ஒரே நபருக்கான குறிப்பிட்ட காலத்துக்கான பாலிசி என இரண்டு வகைகள்.

எவற்றுக்கு காப்பீடு நிறுவனம் பணம் தரும்?

- மருத்துவமனைக்குக் கொண்டு செல்லத் தேவைப்படும் உதவிக்கான செலவு.
- மருத்துவமனையில் சிகிச்சைக்கான செலவுகள்.
- மருத்துவமனையில் இருக்கும் போது தினசரி செலவுக்கான தொகை.
- வீட்டுக்குக் கொண்டு வரவேண்டிய தேவை இருந்தால் அதற்கான பயணச் செலவு.

- விபத்தினால் உயிரிழப்பு ஏற்பட்டால் நாமினியாக நியமிக்கப்பட்டவருக்கு இழப்பீடு.
- இறந்தவருடைய உடலை அவருடைய வீட்டுக்கு எடுத்து வரும் செலவுகள்.
- வெளியூரில் மருத்துவமனையில் இருக்க நேர்ந்தால் குடும்ப உறுப்பினர்களை அழைத்து வருதல், திரும்பக் கொண்டு வருதல் ஆகியவற்றுக்கான செலவுத் தொகைகள்.
- நிறுவனம் ஓர் ஊழியரை அனுப்பி, அவருக்கு உடல் நலக்குறைவு ஏற்பட்டால் அவருக்கு மாற்றாகச் செல்லக்கூடிய மற்றொரு நபருடைய பயண, தங்கும் வசதி ஆகியவற்றுக்கான செலவுகள்.

மேலும்

- 5 மணி நேரங்களுக்கு மேல் பயணம் தாமதமானால், அது பாலிசிதாரருக்கு வெளியூராக இருந்தால் அவர் தங்கும் விடுதிச் செலவு.
- ரயிலிலையோ விமானத்தையோ தவற விட்டால், மீண்டும் ஒரு பயணச்சீட்டு வாங்குவதற்கான செலவு.
- விமான, ரயில் டிக்கெட்டுகள் தொலைந்துபோய் அதனால் பயணம் செய்ய முடியாவிட்டால் அதற்கான மாற்றுப் பயணச்சீட்டுக்கான செலவு.
- பாலிசிதாரரால் வேறு எவருக்கேனும் காயமோ சேதமோ ஏற்பட்டால் அது பெரிய தொகையாக இருந்தால், அந்த மூன்றாவது நபருக்கான இழப்பீட்டுச் செலவு.
- சென்ற இடத்தில் ஏதேனும் சட்ட உதவி தேவைப்பட்டால் அதற்கான செலவு.

எவற்றுக்குக் காப்பீடு நிறுவனம் பணம் தராது?

- மருத்துவரின் ஆலோசனைக்கு மாறான பயணம்.
- ஏற்கெனவே இருக்கக்கூடிய நோய்கள் (பிரி எக்ஸ்சிஸ்டிங் டிசீஸ்).
- ஒரு பயணம், வேறு காலத்தில் பயணம் அதனால் ஏற்படும் சிக்கல்கள்.
- அழகு சிகிச்சை தொடர்பான உடல் நலக் குறைவுகள்.

- சுயமாக ஏற்படுத்திக்கொண்ட காயங்கள்.
- மது, போதைப் பொருட்கள் பயன்படுத்தியதால் உண்டாகும் உடல்நலக்குறைவுகள்.
- அலோபதி தவிர மற்ற சிகிச்சைகள் எடுத்துகொள்வதால் உண்டாகும் உடல்நலக்குறைவுகள்.
- மருத்துவ சிகிச்சைக்காகச் செய்யும் பயணத்தின் போது ஏற்படும் உடல்நலக்குறைவுகள்.
- பால்வினை நோய்கள்.
- படைவீரராக இருந்து அது குறித்து முன்னரே தெரிவிக்காமல் இருந்திருந்தால்.
- குற்றச் செயல்கள் (கிரிமினல் நடவடிக்கைகள்) செய்து அதனால் ஏற்படும் உடல்நலக்குறைவுகள்.
- சாகச விளையாட்டுகளில் கலந்து கொண்டு ஏற்படும் விபத்துகள்.
- உள்நாட்டுக் கலகம், போர், படையெடுப்பு, புரட்சி, போராட்டம் போன்றவற்றால் ஏற்படும் காயங்கள் மற்றும் இழப்புகள்.
- பயணத்தோடு தொடர்பில்லாத உடல் நலத்தொந்தரவுகள்.

ஓவர்சீஸ் டிராவல் இன்சூரன்ஸ்

இந்தியர்கள் வெளிநாட்டுப்பயணம் மேற்கொள்ளும்போது எடுத்துக்கொள்ளக்கூடிய காப்பீடு. இவற்றிலும் பல்வேறு நிறுவனங்கள் வழங்கும் பாலிசிகளில் வேறுபாடுகள் உண்டு. சில பொதுவான அம்சங்களைப் பார்ப்போம்.

வெளிநாட்டுப் பயணத்தின்போது ஏற்படக்கூடிய உடல் நலக்குறைவுகளுக்கு, அதற்குச் செய்ய வேண்டிய மருத்துவ சிகிச்சைகளுக்கு ஆகக்கூடிய செலவுகளுக்காகச் செய்து கொள்ளும் காப்பீடு. பொதுவாக இதை, 'டிராவல் மெடிக்கல் இன்சூரன்ஸ்' அல்லது 'டிராவல் ஹெல்த் இன்சூரன்ஸ்' என்பார்கள். இன்டர்நேஷனல் ஹெல்த் இன்சூரன்ஸ் என்று சொல்வதும் உண்டு.

இந்தியாவில் இருந்து வெளிநாடுகள் சென்று திரும்புவது முன்னெப்போதும் இல்லாத அளவு அதிகரித்திருக்கிறது. (கொரானா காலகட்டம் தவிர) சுற்றுலாவுக்காக, உறவினர்களைப்

பார்க்க, பிள்ளைகளுக்கு உதவ (பேபி சிட்டிங்) மேல் படிப்புக்காக என்று பல காரணங்களுக்காக மக்கள் சென்று வருகிறார்கள்.

செல்லும்போதோ சென்ற இடத்திலோ திரும்பி வரும் போதோ உடல் நலக்குறைவு ஏற்பட்டால், அதற்கான மருத்துவ சிகிச்சைகளுக்குப் பணம் செலவழிக்க வேண்டியிருக்கும். வெளிநாடுகளில் கட்டணங்கள் அதிகம். தவிர கையில் அவ்வளவு வெளிநாட்டுப்பணம் இருக்காது. அதைச் சமாளிக்கத்தான் டிராவல் ஹெல்த் இன்சூரன்ஸ்.

டொமெஸ்டிக் போலவேதான் ஓவர்சீஸ் ஹெல்த் இன்சூரன்ஸிலும் பல விதிமுறைகள் உண்டு.

ஒரு முறை மட்டுமே போய்விட்டு வரக்கூடியவர்களுக்கான 'சிங்கிள் டிரிப் இன்சூரன்ஸ்'. ஒருவரே குறிப்பிட்ட காலத்துக்குள் பலமுறை பயணம் செய்வோருக்கான 'மல்டி ட்ரிப் ஹெல்த் இன்சூரன்ஸ்'.

வெளியூருக்கான பயணம் தொடங்கியதில் இருந்து சொந்த ஊர் திரும்புவது முடியும் வரை இருப்பது சிங்கிள் டிரிப் இன்சூரன்ஸ். ஒவ்வொரு முறை பயணம் செய்யும் போதும் பயணம் தொடங்கியதில் இருந்து ஊர் திரும்பும் வரை இருப்பது மல்டி டிரிப் இன்சூரன்ஸ்.

எவற்றுக்கெல்லாம் கிளைம் செய்யலாம்?

- மருத்துவமனைக்குக் கொண்டு செல்லும் செலவுக்கு.
- மருத்துவமனையில் சேர்ந்து பெறும் சிகிச்சைக்கு.
- 'டே கேர்' எனப்படும் தினசரிப் பராமரிப்புக்கு.
- தினசரி மருத்துவமனைக்குத் தேவைப்படும் கைச்செலவுக்கு.
- மருத்துவ மனைக்குப் போவதற்கு முன்பும் மருத்துவ மனையில் இருந்து திரும்பிய பின்னும் ஆகும் அந்த சிகிச்சை தொடர்பான செலவுகளுக்கு.
- விபத்துகளுக்கு.
- அவசரகால பல் சிகிச்சைக்கு.
- விமானத்தில் எடுத்துச் சென்ற பெட்டிகள், பைகள் வந்துசேர தாமதமாவதற்கு.

இதுவரை இன்னும் சில நிறுவனங்கள் விமானங்கள் காலதாமதம் ஆவதற்கு, பர்சனல் லையபிளிட்டி என்படும் பாலிசிதாரரால் மற்றவர்களுக்கு ஏற்படும் காயங்கள், சேதங்களுக்கு இழப்பீடுகள் தருகின்றன.

எவற்றுக்கெல்லாம் கிடைக்காது?

- மருத்துவ ஆலோசனைக்கு மாறான பயணம்.
- ஏற்கெனவே இருக்கும் வியாதிகள்.
- மது போதைப் பொருட்கள் போன்றவற்றை உட்கொண்டு அதனால் ஏற்படக் கூடிய உடல்நலக் குறைவுகள்.
- போர் அல்லது உள்நாட்டுக் கலகம் தீவிரவாதம் வேலை நிறுத்தம் போராட்டம் போன்றவற்றால் ஏற்படக் கூடிய காயங்கள் மற்றும் உடல் நலக் குறைவுகள்.
- அழகு சிகிச்சைகள்.
- பால்வினை கோளாறுகள் எச்ஐவி, எய்ட்ஸ்.
- தானே உண்டாக்கிக் கொண்ட காயங்கள்.
- அலோபதி என்ற ஆங்கில மருத்துவம் தவிர வேறு விதமான மருத்துவத்தை எடுத்துக்கொண்டு அதனால் பயணத்தின்போது ஏற்படும் உடல்நலக் குறைவுகள்.
- சாகச விளையாட்டுகளினால் ஏற்படும் விபத்துகள்.
- மன அழுத்தம் போன்ற மனச் சிக்கல்கள்.

> சின்ன தொகைதான் எடுத்துவிடலாம்.
> அதிகம் யோசிக்க வேண்டாம்.

18

மோட்டார் வாகன இன்சூரன்ஸ்

பலருக்கும் தெரிந்ததுதான். ஆனால், எல்லாம் தெரியும் என்றோ, அதன் தேவையையும் அம்சங்களையும் முழுதும் உணர்ந்திருக்கிறார்கள் என்றோ சொல்ல முடியாது.

சிலர் இன்னமும் கூட அது தேவையற்ற செலவு, எப்போதாவது பரிசோதிக்கும் போலீஸ்காரர்களிடமிருந்து தப்பிக்கவே வாங்க வேண்டி இருக்கிறது என்றுதான் நினைக்கிறார்கள்.

வண்டி விபத்துகளில் சிக்கினால், வண்டிக்கு, வண்டி ஓட்டியவருக்கு, அவரது குடும்பத்துக்கு, எதிர் வண்டிக்கு, அதை ஓட்டியவருக்கு, வண்டி ஓட்டியவரின் குடும்பத்துக்கு ஏற்படும் இழப்புகளை, நஷ்டங்களை யார் சந்திப்பது? யார் சரி செய்வது? இன்சூரன்ஸ் இல்லாவிட்டால் பெரிய நஷ்டத்தைச் சந்திக்கவேண்டி வரும். பலரிடம் அதற்குக் கொடுக்கவேண்டிய அளவு பணம் இருக்காது.

இன்சூரன்ஸ் இருந்தால், இந்தச் சிக்கல்களால் ஏற்படக்கூடிய பொருளாதார நஷ்டங்களைத் தவிர்க்கலாம். அல்லது குறைத்துக் கொள்ளலாம். இல்லாவிட்டால் எவர் தவறோ அவரே முழுப்பொறுப்பு. முன்பு மெடிக்கல் இன்சூரன்ஸ் எடுக்காமல் விட்டுவிட்டு, தன் சேமிப்பையெல்லாம் மனைவியின் ஒரு

முதுகுத்தண்டு பிரச்னைக்காக செலவு செய்து, அது போதாமல் தனது இரு சக்கர வண்டியை விற்று, அதுவும் போதாமல் கடன் வாங்கிய ராஜேஷை நினைவிருக்கலாம். அதே போல சாலை விபத்தில் சிக்கி ஓர் ஆண்டு படுக்கையில் இருந்த கோவை நண்பரையும் நினைவிருக்கலாம்.வண்டி இன்சூரன்ஸும் அப்படிப்பட்ட ஒரு ‘காப்பான்’தான்.

நடந்தாலும் நடக்கலாம் என்ற ஆபத்து இருக்கிற காரணத்தினால், வண்டி இன்சூரன்ஸ் அனைத்து வண்டிகளுக்கும் தேவை. ஒரு சம்பவம், ஒரு விபத்து, வாழ்க்கையைப் புரட்டிப் போட்டு விடக்கூடாது. ஆண்டுக்கு ஒரு தொகை பிரீமியம் என்பது வண்டிக்கு ஏற்படும் விபத்தால் வரக்கூடிய பெருஞ்செலவில் இருந்து காப்பாற்ற வல்லது.

மொத்தத்தில் பழைய வண்டியோ புதிய வண்டியோ, நகரத்தில் இருக்கிறோமோ கிராமத்தில் இருக்கிறோமோ எல்லா வண்டிகளுக்கும் இன்சூரன்ஸ் அவசியம். தவிர, மோட்டார் வாகனங்கள் சட்டம் 1988 மற்றும் திருத்தப்பட்ட 2019ன்படி பஸ் லாரி, டிரக், ஜீப், கார்களுக்கு மட்டுமல்ல; இருசக்கர வாகனங்களுக்கும் காப்பீடு கட்டாயம்.

இன்சூரன்ஸ் இல்லாமல் அல்லது இருப்பதைச் சரியான நேரத்தில் புதுப்பிக்காவிட்டால் அபராதம் போடுவார்கள். தவிர சிறை தண்டனையும் உண்டு. இரு சக்கர வாகனங்கள் முதல்முறை பிடிபட்டால் ரூ.2000 மற்றும் அல்லது 3 மாத சிறை.

மோட்டார் வாகன் இன்சூரன்ஸ்கள் 12 மாதங்களுக்கு மட்டுமே. புதிய வண்டிகள் வாங்கும்போதே 3 ஆண்டுகளுக்கான தர்ட் பார்டி இன்சூரன்ஸ் எடுத்து பிரீமியத்தையும் கட்டச் சொல்லித்தான் தருகிறார்கள். அதன்பின் புதுப்பிக்காவிட்டால்தான் சிக்கல். எந்த நிறுவனத்தில் காப்பீடு வேண்டும் என்பதை வண்டி வாங்குபவர் சொல்லலாம். தவறவிட்டால் வண்டி விற்கும் டீலர் அவருக்கு ஒப்பந்தம் இருக்கும் நிறுவனத்தின் காப்பீடை வாங்கித் தந்துவிடுவார்.

மோட்டார் வாகன இன்சூரன்ஸ் வகைகள்

- ***இருசக்கர வாகனங்களுக்கான காப்பீடு:*** ஸ்கூட்டர் அல்லது பைக் போன்ற இரு சக்கர வாகனங்கள் விபத்து, பேரழிவு, தீ, திருட்டு போன்றவற்றால் ஏற்படும் சேதங்களுக்கு இழப்பீடு.

மேலும் தர்ட் பார்டிக்கு ஏற்படும் சேதங்கள், காயங்களும் உள்ளடக்கியது. இது உரிமையாளர் சவாரிக்கு கட்டாய தனிப்பட்ட விபத்துக் காப்பீடையும் வழங்குகிறது. உடன் செல்லும் பயணிகளுக்கும் எடுத்துச் செல்லலாம்.

- **தனிநபர் கார்களுக்கான காப்பீடு:** எந்தவொரு தனியார் காருக்கும் எடுக்கப்பட வேண்டும். மேலும் இது அரசாங்கத்தால் கட்டாயப்படுத்தப்படுகிறது. விபத்துக்கள், தீ, இயற்கை பேரழிவுகள், திருட்டு ஆகியவற்றுக்கு எதிரான சேதங்களுக்கு வாகனத்தை உள்ளடக்கியது. உரிமையாளருக்கு ஏதேனும் காயம் ஏற்பட்டால் அதையும் பாதுகாக்கிறது. தர்ட் பார்டிக்கு ஏற்படும் சேதங்கள் மற்றும் காயங்களையும் உள்ளடக்கியது.

- **கமர்ஷியல் வாகனங்களுக்கான காப்பீடு:** டிரக்குகள், பேருந்துகள், கனரக/இலகுரக வணிக வாகனங்கள், பல பயன்பாட்டு வாகனங்கள், விவசாய வாகனங்கள், டாக்ஸி/கேப், ஆம்புலன்ஸ், ஆட்டோ ரிக்ஷா போன்ற அனைத்து கம்ர்ஷியல் வாகனங்களுக்கும் சட்டப்படிக் கட்டாயம். விபத்து, தீப்பிடித்தல், மின்னல்தாக்கி சேதம், திருட்டு ஆகியவற்றினால் வண்டிக்கு ஏற்படும் இழப்புகள்; இந்த வாகனம் இடித்து மற்றவர் இறப்பு, காயம், பொருட்களுக்கு சேதம் ஆகிவற்றுக்கான இழப்பீடு. கூடுதல் பிரீமியம் கட்டினால் வண்டியில் இருக்கும் ஏனைய மின் மற்றும் எலெக்டிரானிக் பொருட்களுக்கும் காப்பீடு.

மோட்டார் இன்சூரன்ஸ் பாலிசி வகைகள்

- **தர்ட் பார்டி கவரேஜ்:** இவற்றில் மற்றவர் வண்டிகள் மற்றும் நபர்களுக்கு உண்டாகும் இழப்புகளுக்கு மட்டுமே இழப்பீடு. தன் வண்டிக்கு இல்லை.

- **காம்பிரஹென்சிவ் பாலிசி:** இது தர்ட் பார்டி பொறுப்புகள் மற்றும் உங்கள் சொந்த வாகனத்திற்கு ஏற்படும் சேதங்கள் இரண்டையும் உள்ளடக்கும். விபத்து, தீ, இயற்கை பேரழிவுகள், திருட்டு ஆகியவற்றினால் ஏற்படும் வாகன மற்றும் அதன் பாகங்களுக்கான சேதங்களுக்கும்; ஓட்டுகிறவருக்கும் பிரயாணம் செய்பவர்களுக்கும்; இந்த வண்டியால் விபத்துக்குள்ளாகும் மக்களுக்கும் மற்றவர்கள் சொத்துகளுக்கும் காப்பீடு. பிரீமியம் அதிகம்.

மேலும் காம்பிரஹென்சிவ் பாலிசியில் ரைடர்கள் மூலம் சாலையோர உதவி, என்ஜின்/டயர் மாற்றுதல் போன்ற வற்றுக்கும் இழப்பீடு வாங்கலாம்.

பம்பர் டு பம்பர் ரைடர் மூலம் வண்டியின் அனைத்துப் பகுதிகளுக்கும் இன்சூரன்ஸ் செய்யலாம். இதில் ஸீரோ டிப்ரிஷியேஷன் என்ற பாலிசி எடுத்தால், வண்டியின் மதிப்புக்கான இழப்பீடு தேய்மானம் கழிக்காமல் கொடுப்பார்கள்.

இன்சூரன்ஸ் பிரீமியங்கள் எவற்றைப் பொறுத்தது?

வண்டியின் வயது, வண்டியின் மாடல், அதன் பாதுகாப்புத் தன்மையைப் பொருத்து பிரீமியம் வேறுபடும். மேலும் கிராமப்புறங்களைக் காட்டிலும் நகர்ப்புறங்களில் கார் இன்சூரன்ஸ் விலை அதிகம், ஏனெனில் நகர்ப்புறங்களில் குற்றங்கள் மற்றும் விபத்து விகிதங்கள் பொதுவாக அதிகமாக இருக்கும்.

கடந்த ஆண்டில் ஏதாவது கிளைம் ஆகியிருக்கிறதா என்பதைப் பொருத்தும் பிரீமியம் கூடும்/குறையும். இல்லை என்றால் 'நோ கிளைம் போனஸ்' கொடுத்து பிரீமியம் கொஞ்சம் குறையும்.

எவற்றுக்கு இழப்பீடு தரமாட்டார்கள்?

- வண்டியின் பொது தேய்மானம் (வேர் - டேர் என்பார்கள்).
- வாகனத்தின் முதுமை (!) வாங்கி பல ஆண்டுகள் ஆகி அதனால் வரும் தொந்தரவுகள், தேய்மானம் (டிப்ரிசியேஷன்)
- வேறொன்றால் வண்டிக்கு ஏற்படும் இழப்பு (கான்ஸீக்வன்ஷியல் லாஸ்)
- மெக்கானிக்கல் காரணங்களினால் வண்டி ஓடாமல் நிற்பது
- மின்சாரக் கோளாறு காரணமாக வண்டி ஓடாமல் நிற்பது
- சக்கரங்களில் உள்ள டியூப் டயர்களின் தேய்மானம்.
- பாலிசி ஒப்பந்தத்தில் செய்யக்கூடாது என்று சொல்லப்பட்ட கட்டுப்பாடுகளை மீறிய விதமாக வண்டி பயன்படுத்தப் பட்டதால் வரும் நஷ்டம்.
- இந்தியாவின் புவியியல் எல்லைகளுக்கு வெளியே கார் பயன்படுத்தபடும்போது ஏற்படும் நஷ்டங்கள்.

- செல்லுபடியாகும் லைசென்ஸ் இல்லாமல் வாகனம் ஓட்டி விபத்து நேர்ந்தால்.
- போதையில் வாகனம் ஓட்டியிருந்தால்.
- அணுசக்தி ஆபத்து, போர் அல்லது கலகம் காரணமாக இழப்பு அல்லது சேதம் ஏற்பட்டால்.

விபத்தில் சிக்கியபோது அல்லது வேறு எவர் வண்டியையும் இடித்துவிட்டால் என்ன செய்யவேண்டும்?

- சம்பந்தப்பட்ட கார் வாகனத்தின் நம்பர் பிளேட் எண்ணைப் பதிவு செய்யவேண்டும்.
- சாட்சிகளின் பெயர்கள் மற்றும் தொலைபேசி எண்களைப் பதிவு செய்யவேண்டும்
- காப்பீடு நிறுவனத்திடம் கிளைம் தாக்கல் செய்யவேண்டும்.
- தேவைப்படும் புகைப்படம் உள்ளிட்ட ஆவணங்களைத் தயாரித்துக்கொள்ளவேண்டும்.
- அருகில் உள்ள காப்பீடு நிறுவனத்தால் அங்கீகரிக்கப்பட்ட பழுதுபார்க்கும் இடம் (கராஜ்) கண்டுபிடித்து வைத்துக் கொள்ளவேண்டும். காப்பீடு நிறுவனத்திடம் கேட்கலாம்.
- பெரிய சேதம், உடல் காயம், திருட்டு அல்லது சொத்து சேதம் ஏற்பட்டிருந்தால் அருகில் உள்ள காவல் நிலையத்தில் முதல் தகவல் அறிக்கை தாக்கல் செய்யவேண்டும்.
- காப்பீடு நிறுவனத்தின் பிரதிநிதியிடம் ஆவணங்களைச் சமர்ப்பிக்க வேண்டும். ஒப்புதல் பெற்று வண்டியைப் பழுது பார்க்கலாம்.

விபத்து நேரங்களில் செய்யவேண்டிய, செய்யக்கூடாத சிலவற்றை ஏற்கெனவே ஆக்சிடெண்ட் இன்சூரன்ஸில் பார்த்திருக்கிறோம்.

•

வாகன இன்சூரன்ஸ் பிரீமியம் சில எச்சரிக்கைகள்

நீங்கள் கார் வைத்திருப்பவராக இருந்தால் கடந்த சில ஆண்டுகளில் ஒரு வித்தியாசத்தை உணர்ந்திருப்பீர்கள். அந்த வித்தியாசம், உங்களுக்கு அடிக்கடி வந்திருக்கக்கூடிய போன் அழைப்புகள். உங்கள் மொபைல் போனில் அழைத்திருப்பார்கள்.

‘உங்கள் கார் இன்சூரன்ஸ் முடியப்போகிறது. நீங்கள் இவ்வளவு பிரீமியம் கட்ட வேண்டும். எங்கள் நபரை அனுப்பவா?’ என்பது போல போனில் அழைத்துக் கேட்டிருப்பார்கள். இப்படி அழைப்பவர்கள் சில கார்ப்பரேட் நிறுவனங்களில் வேலை செய்பவர்கள். ஆமாம். ஏகப்பட்ட பெரிய கார்ப்ரேட் நிறுவனங்கள் இந்த தரகு தொழில்/வியாபாரத்தில் ஈடுபட்டிருக்கிறார்கள்.

ஒருவர் அவரது கார் இன்சூரன்ஸை எந்த கம்பெனி மூலம் எடுக்கிறாரோ அந்த கம்பெனிக்கு இன்சூரன்ஸ் நிறுவனம் கமிஷன் கொடுக்கும். ஆயுள் காப்பீடு பாலிசிகள் எடுக்க எப்படி தனிப்பட்ட ஏஜெண்ட்டுகள் உதவுகிறார்களோ அப்படி, கார், மெடிக்கல் உட்பட பல இன்சூரன்ஸ்களும் எடுக்க உதவுகிற நிறுவனக்களுக்குப் பெயர் ‘கார்ப்பரேட் ஏஜெண்ட்ஸ்’.

இந்த நிறுவனங்கள் ஆட்களை வேலைக்கு எடுத்து, அவர்கள் மூலம் பாலிசிகள் விற்பனை செய்யும்; பிரீமியம் கட்டவைக்கும். கமிஷன் பெற்றுக்கொள்ளும்.

எந்தத் தொழிலில் போட்டி இல்லை? எல்லா தொழில்களிலும் இருப்பதுபோல இங்கேயும் போட்டிதான். அதனால்தான் வண்டி வைத்திருக்கும் ஒருவருக்கே பல கார்ப்பரேட் ஏஜெண்ட்களிடம் இருந்தும் அழைப்புகள் வருகின்றன.

வண்டிகளுக்கான இன்சூரன்ஸ் என்பது ஆண்டுக்கு ஒருமுறை எடுக்க வேண்டியது. குறிப்பிட்ட தேதியெல்லாம் கிடையாது. எப்போது வண்டி வாங்கி முதல் முறையாக இன்சூரன்ஸ் எடுத்தோமோ, அதில் இருந்து தொடர்ந்து, அதே தேதியில் ஒவ்வொரு ஆண்டும் எடுக்க வேண்டும்.

இதன் காரணமாக நமது வண்டி இன்சூரன்ஸ் முடிவதற்கு சில நாட்கள் அல்லது சில வாரங்கள் முன்பிருந்தே இருந்து நமக்கு அழைப்புகள் வரத் தொடங்கும். நாம் இன்சூரன்ஸ் பிரீமியம் கட்டிய பின்னும் கூட வேறு நிறுவனங்களில் இருந்து சில நாட்களுக்குத் அழைப்புகள் வரும். போட்டியின் உக்கிரம் அவ்வளவு.

இதைத் தவறென்று சொல்லமுடியாது. நாம் சம்மதித்தால்தான் நம் பணம் அதில் போகும். சொல்லப்போனால் , ஆண்டின் ஏதோ ஒரு தேதியில் நிலுவையாக மாறும், எடுக்க வேண்டிய இந்த முக்கிய காப்பீடு பற்றி இந்த அழைப்புகள் நமக்கு

நினைவுபடுத்துகின்றன என்று இதை நேர்மறையாகவும் பார்க்கலாம்.

இது போன்ற முன்பின் தெரியாதவரிடம் இருந்து மொபைலில் வரும் அழைப்பு உதவிதான். ஆனாலும் இப்படிப்பட்ட அழைப்புகளில் நாம் எச்சரிக்கையாக இருக்கவேண்டிய சில ஆபத்துகளும் இருக்கின்றன.

சென்னை, கோவை மதுரை திருச்சி போன்ற நகரங்களில் இருப்போர் நிலை வேறு. அதிலும் குறிப்பாக இரு சக்கர வாகனங்கள் வைத்திருப்போரை போலீஸ்காரர்கள் மடக்கி லைசென்ஸ் தவிர வண்டிக்கு இன்சூரன்ஸ் இருக்கிறதா என்றும் சோதிப்பார்கள். இன்சூரன்ஸ் இல்லை என்றால் அபராதம் போடுவார்கள்.

போக்குவரத்து போலீஸ்காரர்கள் இல்லாத அல்லது அதிகம் இல்லாத ஊர்களில் இருப்போருக்கு இந்த அனுபவம் கிடைத்திருக்காது. சிலர் வண்டி வைத்திருப்பார்கள். ஆனால் அதற்கு ஆண்டுதோறும் எடுக்கவேண்டிய இன்சூரன்ஸ் எடுத்திருக்கமாட்டார்கள். அவர்களைப் பொறுத்தவரை, 'இன்சூரன்ஸ் ஒரு செலவு. இயன்றால் தவிர்த்துவிடவேண்டும்'. 'நல்ல வேளை இந்தப் பகுதிகளில் எவரும் சோதிப்பதில்லை. அதனால் நாங்கள் எடுப்பதில்லை' என்பது போல இருக்கும் அவர்கள் நினைப்பு.

'இது என் வண்டி. இதற்கு இன்சூரன்ஸ் எடுப்பதும் எடுக்காததும் என் விருப்பம்' என்று எவரும் சொல்ல முடியாது. நம் நாட்டில் மோட்டார் வாகன சட்டப்படி, சாலைகளில் ஓடும் மோட்டார் வண்டி வைத்திருக்கும் எவரும் அந்த வண்டிக்கு இன்சூரன்ஸ் எடுத்தாகவேண்டும். இது கட்டாயம்.

ஆயுள் காப்பீடு, மருத்துவக் காப்பீடு போன்றவைதான் அவரவர் விருப்பம். ஆனால் வண்டி இன்சூரன்ஸ் என்பது தனிநபர் விருப்பம் அல்ல; செய்தே ஆகவேண்டியது. காரணம், அந்த வண்டிகள் பொதுமக்கள் நடமாடும், பயன்படுத்தும் சாலைகளுக்கு வருகின்றனவே. அதனால்தான் இந்த சட்டம். அதனால்தான் சோதனையின் போது காட்டாவிட்டால் அபராதம் போடுகிறார்கள்

'செய்வனத் திருந்தச் செய்' என்பார்கள். அதைச் சிலர் எல்லா வேலைகளுக்கும் பொருத்திப் பார்ப்பதில்லை. நல்ல தொகைக்கு

காப்பீடு எடுத்திருந்தும், விபத்தில் சிக்கியபோது ஆனந்தன் என்ற ஒருவருக்கு அவரது வண்டிக்கு ஏற்பட்ட பாதிப்புகளுக்கு அந்த இன்சூரன்ஸ் நிறுவனம் இழப்பீடு தர மறுத்துவிட்டது. நிறுவனம் சொல்லிய காரணம்தான் அந்த செய்தியைவிட அவருக்குக் கூடுதல் அதிர்ச்சி கொடுத்தது. 'அட இப்படியுமா நடக்கும்!' என்று மனிதர் அதிர்ந்துவிட்டார்.

இன்சூரன்ஸ் நிறுவனம் ஆனந்தனிடம் சொன்னது இதைத்தான்:

'உங்கள் இன்சூரன்ஸ் பாலிசி போலி. நாங்கள் வழங்கியது அல்ல. உங்கள் வண்டிக்கு எங்கள் இன்சூரன்ஸ் கம்பெனியில் பாலிசிக்கான பிரீமியம் கட்டப்படவில்லை'.

'அப்படியென்றால் இந்த டாக்குமெண்ட்'.

அந்த நிறுவனத்தின் பெயர் அச்சடித்திருந்த லெட்டர் ஹெட் பேப்பரை அவர்கள் முன் கோபமாக வீசினார் ஆனந்தன். அவர் ஆத்திரம் அவருக்கு. ஏமாற்றத்தின் உச்சியில் இருந்தார் அவர்.

'இது நாங்கள் கொடுத்த பாலிசியே இல்லை. எவரோ உங்களை நன்றாக ஏமாற்றியிருக்கிறார்'.

நடந்தது இதுதான். போனில் தொடர்புகொண்டு, இன்சூரன்ஸ் துறையில் பெரிய அளவில் வியாபாரம் செய்யும் கார்ப்பரேட் நிறுவனத்தின் பெயரைச் சொல்லி, பின்பு நேரில் வந்து பணத்தை ரொக்கமாக வாங்கிப்போய், மூன்று நாளில் இன்சூரன்ஸ் பேப்பர் கொண்டு வந்து கொடுத்திருக்கிறார் ஒருவர்.

அவர் அந்த நிறுவனத்தில் வேலை செய்பவரல்ல. எங்கிருந்தோ முன்பு இன்சூரன்ஸ் எடுத்தவர்களின் விவரங்களை மொபைல் எண் உட்பட வாங்கி, ஆனந்தன் போன்றோரைத் தொடர்புகொண்டு, பிரீமியத்தைக் குறைத்துச் சொல்லி, பணம் பெற்றுக்கொண்டு, கடந்த ஆண்டு இன்சூரன்ஸ் பேப்பரை வைத்து அதே போல மற்றொன்று தயாரித்து, தேதி விவரங்கள் மாற்றி, நல்ல பிள்ளை போலக் கொண்டுவந்து கொடுத்துவிட்டுப் போயிருக்கிறார்!

இன்சூரன்ஸ் எடுப்பவர்களில் நூற்றுக்கு ஐந்து பேர் கூட, விபத்தில் சிக்கி 'கிளைம்'க்குப் போவதில்லை என்பது இவருக்கு சாதகமான ஒன்று. ஆனந்தன் போன்றோர் இன்சூரன்ஸ் பேப்பரை ஜெராக்ஸ் எடுத்து வண்டியில் வைத்துக்கொள்வதுடன் சரி. அதைச் சரியாகப் பார்ப்பது இல்லை. படிப்பதும் இல்லை.

இன்சூரன்ஸ் | 171

இப்படி போலி இன்சூரன்ஸ் பேப்பர் தயாரிப்பது ஒன்றும் புதிதல்ல. சில ஆண்டுகளுக்கு முன்பு செய்திப் பத்திரிகைகளில் அல்லோகலப்பட்டது, 'போலி பத்திர ஊழல்' அரசாங்கம் அச்சடித்து வெளியிடும் 1000, 10000 ரூபாய் முத்திரைத்தாள் பத்திரங்களையே போலியாக அச்சடித்து ஆயிரக்கணக்கான கோடி ரூபாய்களுக்குத் தொடர்ந்து பல காலம் விற்றிருக்கிறார்கள். அதற்கு முன்பு சில கம்பெனிகளின் ஷேர் சர்டிஃபிகேட்டுகள் போல போலியாக அச்சடித்து விற்றிருக்கிறார்கள். அவ்வளவு ஏன், 500 ரூபாய் 1000 ரூபாய் நோட்டுக்களை அதே போல சிலர் அச்சடிக்கவில்லையா?

அப்படித்தான் இன்சூரன்ஸ் பேப்பர்களையும் சில நிறுவனங்கள் கொடுப்பது போலவே தயாரித்துக் கொடுக்கிறார்கள் சிலர்.

•

இன்சூரன்ஸ் பிரீமியத்தை பேரம் பேசிக் குறைக்க முடியுமா?

போலி இன்சூரன்ஸ் சான்றிதழ்கள் தவிர வேறு சிலவற்றிலும் எச்சரிக்கையாக இருக்க வேண்டும். குறிப்பிட்ட நிறுவனத்தில் வேலை செய்யாதவரிடம் ரொக்கமாகப் பணம் கொடுத்து ஏமாறுவது ஒரு வகை என்றால், கொடுக்க வேண்டிய பிரீமியத் தொகையைக் காசோலையாகக் கொடுத்தும் ஏமாறுபவர்கள் உண்டு.

'அதெப்படி! இன்சூரன்ஸ் நிறுவனத்தின் பெயரில் செக் கொடுத்தால் அதை வேறு எவரும் பயன்படுத்திக்கொள்ள முடியாதே. அதில் எப்படி ஏமாற்ற முடியும் என்ற சந்தேகம் வரலாம்.

இது நடந்து இருபது ஆண்டுகளுக்கும் மேலிருக்கும். ஒரு தொலைதூரக் கல்வி நிறுவனத்தில் BGL (சட்டப் படிப்பு) கோர்ஸில் சேர்ந்தேன். இரண்டாம் தவணைக் கட்டணம் கட்ட வேண்டும். நான் வெளியூரில் இருந்ததால் கட்ட வேண்டிய தொகைக்கு 'டிமாண்ட் டிராப்ட்' எடுத்து அனுப்பினேன். இரண்டு வாரம் ஆகியும் ரசீது வரவில்லை. அதன் பிறகு கடிதம் போட்டேன். பதில் இல்லை. பின்பு தொலைபேசியில் தொடர்பு கொண்டேன். ஒன்றும் பலனில்லை.

அடுத்த முறை அந்த ஊருக்குப் பக்கத்து ஊரில் ஒரு வேலையாகப் போனபோது, பல்கலைக்கழகத்துக்கு நேராகவே போய்

விசாரித்தேன். ஒரு குறிப்பிட்ட நபரிடம் போகச் சொன்னார்கள். அவரிடம் விவரம் சொன்னதற்கு, 'அப்படியா சரி' என்று எழுந்து என்னை வேறு ஒரு பூட்டியிருந்த அறைக்கு அழைத்துச் சென்றார்.

'நீங்கள் டிராஃப்ட் அனுப்பிய தபால் உறை இதில் இருக்கிறதா பாருங்கள்' என்று அந்த அறையின் கதவைத் திறந்துவிட்டார். அந்த அறைக்கு உள்ளே இருந்தவற்றைப் பார்த்து அசந்து போனேன். காரணம் பல ஊர்களிலும் இருந்து வந்திருந்த, பிரிக்கப்படாத தபால் கவர்கள் அங்கே மலை போலக் குவிந்து கிடந்தன. அரைமணி நேரம் வியர்க்க வியர்க்கத் தேடியும் கண்டுபிடிக்க முடியவில்லை. இதென்ன இப்படி இருக்கிறதே என்று அவரிடம் கேட்டதற்கு, 'ஒருத்தர் வேலையைவிட்டுப் போய்விட்டார். ஒருத்தார் லாங் லீவில் இருக்கிறார். நான் டெம்ப்ரவரி ஆள். என்ன செய்யட்டும்' என்றார்.

'நான் டிராஃப்ட் அனுப்பினேனே. அந்தத் தபாலைக் காணவில்லையே' என்றேன் கொஞ்சம் குரலை உயர்த்தி. 'அதை வேறு யாரும் பயன்படுத்தியிருப்பார்கள். சரி நீங்கள் அனுப்பிய டிராஃப்ட் என்ன தொகைக்கு, அதைச் சொல்லுங்கள்' என்றார்.

'என்னது அதை வேறு யாரோ பயன்படுத்தியிருப்பார்களா... என்ன சொல்றீங்க? அப்ப நான் கட்ட வேண்டிய பணம் என்ன ஆச்சு' என்றேன். 'அதான் கேட்கிறேனே சார். என்ன தொகைக்கு டிராஃப்ட் அனுப்பினீங்களோ, அதே தொகை எழுதியிருக்கும் ஏதாவது ஒரு டிராஃப்டை அந்தக் குவியலில் இருந்து எடுங்க. அதைக் கொண்டுபோய் கேஷ் கவுண்ட்டர்ல கட்டிக் கையோட ரசீது வாங்கிக்கிட்டுப் போங்க.'

டிராஃப்ட் அந்த பல்கலை கழகத்தின் ரிஜிஸ்த்ரரார் பெயரில். எல்லோரும் அப்படித்தான் அனுப்புவார்கள். யார் எதை அனுப்பினார்கள் என்று தெரியவா போகிறது. இதுதான் நிலை.

டிராஃப்ட் மற்றும் காசோலையின் பின்புறம் அனுப்புகிறவரின் பெயரையும் வேறு விவரங்களையும் எழுதலாமே என்று சிலர் கேட்கக்கூடும். இப்போதுகூட எதையும் எழுதாமல் விடுகிறவர்கள் உண்டு என்கிற போது அப்போதைய எச்சரிக்கை உணர்வு பற்றி கேட்கவே வேண்டாம்.

வீட்டுக்கு வந்து பணம் அல்லது செக் வாங்கிச் செல்பவர்கள், வீட்டுக்கே கொண்டு வந்து ரசீது கொடுப்பவர்கள் அனைவரும் தவறானவர்கள் என்று சொல்ல முடியாது. ஆனாலும் செக்

அல்லது டிராஃப்ட் போன்றவற்றைக் கொடுக்கும் போது அது கிராஸ் செய்யப்பட்டதாக இருக்க வேண்டும். தவிர, அதன் பின்புறம் பாலிசிதார் பெயர், பாலிசி எண் ஆகியவற்றைத் தவறாது எழுத வேண்டும். ரசீது மறவாமல் கேட்டுப் பெறவேண்டும். ரசீதைச் சரி பார்க்க வேண்டும். இவை எல்லாவற்றையும்விட சிக்கல் குறைவானது, நாமே நேரில் அல்லது ஆன்லைனில் பணம் கட்டி ரசீது அல்லது பாலிசியைப் பெற்றுக்கொள்வது.

எச்சரிக்கையாக இருக்க வேண்டிய மற்றொரு அம்சமும் இதில் உண்டு. பாலிசி புதுப்பிக்க வேண்டிய நேரத்தில் ஒன்றுக்கும் மேற்பட்ட நிறுவனங்களில் இருந்து தொலைபேசி அழைப்புகள் வரும் அல்லவா? அவர்களிடம் என்ன தொகை கட்ட வேண்டும் என்று கேட்டால் ஒரு தொகையைச் சொல்வார்கள். அது சென்ற ஆண்டு கட்டிய தொகையைவிடக் குறைவாக இருக்கும். முதல் காரணம் ஓராண்டில் நம் வண்டி தேய்மானம் அடைந்து கொஞ்சம் 'சந்தை மதிப்பு' இழந்திருக்கும். அதனால் வண்டிக்குச் செய்யும் காப்பீடுத் தொகையே குறைவுதான். அடுத்து, கடந்த ஆண்டில் இன்சூரன்ஸ் நிறுவனத்திடம் இருந்து ஏதும் தொகை பெறாமல் இருந்திருந்தால், அதற்காக 'நோ கிளைம் போனஸ்' என்று கொஞ்சம் தள்ளுபடி கொடுப்பார்கள்.

இவையெல்லாம் போக சிலர் சொல்லும் பிரீமியம் குறைவாக இருக்கும். போட்டி காரணமாக குறைத்துச் சொல்கிறார்கள் என்று நாம் நினைக்கலாம். அவர்கள் சொல்லும் குறைந்த தொகையைக் கேட்டு அக மகிழ்ந்து சிலர், உடனே வரச் சொல்லி செக் கொடுத்துவிடுவார்கள். வந்து சேரும் இன்சூரன்ஸ் பேப்பரை போட்டோ காப்பி எடுத்து வைத்துக்கொள்வார்கள். வேலை முடிந்ததாம்! படித்துப் பார்க்க மாட்டார்கள். இதில் என்ன தொந்தரவு வரமுடியும்?

போனில், வரும் அழைப்புகள் சொல்லும் தொகை குறைவாக இருக்கும் பட்சத்தில், 'அட! வண்டி இன்சூரன்ஸுக்காக மீண்டும் ஒரு ஏழாயிரம் ரூபாய் கட்டவேண்டும் என்று நினைத்திருந்தோம். ஆனால் இவர் ஐந்தாயிரம்தானே சொல்லுகிறார். வாங்கி விடலாம்' என்று தோன்றுவது இயற்கைதான். ஆனால் அது லாபமா அல்லது நஷ்டமா என்று விசாரிக்க வேண்டாமா?

மொத்த தொகை மட்டும் முக்கியம் அல்ல. இது எப்படி என்றால், ஒரு ஹோட்டலில் பார்சல் சாப்பாடு நூறு ரூபாய். வேறு ஒரு

ஹோட்டலில் ஐம்பது ரூபாய். எங்கே வாங்கலாம்? அட... ஐம்பது ரூபாய்தானா! இதுவே சரி என்று முடிவெடுக்கலாமா? என்னவெல்லாம் கொடுப்பீர்கள் என்று கேட்க வேண்டுமா இல்லையா? இரண்டு கூட்டு, ஒரு பொரியல், சாம்பார், ரசம், வத்தக் குழம்பு, பாயசம், அப்பளம், பச்சரிசி சாதம் என்று 100 ரூபாய் ஓட்டலும், ஒரு கூட்டு, ஒரு கறி, சாம்பார் அல்லது ரசம், சாதம் என்று 50 ரூபாய் ஓட்டலும் சொன்னால்?

முன்கூட்டியே சொல்லிவிட்டால் பரவாயில்லை. வீட்டுக்குப் போய் மூன்று பேருக்கு இலை போட்டுவிட்டு, டிபன் கேரியரைப் பிரித்துப் பார்த்தபின் ஒரு கூட்டு, ஒரு கறி, சாம்பார் மற்றும் சாதம் மட்டுமே இருப்பதைப் பார்த்தால்?

பாலிசிக்கு ஒப்புக்கொள்ளும்போது என்னவெல்லாம் 'கவரேஜ்' என்று கேட்டுக்கொண்டுதான் முடிவு செய்யவேண்டும். வண்டி இன்சூரன்ஸிலேயே பலவகை கவரேஜ் இருக்கிறது. ஆகிற செலவில் இவ்வளவு சதவிகிதம்தான் என்றெல்லாம் கூட குறைந்த அளவு காப்பீடுத்தொகை தரும் கவரேஜ்கள் இருக்கின்றன. பிரீமியம் குறைத்துக்கொடுக்கிறார் என்று எதையாவது வாங்கிக் கொள்ளக்கூடாது. காம்பிரஹென்சிவ் என்று ஒரு கவரேஜ். பிரீமியம் அதிகம்தான். ஆனால் இந்த வகை பாலிசியில் வண்டியில் அடிபடுவருக்கு ஆகும் செலவும் இன்சூரன்ஸ் கம்பெனி தந்துவிடும்.

அதேபோல அவர்கள் சொல்லுவதுதான் தொகை என்பதும் இல்லை. 'சரி உங்களிடம் எடுத்துக்கொள்கிறேன். வேறு என்ன தருவீர்கள்?' என்று இன்சூரன்ஸ் முகவர்களிடம் பேரம் பேசுகிறவர்கள் உண்டு.

ஃபிரீ சர்விஸுக்கு கூப்பன், சில ஸ்பேர்கள் என்பது போல சலுகைகள் பெற்றுக்கொண்டு இன்சூரன்ஸ் போடுகிறவர்கள் அவர்கள். போட்டி இருப்பதால் இவையெல்லாம் நடக்கின்றன.

> ஆயுள் காப்பீடு தெரிந்திருக்கும் அளவு பலருக்கும் பொது காப்பீடு குறித்துத் தெரிந்திருக்கவில்லை. நேரம் ஒதுக்கித் தெரிந்துகொள்ளலாம். குறைந்தபட்சம் தொழில் வியாபாரங்களில் இருப்பவர்கள் தெரிந்துகொள்ளலாம்.

19

பர்கலரி இன்சூரன்ஸ்

பர்கலரி என்றால் திருட்டு அல்லது கொள்ளை. அதனால் பறிபோகும் பணம், பொருட்களுக்கு இழப்பீடு பெற்றுத்தரும் காப்பீடு.

சில ஆண்டுகளுக்கு முன்னால் திருச்சியில் இருக்கும் ஒரு பிரபல நகைகடையில் கொள்ளை நடந்தது பற்றி ஒரு செய்தி வந்தது. பூனை மற்றும் நாய் போன்ற முகமூடிகள் அணிந்து வந்த சிலர் ஆறஅமர, பொறுமையாகத் திருடிச்சென்ற காட்சிகள் அங்கிருந்த சி சி டிவி கேமராவில் பதிவாகியிருந்தன.

எடுத்துச் சென்றது சுமார் 28 கிலோ எடையுள்ள நகைகள். சுமார் 12.3 கோடி ரூபாய் மதிப்பிலானவை. பின்னர் ஒருவனை போலீஸ் பிடிக்க, இன்னும் இருவர், ஒருவர் பின் ஒருவராக சரணடைந்தார்கள். சினிமாவில் நடிக்கும் ஆசை இருந்தது என்று அந்தக் கூட்டத்தின் 'தலைவன்' சுரேஷ் சொன்னான்.

அவர்கள் பிடிபடுவதற்கு முன்பாக ஊடகங்களில் பல்வேறு விவாதங்கள் நடந்தன. என்னிடமும் அது குறித்து பேட்டி எடுத்தார்கள். நகைக்கடைக்காரர்கள் இன்சூரன்ஸ் செய்திருக்கும் பட்சம், திருடர்கள் பிடிபடாவிட்டாலும் இன்சூரன்ஸ் கம்பெனி மூலம் நகைகடை முதலாளிக்கு, நகைக்களுக்கு அவர்கள்

எடுத்திருக்கும் இன்சூரன்ஸ் தொகை அளவாவது பணம் நிச்சயம் கிடைக்கும் என்று சொன்னேன்.

ஆம். இன்சூரன்ஸ் செய்திருக்கும் பட்சம் திருட்டைக் கண்டு பிடிக்க முடியாவிட்டால், இன்சூரன்ஸ் நிறுவனம் பணம் தந்துவிடும். இன்சூரன்ஸ் செய்திருக்காவிட்டால், போலீசால் கண்டுபிடுக்க முடியாமல் போனால், போனது போனதுதான்.

•

பர்கலரி இன்சூரன்ஸ் குறித்து எனக்கு ஒரு நேரடி அனுபவமும் உண்டு.

அது ஒரு வீடு கட்ட கடன் கொடுக்கும் நிறுவனம். அதற்கு திருச்சியில் ஒரு கிளை உண்டு (ஆமாம், இதுவும் திருச்சிதான்). ஒரு நாள் காலை அலுவலகம் வந்ததும் திருச்சி கிளையின் மேலாளர் தொலைபேசியில் அழைத்து, திருச்சி கிளையின் வெளிப்பூட்டு உடைக்கப்பட்டு இருப்பதாகவும், உள்ளே லாக்கரில் வைத்திருந்த சில லட்ச ரூபாய் பணம் காணாமல் போய்விட்டதாகவும் சொன்னார்.

இரவு பூட்டை உடைத்து உள்ளே புகுந்து கொள்ளையடித்திருக் கிறார்கள். உடன் எங்கள் மேலாளர்கள் கூட்டம் கூட்டப்பட்டது. நிதித்துறைத் தலைவர் சொன்னார், ‘கவலைப்படவேண்டாம். நாம் காப்பீடு செய்திருக்கிறோம். பணத்தை காப்பீடு நிறுவனம் தந்துவிடும்’. நிம்மதியானோம்.

போலீசிலும் காப்பீடு நிறுவனத்திடமும் தகவல் தெரிவிக்கச் சொன்னார். எப்படி புகார் செய்யவேண்டும் என்று விவரமாகத் தெரிவித்தார்.

அதன்பிறகு கிடைத்த தகவல் அதிர்ச்சியளித்தது. காப்பீடு நிறுவனம் இழப்பீடு தராது என்றார்கள். காரணம், நாங்கள் எடுத்திருந்த பாலிசியின்படி நாங்கள் அந்த அலுவலகத்துக்கு 24 மணி நேரமும் செக்யூரிட்டி போட்டிருக்கவேண்டும். ஏதோ காரணத்துக்காக சில மாதங்களாக செக்யூரிட்டி இல்லை. அந்தத் தகவலை வைத்து காப்பீடு நிறுவனம் எங்கள் கிளைமை நிராகரித்துவிட்டது. செக்யூரிட்டி போட்டிருந்தால், காவல் துறையால் அந்தப்பணத்தைத் திருடியவர்களைக் கண்டுபிடிக்க முடியாமல் போயிருந்தாலும் எங்களுக்குப் பணம் கிடைத்திருக்கும்.

எதற்கெல்லாம் பர்கலரி இன்சூரன்ஸ் எடுக்கலாம்?

வீடு, அலுவலகம், தொழிற்சாலை, கிடங்குகள் ஆகியற்றில் இருக்கும் பொருட்களுக்கு இன்சூரன்ஸ் எடுக்கலாம்.

திருட்டு, கொள்ளை, சுவரை, ஜன்னலை, கதவை உடைத்துத் திருட்டு, அதனால் சேதம், உள்ளேயே ஒளிந்திருந்து திருடுதல், அதிரடியாக நுழைந்து மிரட்டி அடிபணிய வைத்துக் கொள்ளையடித்தல் என எப்படி திருடு போய் நஷ்டமானாலும் அதற்கான பணத்தைக் காப்பீடு நிறுவனத்திடமிருந்து பெறலாம்.

போர், புரட்சி, கலவரங்கள், தீவிரவாதிகள் தாக்குதல் மற்றும் போலி சாவி போட்டு திருடுதல் ஆகியவற்றினால் கொள்ளை போகும் பொருட்களுக்குக் கிடையாது.

பர்கலரி இன்சூரன்ஸ் வகைகள்

- **ஃபுல் வேல்யூ இன்சூரன்ஸ்:** காப்பீடு எடுத்த மொத்த சொத்துக்கும் இழப்பீடு கிடைக்கும்.
- **பஸ்ட் லாஸ் இன்சூரன்ஸ்:** கொள்ளைபோன பொருட்களில் ஒரு குறிப்பிட்ட சதவீதத்துக்கு மட்டும் இழப்பீடு கிடைக்கும். சதவீதம் முன்பே முடிவு செய்துகொள்ளப்படும்.
- **ஸ்டாக் டிக்ளரேஷன் இன்சூரன்ஸ்:** கடையில் அல்லது கிடங்குகளில் பொருட்களின் ஸ்டாக் அளவு மாறிக்கொண்டே இருக்கும். அதனால் ஒரு வருட காலத்தில் மிக அதிகமான அளவு ஸ்டாக் எப்போது இருக்கிறதோ அந்த அளவுக்கு சம்-அஷுர்ட் எடுத்துக்கொள்வது. அதற்கான பிரீமியத் தொகையை முதலிலேயே கட்டிவிட வேண்டும் அதற்குப் பிறகு மாதா மாதம் எவ்வளவு மதிப்புக்கு ஸ்டாக் இருக்கிறது என்பதைத் தொடர்ந்து காப்பீடு நிறுவனத்துக்கு தெரிவித்து, அதற்கு ஏற்றவாறு கட்டிய பிரீமியத்தில் மாறுதல் செய்துகொண்டேவந்து, ஆண்டு இறுதியில் அந்த 12 மாதங்களின் சராசரி ஸ்டாக்கை வைத்து 12 மாதங்களுக்குக் கணக்கிட்டு பிரீமியம் முடிவு செய்யப்படும்.

  திருட்டுப்போன பொருட்கள் தவிர, சேதமடைந்த ஜன்னல், கதவுகள், சுவர்களில் ஓட்டை என பிற சேதங்களுக்கும் காப்பீடு உண்டு. திருடப்பட்டால்தான் என்றில்லை. திருட்டு முயற்சியினால் ஏற்பட்ட சேதத்துக்கும் இழப்பீடு உண்டு.

சம்-அஷுர்டைக் காட்டிலும் அதிகமான அளவுக்கு நஷ்டம் ஏற்பட்டிருந்தால் கூடுதல் பணம் கொடுக்கும் வழக்கம் இருக்கிறது.

நகைகள், ரொக்கம், ஏனைய விலை உயர்ந்த பொருட்கள் எல்லாம் தனித்தனியாகக் குறிப்பிட்டு, கூடுதல் பிரீமியம் கட்டியிருக்க வேண்டும்.

எதற்கெல்லாம் கிளைம் தர மாட்டார்கள்?

- பட்டியலில் குறிப்பிடப்படாத நகைகள், விலையுயர்ந்த கற்கள், கடிகாரங்கள், ரத்தினங்கள், டிசைன்கள், பிளான்கள், வியாபாரம் தொடர்பான புத்தகங்கள், ரொக்கம் ஆகியற்றுக்கு.
- சேதமோ நஷ்டமோ நிறுவனத்தின் குடும்ப உறுப்பினர், அல்லது நிறுவன ஊழியகள் எவரேனும் திருட்டில், கொள்ளையில் ஈடுபட்டிருந்தால்.
- காப்பீடு செய்யப்பட்ட சொத்து ஏழு பகல்கள் ஏழு இரவுகள் தொடர்ந்து மனித நடமாட்டமில்லாமல் விடப்பட்டு இருந்தால்.
- சொத்தின் பாதுகாப்பு குறையுமாறு கட்டடத்தில் ஏதாவது மாறுதல்கள் செய்திருந்தால்.
- இன்சூரன்ஸ் எடுத்தபின் அந்தச் சொத்து வேறு எவருடைய பெயருக்கு மாற்றம் செய்யப்பட்டிருந்தால். உயில் மூலமாகவோ அல்லது சட்டப்படியோ மாற்றப்பட்டு இருந்தால்.
- அணுகுண்டு அல்லது வேறு ஆயுதங்களால் நேரும் சேதத்துக்கு.
- வெளிநாட்டு எதிரிகள் படையெடுப்பு போன்றவற்றால் ஏற்படும் நஷ்டங்களுக்கு.
- அரசாங்கத்தால் தேசியமயமாக்கப்படுதல், பறிமுதல் செய்யப்படுதல் போன்றவற்றால் ஏற்படும் நஷ்டத்துக்கு.
- ‘வேறு காரணத்தால், இது. இதனால் அது’ என்பது போன்ற கான்ஸீக்வென்ஷியல் லாஸ்களுக்கு.
- வேலைநிறுத்தங்கள், உள்நாட்டுக் கலகங்கள், புரட்சிகள் போன்றவற்றால் ஏற்படும் நஷ்டங்களுக்கு.

எவ்வாறு பர்கலரி இன்சூரன்ஸ் கிளைம் செய்வது?

திருட்டு, கொள்ளை குறித்து தெரியவந்தவுடன் காப்பீடு நிறுவனத்தின் அலுவலகத்துக்கும் அருகில் இருக்கும் காவல் நிலையத்துக்கும் நிகழ்வு பற்றிய தகவல் கொடுக்க வேண்டும்.

நிகழ்வால் ஏற்பட்ட நஷ்டத்துக்கான கோரிக்கையை 14 நாட்களுக்குள் காப்பீடு நிறுவனத்திடம் அளிக்க வேண்டும். மேலும், நிகழ்வு குறித்த தகவல்கள், சாட்சிகள், ஆதாரங்கள் போன்றவற்றைக் கொடுக்க வேண்டும்.

என்ன செய்வார்கள்?

நிகழ்விடத்தைக் காப்பீடு நிறுவனத்தார் சர்வேயரை அனுப்பி ஆராய்வார்கள்.

காவல் துறையினர் வந்து ஆராய்வார்கள், விசாரிப்பார்கள். அதன்பின் முதல் தகவல் அறிக்கை (FIR) போடுவார்கள். காவல் துறையினர் குற்றவாளிகளைத் தேடுவார்கள். காவல் துறையினரால் கண்டுபிடிக்க முடியாவிட்டால், 'நாட் டிரேசபிள்' என்று ஒரு சர்டிபிகேட் கொடுப்பார்கள். அதாவது கண்டுபிடிக்க இயலவில்லை என்கிற ஒப்புதல்/சான்றிதழ்.

அதன்பின்தான் இன்சூரன்ஸ் நிறுவனம் பணம் கொடுக்கும்.

> இதுவும் வியாபார செலவின் ஒரு பகுதி என்று நினைத்து இன்சூரன்ஸ் போட்டுவிடுவது உத்தமம்.

20

ஃபயர் இன்சூரன்ஸ்

காப்பீடு செய்யப்பட்டிருக்கும் பொருட்களுக்கு நெருப்பினால் சேதம் ஏற்பட்டால் அதற்கு இழப்பீடு பெற்றுத்தரும் இன்சூரன்ஸ், 'ஃபயர் இன்சூரன்ஸ்'. நெருப்பு என்று சொல்லப்பட்டாலும் நேரடி நெருப்பு தவிர, மின்னல், வெடிப்பொருட்களால் ஏற்படும் சேதம் அவற்றுக்கு முறைப்படுத்த இருக்கிற பாலிசிகள் இருக்கின்றன.

கடை, வீடு, கட்டடம், அங்கிருக்கும் மேசை, நாற்காலிகள், மற்ற பொருட்கள் கடையில் விற்பனைக்கு வைத்திருக்கும் பொருட்கள் என நகரும் நகரா பொருட்கள் / சொத்துகளுக்கு காப்பீடு செய்யலாம்.

ஃபயர் இன்சூரன்ஸில் சில குறிப்பிட்ட வகைகள் இருக்கின்றன.

- **'ஸ்பெசிபிக்' பாலிசி:** காப்பீடு செய்யப்பட்ட குறிப்பிட்ட பொருட்களுக்கு ஏற்படும் சேதத்துக்கு மட்டும் இழப்பீடு தருவது.

- **'காம்பிரிஹென்சிவ்' பாலிசி:** நெருப்பினால் ஏற்படும் இழப்புகள் தவிர, திருட்டு, கொள்ளை போன்றவற்றால் ஏற்படும் இழப்பீடுகளுக்கும் காப்பீடுத் தொகை கிடைக்கும்.

- **'வேல்யூவ்டு' பாலிசி:** சொத்து மதிப்பு ஆய்வுசெய்து, அதற்கு ஏற்ப காப்பீடு செய்துகொள்வது.
- **'கான்சிகொன்சியல்' பாலிசி:** தீ விபத்து அதனால் உற்பத்தி நிறுத்தம், அதனால் விற்பனை பாதிப்பு போன்ற தீ விபத்தின் காரணமாக ஏற்பட்ட மற்ற இழப்புகளுக்கும் காப்பீடு தருவது.
- **'ரீப்ளேஸ்மெண்ட்' பாலிசி:** சேதமடைந்த சொத்தின் சந்தை மதிப்பு என்ன என்று கணக்கிட்டு அதற்கேற்ப இழப்பீடு தருவது.

கிளைம் எவற்றுக்குத் தருவார்கள்: தீ விபத்து, மின்னல், வெடிவிபத்துகள், விமானத்திலிருந்து இறங்கியபோது ஏற்படும் சேதம், தீவிரவாதத் தாக்குதல், இயற்கை பேரழிவுகள், நிலச்சரிவு, தண்ணீர் தொட்டி வெடித்தல், காய்ந்த மரங்கள், செடிகளால் ஏற்படும் நெருப்பு (புஷ் ஃபயர்).

கிளைம் எவற்றுக்குத் தரமாட்டார்கள்: அணுசக்தியால் ஏற்படும் தீ விபத்துகள், அணுக்கழிவுகளால் ஏற்படும் தீ விபத்துகள், மின்சார ஷார்ட் சர்க்யூட், மின்சார கசிவு ஆகியவற்றால் ஏற்படும் தீ விபத்துகள், போர்கள், படையெடுப்புகள் ஆகியவற்றால் ஏற்படும் இழப்பீடுகள். வெப்ப அதிகரிப்பால் நெருப்புப் பிடிப்பது.

ஃபயர் இன்சூரன்ஸ் பாலிசிகள் மற்ற பாலிசிகளில் இருந்து சற்று வித்தியாசமானவை. நம்பிக்கையின் அடிப்படையில் நடப்பவை. பொதுவாக ஓராண்டுக்கான பாலிசிகள். பின்னர் புதுப்பித்துக் கொள்ளலாம்.

காப்பீடு நிறுவனங்கள் நேரடியாக வந்து ஏற்பட்ட விபத்தையோ இழப்புகளையோ ஆராயாது. அதற்காக 'சர்வேயர்'கள் என்று சிலரை நியமித்திருக்கும். சர்வேயர்களுக்குத்தான் பொறுப்பும் அதிகாரமும். பெரும்பாலும் அவர்கள் செய்வதுதான் முடிவு.

ஆபத்பாந்தவன். அவசியம் இல்லாதது
போலதான் தெரியும். ஆனால் முக்கியம்.

காப்பீடு : பிற அம்சங்கள்

21

அரசாங்கங்கள் வழங்கும் இலவசக் காப்பீடுத் திட்டங்கள்

மத்திய மாநில அரசு வழங்கும் குறிப்பிட்ட அளவு வருமானத்துக்கு கீழ் உள்ளவர்களுக்கான மருத்துவ காப்பீடுத் திட்டங்கள்.

ஆயுஷ்மான் பாரத் யோஜனா - PM-JAY

இதை யுனிவர்சல் ஹெல்த் ஸ்கீம் என்று அரசு அழைக்கிறது. இந்த இலவச மருத்துவக் காப்பீடு. இந்தியாவில் 40 சதவீத மக்களுக்கும் அதிகமானவர்களுக்கு வழங்கப்படுகிறது. ஆண்டுக்கு ஐந்து லட்சம் ரூபாய் வரை மருந்துகள், மருத்துவ ஆய்வுகள், மருத்துவ சிகிச்சை, மற்றும் மருத்துவமனை அனுமதி முந்தைய செலவுகளுக்கு வழங்கப்படுகிறது என்கிறது இணையத்தளம்.

பிரதான் மந்திரி சுரக்ஷா பீமா யோஜனா - PMSBY

விபத்து காப்பீடு 18 வயது முதல் 70 வரையிலான வங்கி கணக்கு வைத்திருப்பவர்களுக்கு வழங்கப்படும் விபத்துக் காப்பீடு இது. பாலிதாரர் விபத்தில் இறந்துவிட்டாலோ அல்லது விபத்தின் காரணமாக முழு உடல் ஊனம் ஏற்பட்டால் 2 லட்ச ரூபாய்

இழப்பீடு கொடுக்கும் திட்டம். விதிகளின்படி முழு ஊனம் (டோட்டல் டிசபிலிடி) என்றால் இரண்டு கண்களிலும் பார்வை இழப்பது, இரண்டு கால்களும் அல்லது இரண்டு கைகளும் நிரந்தரமாக பாதிக்கப்படுவது போன்றவை. குறைந்த ஊனத்துக்கு (பார்ஷியல் டிசபிளிடிக்கு) ஒரு லட்ச ரூபாய்.

விபத்து தவிர, இயற்கை சீற்றங்களினால் மரணம் அல்லது கொலை ஆகியவற்றுக்கும் நஷ்ட ஈடு உண்டு. தற்கொலைக்கு இல்லை. வேறு காப்பீடுத்திட்டங்களில் பணம் கிடைத்தாலும் இந்தத் திட்டத்தில் இருந்து தனியாகத் தரவேண்டிய தொகை வழங்கப்படும்.

இந்த பாலிசிக்கான பிரீமியம் ஆண்டு ஒன்றுக்கு ரூபாய் 12 அந்தந்த நபர்களின் வங்கி கணக்குகளில் இருந்து எடுத்துக் கொள்ளப்படும்.

ஆம் ஆத்மி பீமா யோஜனா - AABY

2007ஆம் ஆண்டு முதல் இருக்கும் காப்பீடுத் திட்டம் இது. 18 வயது முதல் 59 வயதுவரை கிராமப்புறங்களில் இருப்பவர்களுக்கு, நிலம் இல்லாதவர்கள், சொந்த வீடில்லாமல் வாடகை வீட்டில் இருப்பவர்களுக்கும் இந்தத் திட்டம் பொருந்தும். இந்தத் திட்டத்தில் சேர ஆண்டுக்கு 200 ரூபாய் பிரீமியம் கட்டவேண்டும். அதை மத்திய மாநில அரசுகள் நூறு நூறு ரூபாய் என கட்டிவிடுகின்றன. எனவே இது இலவசம் போலத்தான்.

இயற்கை மரணம் 30,000 ரூபாய் வரை நிரந்தர உறுப்பு இழப்புக்கு மூலம் இறப்பு நேர்ந்தால் 75 ஆயிரம் ரூபாய் இழப்பீடு தரப்படும்.

சென்ட்ரல் கவர்ன்மென்ட் ஹெல்த் ஸ்கீம்ஸ் - CGHS

இந்தத் திட்டம் 1954ஆம் ஆண்டு தொடங்கப்பட்டது. நகரங்களில் வசிக்கும் மத்திய அரசு ஊழியர்களுக்கும், மத்திய அரசு பணிகளில் இருந்து ஓய்வு பெற்றவர்களுக்குமாக இந்தத் திட்டம் உருவாக்கப்பட்டது. ரேயில்வே ஊழியர்களுக்குக் கிடையாது. இதன் மருத்துவ மையங்கள் பிரயாக்ராஜ், அஹமதாபாத், பெங்களூரு, புவனேஸ்வர், போபால், சண்டிகர், சென்னை, தில்லி, டேராடூன், குவஹாத்தி, ஹைதராபாத், இந்தூர், ஜெய்ப்பூர், ஜபல்பூர், கான்பூர், கொல்கத்தா, லக்னோ, மீரட், மும்பை, நாக்பூர், பட்னா, புனே, ராஞ்சி, ஷில்லாங், திருவனந்தபுரம், ஜம்மு ஆகிய ஊர்களில் நடக்கின்றன.

அலோபதி, ஆயுர்வேதம், யோகா, யுனானி, சித்தா மற்றும் ஹோமியோபதி மருந்துகளின் கீழ் ஆரோக்கிய மையங்கள் மற்றும் பாலிகிளினிக்குகள் மூலம் மருத்துவ வசதிகள் வழங்கப் படுகின்றன. மருந்துகள், 'டொமிசிலி கேர்' என்படும் புற நோயாளி வைத்தியம், மருத்துவமனையில் உள்நோயாளியாக அனுமதிக்கபட்டு சிக்கிச்சை பெறும் வசதி, சிறப்பு மருத்துவர் ஆலோசனை மற்றும் எக்ஸ்ரே போன்றவற்றுக்கு அனுமதி உண்டு. எதற்கும் கட்டணம் இல்லை. அனைத்தும் இலவசம்.

எம்ப்ளாயீஸ் ஸ்டேட் இன்சூரன்ஸ் திட்டம் - ESI Scheme

இந்த ESI திட்டம் 1954ஆம் ஆண்டு தொடங்கப்பட்டது. ரூ.21,000 மாத ஊதியத்துக்கு கீழ் உள்ள ஊழியர்களுக்கு மட்டும்தான் இது பொருந்தும். ESI சட்டம் அதன் கீழ் உள்ள ஊழியர்களுக்கும் அவர்களைச் சார்ந்திருப்பவர்களுக்கும்ட் சமூகப் பாதுகாப்பும் சமூக-பொருளாதாரப் பாதுகாப்பும் வழங்குகிறது. இவர்களுக்கு மருத்துவ சேவை, நோய்வாய்ப்பட்டால் அதற்கு உதவித்தோகை, மகப்பேறு சேவை, சார்ந்திருப்பவர்களுக்கு உதவித்தோகை, ஊன நல்கைப்பயன், மற்றும் இறுதிச் செலவு, முதியோர் மருத்துவச் செலவு போன்ற நன்மைகளையும் அளிக்கிறது.

ESI உடல்நலக் காப்பீடுத் திட்டத்தின் கீழ் உள்ள பயனாளிகள் ESI மருத்துவமனைகளில் மருத்துவ வசதிகள் வழங்கப்படுகின்றன. அருகில் ESI மருத்துவமனை இல்லாத பட்சத்தில், மாநிலக் காப்பீடுக் கழகத்துடன் இணைக்கப்பட்ட தனியார் மருத்துவ மனைகளில் மருத்துவச் சேவையைப் பெறலாம்.

ஜன்ஸ்ரீ பீமா யோஜனா - JBY

மத்திய அரசும் எல்.ஐ.சியும் இணைந்து 2000மாவது ஆண்டில் கொண்டுவந்த திட்டம். இதற்கு முன் இருந்த 'சோஷியல் செக்யூரிட்டி குரூப் இன்சூரன்ஸ் ஸ்கீம் (SSGIS) மற்றும் ரூரல் குரூப் லை இன்சூரன்ஸ் ஸ்கீம் (RGLIS) ஆகிய இரண்டுக்கும் பதிலாகக் கொண்டுவரப்பட்ட திட்டம்.

18 முதல் 59 வயதிலான ஏழைகளுக்கு, மகளிர் சுய உதவிக்குழுக்கள் மற்றும் சிக்ஷா யோஜனாஆகியவற்றின் உறுப்பினர்களுக்கான திட்டம். தற்சமயம் 45 'ஆக்குபேஷனல் குழு' உறுப்பினர்களுக்கு வழங்கப்படுகிறது. உறுப்பினர்கள் வறுமைக்கோட்டுக்கு சற்று

மேலோ கீழோ இருப்பவர்களாக இருக்க வேண்டும். குழுவில் குறைந்தது 25 அங்கத்தினர்கள் இருக்கவேண்டும்.

ஆண்டுக்கு 200 ரூபாய் பிரீமியம். அதில் 100 ரூபாயை சுய உதவிக்குழு கட்டும். மீதத்தை மாநில உரிய அரசு கட்டும். இயற்கை மரணத்துக்கு ரூ 30,000. நிரந்தர உறுப்பு இழப்புக்கு ரூ.75,000, பகுதி உறுப்பு இழப்புக்கு 37,500.

சீஃப் மினிஸ்டர்'ஸ் கம்ப்ரஹென்சிவ் இன்சூரன்ஸ் ஸ்கிம்

தமிழ்நாடு அரசு, யுனைடெட் இந்தியா இன்சூரன்ஸ் நிறுவனத்துடன் இணைந்து கொண்டுவந்த திட்டம். இது ஃபேமிலி ஃப்ளோட்டர் பாலிசி. 1000க்கும் மேற்பட்ட மருத்துவ சிகிச்சைகளை உள்ளடக்கியது.

மருத்துவமனை செலவுகள் ஐந்து லட்சம் ரூபாய் வரை கிளைம் செய்யலாம். அரசு மருத்துவமனையில்தான் என்றல்ல. தனியார் மருத்துவமனைகளிலும் சிகிச்சை எடுத்துக்கொள்ளலாம். ஆண்டு வருமானம் எழுபத்தைந்தாயிரம் இருக்கும் குடும்பங்களுக்கு மட்டும்.

யுனிவர்சல் ஹெல்த் இன்சூரன்ஸ் ஸ்கிம் - UHIS

வறுமைக் கோட்டுக்குக் கீழ் இருப்பவர்களின் குடும்ப உறுப்பினர்கள் அனைவருக்கும். விபத்து உட்பட ரூபாய் 30,000 வரை ஒருவருக்கு. குடும்பத் தலைவர் மருத்துவமனையில் அனுமதிக்கப்பட்டால், தினசரி 50 ரூபாய் அலவன்ஸ். அதிகபட்சம் 15 நாட்களுக்கு.

வெஸ்ட் பெங்கால் ஹெல்த் ஸ்கீம்

மாநில அரசு ஊழியர்களுக்காக 2008ஆம் ஆண்டு கொண்டுவந்த திட்டம். ஓய்வு பெற்றவர்களும் இதில் அடக்கம். ஆண்டுக்கு ரூபாய் ஒரு லட்சம் வரை கவரேஜ். குடும்பத்தார் உட்பட. புறநோயாளி சிகிச்சை மற்றும் அறுவை சிகிச்சைகளுக்கு.

யேஷஸ்வினி ஹெல்த் இன்சூரன்ஸ் ஸ்கீம்

கர்நாடக மாநில அரசு கூட்டுறவு விவசாயிகளுக்கும் குயவர்கள் குடும்ப உறுப்பினர்களுக்கும். 800 விதமான சிகிச்சைகளுக்கு வழங்கப்படுகிறது. அவர்களுக்கு என்று மிகப் பெரிய நெட்வொர்க் மருத்துவமனைகள் இருக்கின்றன.

மகாத்மா ஜோதிபா பூலே ஜன் அரோக்ய யோஜனா

இந்த திட்டத்தின் கீழ் மகாராஷ்டிரா அரசு வறுமைக்கோட்டுக்குக் கீழ் உள்ளவர்களுக்கு, குறிப்பாக விவசாயிகளுக்கு, ஆண்டுக்கு ரூபாய் ஒன்றரை லட்சம் வரை ஃப்ளோட்டர் பாலிசி வழங்குகிறது.

முக்கிய மந்திரி அம்ருதம் யோஜனா

2012ஆம் ஆண்டு முதல் குஜராத் மாநில அரசு ஏழைகளுக்கு இந்தக் காப்பீடை வழங்குகிறது. 'லோவர் மிடில் இன்கம் குரூப்' மற்றும் வறுமைக் கோட்டுக்குக் கீழ் இருப்பவர்களும் இதில் பதிவு செய்துகொள்ளலாம். குடும்பத்துக்கு 3 லட்சம் ஃபுளோட்டர் பாலிசி. அரசு மருத்துவமனைகளில் சிகிச்சை.

காருண்யா ஹெல்த் ஸ்கீம்

2012ஆம் ஆண்டு கேரள மாநில அரசு குறிப்பிட்ட சில நாள்பட்ட நோய்களுக்கு – கேன்சர், சிறுநீரகக் கோளாறு, இதய நோய்கள் போன்றவைக்கு தீவிர சிகிச்சைக்கான காப்பீடை வழங்குகிறது. வறுமைக் கோட்டுக்குக் கீழ் இருப்பவர்களுக்கானது.

தெலுங்கானா அரசு ஊழியர் மற்றும் பத்திரிகையாளர் ஹெல்த் திட்டம்

தெலுங்கானா அரசு, அதன் பத்திரிகையாளர்கள் மற்றும் ஊழியர்களுக்காக இந்தத் திட்டத்தைத் தொடங்கியது. பணி ஓய்வு பெற்றவர்களுக்கும் இது கிடைக்கும். கேஷ்லெஸ் திட்டம். அனுமதிக்கப்பட்ட மருத்துவமனைகளில் மட்டும்.

டாக்டர் ஒய்.எஸ்.ஆர் ஆரோக்கிய ஹெல்த்கேர் டிரஸ்ட்

ஆந்திரா அரசு டாக்டர் ஒய்.எஸ்.ஆர் ஆரோக்கிய டிரஸ்ட் உடன் இனைந்து நான்கு நலத்திட்டங்களை தொடங்கியுள்ளது. ஏழைகளுக்கு; வறுமைக் கோட்டுக்கு மேல் இருப்பவர்களுக்கு; பணியிலிருக்கும் பத்திரிகையாளர்களுக்கு; அரசு ஊழியர்களுக்கு என நான்கு திட்டங்கள்.

> அரசின் மருத்துவக் காப்பீடுத் திட்டங்கள் ஏழை மக்களின் பாதுகாப்பை உறுதி செய்கின்ற.

22

இன்சூரன்ஸ் குறைகள் - ஆம்புட்ஸ்மேன்

பல்வேறு வகை இன்சூரன்ஸ்கள் இருக்கின்றன. பல கோடி நபர்கள் பாலிசிகள் எடுக்கிறார்கள். அதில் ஒரு சிறு பகுதியினருக்கு இழப்பு ஏற்படுகிறது. அவர்கள் காப்பீடு நிறுவனத்திடம் பணம் கேட்கிறார்கள். சிலருக்கு முழுமையாக் கிடைக்கிறது. உடனடியாகவும் கிடைக்கிறது. சிலருக்கு இரண்டும் இல்லை,

அவர்களுக்கு இன்சூரன்ஸ் நிறுவனம் மீது, இன்சூரன்ஸ் தரகர் மீது, முகவர் மீது புகார் இருக்கிறது. அவற்றை எப்படித் தீர்த்துகொள்வது?

நம் நாட்டில் அனைத்து காப்பீடுகளும் இன்சூரன்ஸ் ஆக்ட் 1938 என்ற சட்டத்தின் கீழ் வருகின்றன. அதே சட்டம் மற்றும் அதன் விதிகள் – ரெட்ரெசல் ஆஃப் கிரிவென்சஸ் ரூல் 1998 – ஆகிய இரண்டால் ஓர் குறை தீர்க்கும் அமைப்பு 1998ம் ஆண்டு உருவாக்கப்பட்டது. 11.11.98 முதல் நடைமுறையில் இருக்கிறது. அதன் பெயர் ஆம்புட்ஸ்மேன் (Ombudsmen).

இந்த அமைப்பு கொடுக்கும் ஏற்பாடு என்பது, புகார் குறித்து ஆம்புட்ஸ்மேன் அலுவலகத்தில் தெரிவிக்க வேண்டும்.

ஆம்புட்ஸ்மேன் என்றால் மக்களுக்காக வாதாடுகிறவர் என்று பொருள். Public advocate. கிட்டத்தட்ட இது ஒரு நீதிமனறம் போல. ஒரு வேறுபாடு வழங்கறிங்கர்களோ, வாத பிரதி வாதங்களோ கிடையாது. எல்லாம் எழுத்து ஆவணங்கள் பறிமாற்றம் மூலம்தான்.

யார்?

பாலிசிதாரர் தனி நபராகவோ, நிறுவனமாகவோ, குரூப் இன்சூரன்ஸில் குழு உறுப்பினராகவோ இருக்கலாம். அவருக்கு இன்சூரன்ஸ் குறித்து குறைகள், புகார்கள் இருக்கும்பட்சம் அதை நிவர்த்தி செய்துகொள்வதற்காக மட்டுமே இந்த ஏற்பாடு செய்யப்பட்டிருக்கிறது.

இந்தப் புகார் பாலிசிதாரருக்கு இருக்கலாம். அல்லது நியமனம் செய்யப்பட்டவருக்கு (நாமினி) இருக்கலாம். அவர்கள் யார் வேண்டுமானாலும் தங்களுக்கு இருக்கும் இன்சூரன்ஸ் தொடர்பான குறைகளைத் தீர்த்துக்கொள்ள ஆம்புட்ஸ்மேன் அலுவலகத்தை நாடலாம்.

யார் மீது?

குறை அல்லது புகார் என்பது, காப்பீடு நிறுவனம் குறித்தோ அல்லது காப்பீடை வழங்கிய தரகர் அல்லது முகவர் குறித்தோ இருக்கலாம். எதுவாக இருந்தாலும் ஆம்புட்ஸ்மேன் அலுவலகம் தீர்த்து வைக்கும்.

எவை குறித்து?

விண்ணப்பம் கொடுத்த, பிரபோசலில் இருப்பதற்கு மாறான வகையில் பாலிசி வழங்கப்பட்டால் அது குறித்து.

பிரீமியம் பெற்றுக் கொண்ட பின்னும் பாலிசி வழங்காமல் இருந்தால், அதுகுறித்து.

தவிர இன்சூரன்ஸ் காப்பீடு ஆணையமான IRDA வழிகாட்டுதல், சுற்றறிக்கைகள், மற்றும் இன்சூரன்ஸ் சட்டத்திற்கு மாறாக இருக்கும் எது குறித்தும். மேலும்,

வழங்கப்படவேண்டிய பணம் மறுக்கப்பட்டால், வராமல் இருந்தால், குறைத்து வழங்கப்பட்டால், தாமதமாகத் தரப் பட்டால் அவை குறித்த குறைகளைத் தீர்த்துக்கொள்ளமுடியும்.

வரைமுறைகள்

ஒருவர் தனக்கு இருக்கும் ஆயுள்காப்பீடு, மருத்துவ காப்பீடு அல்லது வேறு ஏதேனும் வாகனக் காப்பீடு போன்ற பொதுக் காப்பீடுகளில் குறைகள்/புகார்கள் இருந்தால் அதை தீர்த்துக் கொள்வதற்கு இந்த ஏற்பாடு. முறையிடுவதற்கு சில வரைமுறைகள் இருக்கின்றன.

புகார் அளிக்கும், குறை இருக்கும் மொத்த தொகை ரூ 30 லட்சத்துக்குள் இருக்கவேண்டும். முதலில் தனக்கிருக்கும் குறையை சம்பந்தப்பட்ட நிறுவனத்திடம் எழுத்துமூலம் தெரிவித்து இருக்கவேண்டும். அப்படி தெரிவித்து, அந்தக் கிளைம் நிராகரிக்கப்பட்டிருந்தால், 30 நாட்களுக்கு மேலாக பதில் வராமல் இருந்தால், வந்த பதில் திருப்தியாக இல்லா விட்டால் ஓராண்டுக்குள் ஆம்புட்ஸ்மேனை அணுகவேண்டும்.

சில குறிப்பிட்ட சரியான காரணங்களுக்கு ஆன காலதாமதத்தை ஆம்புட்ஸ்மேன் ஏற்றுக்கொண்டு புகாரை விசாரிக்க முடியும். அவருக்கு அந்த அதிகாரம் இருக்கிறது.

தவிர, குறிப்பிட்ட விஷயம் குறித்து ஏற்கனவே நீதிமன்றத்தையோ நுகர்வோர் மன்றத்தையோ (கன்ஸ்யூமர் கவுன்ஸில்) அணுகி, அந்த வழக்கு நிலுவையில் இருந்தாலோ அல்லது ஏதேனும் தீர்ப்பளிக்கப்பட்டு இருந்தாலோ அது குறித்து ஆம்புட்ஸ்மேனை அணுக முடியாது.

எப்படி?

ஆம்புட்ஸ்மேனிடம் முறையிட வழக்கறிஞர் தேவையில்லை. குறையிருப்பவரே வெள்ளைத்தாளில் தங்கள் பெயர், முகவரி, புகார் விவரம் மற்றும் வரவேண்டிய அல்லது மறுக்கப்பட்ட தொகையின் அளவு எழுதி, கையெழுத்திட்டு உடன் அதற்குரிய ஆவணங்களை இணைத்து, புகார் அளிக்கலாம். இதற்குக் கட்டணம் ஏதுமில்லை.

தீர்வு

ஆம்புட்ஸ்மேன் அலுவகலம் என்பது ஒரு நீதிமன்றம் போல. அவர், தேவைப்பட்டால் தொடர்புடைய இரு தரப்பினரையும் நேரில் அழைத்து விசாரிக்கலாம். அதன் பிறகு அவர் பரிந்துரை செய்யலாம்.

ஆம்புட்ஸ்மேன் அளிக்கும் பரிந்துரையை புகார் கொடுத்தவர் ஏற்றுக்கொள்ளலாம். ஆனால் கட்டாயமில்லை. ஏற்றுக்கொள்ள முடியாத பட்சம் விருப்பப்பட்டால் நீதிமன்றத்தை நாடலாம்.

ஆனால், காப்பீடு நிறுவனத்தைப் பொறுத்தவரை ஆம்புட்ஸ்மேன் கொடுக்கும் தீர்ப்பை ஏற்றுக்கொண்டே ஆகவேண்டும். நடைமுறைப்படுத்தியாக வேண்டும். மேலும் நடைமுறைபடுத்த காலவரையறையும் உண்டு.

ஆம்புட்ஸ்மேன் செய்யும் பரிந்துரையை 15 நாட்களுக்குள் நடைமுறைப்படுத்த வேண்டும். நிறுவனம் பரிந்துரைப்படி நடக்காவிட்டால், ஆம்புட்ஸ்மேன் பரிந்துரை என்பதை மாற்றி தீர்ப்பாக (அவார்டு) வழங்குவார். அப்படி அவர் அவார்ட் செய்ய அவருக்கு மூன்று மாத கால அவகாசம் உண்டு. அவ்வாறு ஆம்புட்ஸ்மேன் வழங்கும் தீர்ப்பை காப்பீடு நிறுவனம் கட்டாயமாக ஒரு மாத காலத்துக்குள் நிறைவேற்றி, அது குறித்து அவருக்கு தெரிவிக்க வேண்டும்.

ஆம்புட்ஸ்மேன்கள் முகவரி

தற்போது நாட்டில் மொத்தம் 17 ஆம்புட்ஸ்மேன்கள் இருக்கிறார்கள். எடுத்துக்காட்டுக்காக தென்னகத்தில் இருக்கும் சில ஆம்புட்ஸ்மேன் அலுவலக தொடர்பு தகவல்கள் கீழே. அந்த அலுவலகங்களுக்குக் கிளை அலுவலகங்களும் இருக்கலாம்.

தமிழ்நாடு, புதுச்சேரி, காரைக்கால் பகுதிகளுக்கு

Office of the Insurance Ombudsman,
Fatima Akhtar Court, 4th Floor, 453,
Anna Salai, Teynampet, Chennai - 600 018.
Tel.: 044 - 24333668 / 24335284. Fax: 044 - 24333664
Email: bimalokpal.chennai@cioins.co.in

ஆந்திரா, தெலங்கானா, யேனாம்

Office of the Insurance Ombudsman,
6-2-46, 1st floor, Moin Court,
A. C. Guards, Lakdi-Ka-Pool, Hyderabad - 500 004.
Tel.: 040 - 23312122. Fax: 040 - 23376599
Email: bimalokpal.hyderabad@cioins.co.in

கர்நாடகா மாநிலத்துக்கு

Office of the Insurance Ombudsman,
Jeevan Soudha Building,PID No. 57-27-N-19
Ground Floor, 19/19, 24th Main Road,
JP Nagar, Ist Phase, Bengaluru – 560 078.
Tel.: 080 - 26652048 / 26652049
Email: bimalokpal.bengaluru@cioins.co.in

கேரளா, லட்சத்தீவுகள் மற்றும் மாஹே

Office of the Insurance Ombudsman,
2nd Floor, Pulinat Bldg., Opp. Cochin Shipyard,
M. G. Road, Ernakulam - 682 015.
Tel.: 0484 - 2358759 / 2359338. Fax: 0484 - 2359336
Email: bimalokpal.ernakulam@cioins.co.in

குறைகள் இருந்தால் குறிபிட்ட
காலவரையரைக்குள் முறையிடவேண்டும்.
இது குறித்து மேல் விவரங்கள் விசாரித்துக்கொள்ளலாம்.

23

வரி மற்றும் வரிச்சலுகைகள்

அதிக விவரம் தெரியாதவர்கள், இன்சூரன்ஸ் குறித்த விழிப்புணர்வு இல்லாதவர்கள், இன்சூரன்ஸ் பாலிசிகள் எடுப்பதே இந்த வரிச் சலுகைக்காகத்தான். அதிலும் குறிப்பாக மாத ஊதியம் வாங்குவோர், அவர்களது வருமான வரியைக் குறித்துக்கொள்வதற்காக பாலிசிகள் எடுக்கிறார்கள்.

எது எப்படியானாலும் வரிச் சலுகைகள் உண்டு. அது சலுகைதான்.

ஆயுள் காப்பீடுக்கான வரிச்சலுகை

ஒருவர் அவரது ஆயுள் காப்பீடுப் பாலிசிக்குக் கட்டும் பிரீமியத்தை வருமான வரிச் சட்டத்தின் 80C பிரிவின் கீழ் காட்டலாம்.

ஒரு நிதி ஆண்டுக்குள் (ஏப்ரல் முதல் மார்ச் வரை) ஒருவர் சில குறிப்பிட்ட செலவுகள் செய்தால் அந்தத் தொகைகளுக்கு வரி விலக்கு வழங்கப்படுகிறது. அந்தச் சிலவற்றில் ஆயுள் காப்பீடு பிரீமியமும் ஒன்று. சேமநலநிதிக்குக் கட்டும் பணம் போன்றவை பிற. எல்லாம் சேர்த்து அதிகபட்சமாக ஒருவருக்கு ஆண்டுக்கு ஒன்றரை லட்ச ரூபாய் வரை விலக்கு உண்டு.

பெரும்பாலானவர்களுக்கு அவர்கள் ஆயுள் காப்பீடுக்குக் கட்டும் பிரீமியத்தொகை அப்படியே முழு விலக்கு பெற்றுக்கொடுக்கும்.

ஆனால் இதில் ஒரு நிபந்தனை உண்டு. அது, கட்டும் பிரீமியம் குறைந்த பட்சம் மொத்த பாலிசி தொகையில் 10 விழுக்காட்டுக்கு மிகாமல் இருக்கவேண்டும்.

ஒருவர், அவரது மனைவி மற்றும் குழந்தைகள் பெயரில் எடுக்கும் பாலிசிகளுக்குக் கட்டும் பிரீமியத்துக்கும் இந்த 80C பிரிவின் கீழ் வரிவிலக்கு உண்டு. மனைவியோ குழந்தைகளோ சுயமாக சம்பாதிப்பவர்களாக இருந்தாலும் இந்த வரிவிலக்கு உண்டு.

அடுத்து மற்றொரு வரிச் சலுகையும் உண்டு. அதுவும் வருமான வரிசட்டத்தின் கீழ்தான். பாலிசி காலம் முடிந்து மெச்சூரிட்டி பணத்தை வாங்கும் போது அது அந்த ஆண்டின் வருமானமாகக் கருதப்பட்டால், வரி கட்டவேண்டிவரும். ஆனால் இன்சூரன்ஸ் பணம் அப்படி வந்தால் அதற்கு பிரிவு 10 D கீழ் முழு வரிசலுகை.

ஆக, இன்சூரன்ஸுக்காகக் கட்டும் பணத்துக்கு மற்றும், அது சேமிக்கப்பட்டுத் திரும்ப வரும் பணத்துக்கு என்று இரண்டுக்குமே வரி விலக்கு தரப்படுகிறது.

2021 நிலவரப்படி ஆண்டு ஒன்றுக்கு ரூ.2.5 லட்சத்துக்கும் அதிகமாகக் கட்டும் யூலிப் பாலிசிகள் முதிர்வடையும்போது பெறப்படும் தொகைக்கு வருமான வரி விலக்கு இல்லை. மற்ற யூலிப் பாலிசிகளுக்கு, பிரிவு 10Dயின் கீழ் உண்டு.

மருத்துவக் காப்பீடுக்கான வரிச்சலுகை

மருத்துவ காப்பீடுக்காகக் கட்டும் பிரீமியத்துக்கும் வரிச் சலுகை உண்டு. அது 80C ஒன்றரை லட்சம் என்ற அமைப்புக்குள் வராது. அதற்கு தனியாக ஒரு பிரிவு, 80D என்று இருக்கிறது. அதன் கீழ் நிதி ஆண்டு ஒன்றுக்கு – தனக்கும் தன் குடும்பத்தாருக்கும் (HUF) எடுக்கும் பாலிசிக்கான பிரீமியத் தொகையை அதிகபட்சமாக ரூ 25,000 வரை கழித்துக்கொள்ளலாம். அவ்வளவுக்கு வருமான வரி இல்லை.

60 வயதுக்கும் மேலிருப்பவர்களாக இருந்தால் ரூ 50,000 வரை வரி விலக்கு. அதே பிரிவின் கீழ் பெற்றோருக்கு எடுத்தால், மேலும் கூடுதலாக 50,000 வரிச்சலுகை தரப்படுகிறது.

சூப்பர் சீனியர் சிடிசன்கள் (80 மற்றும் அதற்கு மேற்பட்ட வயதுடையவர்களுக்கு) 75,000 ரூபாய் வரை வரி விலக்கு தரப்படுகிறது.

கட்டும் பிரீமியம் மீது ஜி.எஸ்.டி. வரி

சேவை வரியான சர்வீஸ் டேக்ஸ் அறிவிக்கப்பட்ட பின்னர் காப்பீடுகளுக்குக் கட்டும் பிரீமியத்தின் மீதும் அந்த வரியைப் போடுவோம் என்று மத்திய அரசு அறிவித்தது. அப்போது முதல் கட்டும் பிரீமியம் தவிர அதற்கு வரியும் கட்டவேண்டியதாகி விட்டது.

பின்னர், சேவை வரி, 1 ஜூலை 2017ல் நடைமுறைக்கு வந்த ஜி.எஸ்.டி வரியுடன் இணைக்கப்பட்டபின் ஆயுள் காப்பீடு பாலிசிகள் மற்றும் மருத்துவக் காப்பீடு பாலிசி பிரீமியங்கள் ஆகிய இரண்டின் மீதும் ஜி.எஸ்.டி வரி போடப்படுகிறது.

தற்போது (2021) இருக்கும் ஜி.எஸ்.டி வரி விவரங்கள்.

ஆயுள் காப்பீடு பிரீமியத்தின் மீது :

டெர்ம் பிளான்கள் : 18%

யூலிப் பிளான்கள் :18%

எண்டோவ்மெண்ட் பிளான்கள் : முதல் ஆண்டு பிரீமியம் மீது 4.5 %; இரண்டாவது ஆண்டிலிருந்து 2.25%

மருத்துவ காப்பீடு பிரீமியத்தின் மீது : 18 %

டிராவல் இன்சூரன்ஸ் பிரீமியத்தின் மீது : 18%

மோட்டார் வாகன இன்சூரன்ஸ் பிரீமியத்தின் மீது : 18%

வெளிநாடு வாழ் இந்தியர்கள் எடுக்கும் பாலிசிகளுக்கான பிரீமியம் மீது ஜி.எஸ்.டி வரி இல்லை.

நியமனம் / நாமினேஷன்

ஆங்கிலத்தில் நாமினி என்கிறார்கள். ஆனால் அதையே தமிழில் சொல்லும் போது வாரிசுதாரர் என்கிறார்கள். அப்படிச் சொல்வது சரியல்ல. நாமினி என்பதற்கு நியமிக்கபட்டவர் என்பதுதான் சரியான பொருள். மேலும் இன்சூரன்ஸ் விதிகளின்படியும் நியமிக்கப்பட்டவர் என்பதே சரி. வாரிசுதாரர் என்றால் அது மனைவி, பிள்ளைகள் என்று இருக்க வேண்டும். ஆனால் நியமிக்கப்பட்டவர் அப்படி இருக்கவேண்டிய அவசியமில்லை.

இன்சூரன்ஸ் பாலிசி எடுக்கும்போது அவசியம் நாமினி போடவேண்டும். அது யாராகவும் இருக்கலாம். 18 வயது

ஆகாதவராக இருந்தால், உடன் ஒரு காப்பாளர் (கார்டியன்) பெயரையும் எழுத வேண்டும். நியமிக்கப்படுகிறவரின் சரியான முகவரி கொடுக்கவேண்டும். இல்லாவிட்டால் தகவல் இடைவெளி ஏற்படலாம்.

சில சமயங்களில் பாலிசிதாரர் இறப்பதற்கு முன்பாகவே நியமிக்கப்பட்டவர் இறந்துவிடுகிறார். அதன் பின் பாலிசி காலத்துக்குள்ளாக, பாலிசிதாரரும் இறக்க, டெத் பெனிஃபிட் பணத்தை வாங்க ஆள் இருக்காது. அதனால் ஒரு பாலிசிதாரரையே மூன்று நியமனங்கள் செய்யச் சொல்கிறார்கள்.

முதலாவது நியமனம் (அவர் இறந்துவிட்டால்), இரண்டாவது நியமனம் (இவரும் இறந்துவிட்டால்), மூன்றாவது நியமனம் என்று மூவருடைய பெயர் விவரங்கள் கொடுக்கவேண்டும். முதல் நபருக்கே முதல் உரிமை. முதல் இருவரும் இல்லாதபோதுதான் மூன்றாவது நபர் பெற முடியும்.

ஒருவர் அவரது மனைவியையோ, குழந்தைகளையோ நியமனம் செய்திருந்தால், அவர் எடுத்திருக்கும் பாலிசியை அவர் தரவேண்டிய கடன்கள் அல்லது வேறு எதற்காகவும் நீதிமன்றங்களில் 'அட்டாச்மெண்ட்' செய்ய முடியாது. வேறு எவர் பெயரிலும் நியமனம் இருந்தால் 'அட்டாச்மெண்ட்' செய்யலாம். அட்டாச்மெண்ட் என்றால், பணம் வழங்கப் படுவதைத் தடுப்பது.

> வரிச்சலுகைகள் நிச்சயமாக உதவிதான்.
> அவற்றை தவறவிட வேண்டாம். ஆனால்,
> காப்பீடின் முதன்மை நோக்கம் அதுவல்ல.
> வரிச் சலுகை பெறுவதற்காக, அதிகம் யோசிக்காமல்,
> ஏதோ ஒரு பாலிசியை எடுப்பது சரியல்ல.

24

சந்தேகங்கள், விளக்கங்கள்

ஆன் லைனில் இன்சூரன்ஸ் பாலிசி வாங்கலாமா?

தாராளமாக வாங்கலாம். பிரீமியம் குறைவாக இருக்கும். நாம் வாங்கும் இணையத்தளம் சரியானதுதானா என்று பார்த்து வாங்கவேண்டும். தவறான, போலியான இணையத்தளமில்லை என்பதை SSL சான்றிதழ் இருக்கிறதா என்று பார்த்து உறுதி செய்துகொண்டு செயல்படவேண்டும்.

ஆன் லைனில் இன்சூரன்ஸ் பாலிசி எடுப்பது லாபமா?

நம் நாட்டில் இன்னமும் முகவர் மூலம் பாலிசிகள் எடுப்பதுவே பிரபலமாக இருக்கிறது. மொத்தத்தில் ஒரு சதவீதத்துக்கும் குறைவான பாலிசிகள்தான் ஆன்லைன் மூலமாக விற்பனையாகின்றன என்கிறார்கள்.

இணையம் மூலமாக இன்சூரன்ஸ் பாலிசி எடுத்தால் கணிசமான அளவு (5 முதல் 20% வரை) பிரீமியம் குறைவாக இருக்கும். ஆனாலும் மருத்துவப் பரிசோதனைகள் உண்டு. இணையம் மூலம் பாலிசி எடுத்தாலும் அச்சடித்த பாலிசி ஆவணம் கிடைக்கும். இல்லாவிட்டாலும் விவரங்களை 'பிரிண்ட்' செய்து வைத்துக் கொள்ளவேண்டும். காரணம், குடும்ப உறுப்பினர்களுக்கு இப்படி

ஒரு பாலிசி இருக்கிறதென்று தெரிய வேண்டும். சில இளையோர் இணையம் மூலம் எடுக்கும் பாலிசிகள் குறித்து மற்றவர்களுக்குத் தெரிவிப்பதில்லை. அதனால் கிளைம் ஆவதில்லை என்கிறார்கள் சில முகவர்கள்.

போர்ஸ் மெஜூர் கிளாஸ் (force majeure) **என்று பாலிசிகளில் எழுதியிருக்கிறதே... அதன் பொருள் என்ன?**

போர்ஸ் மெஜூர் என்பது பிரஞ்சு சொல். அதற்கு 'சக்திக்கு மீறிய' என்று பொருள் கொள்ளலாம். இரட்டை கோபுரத் தகர்ப்பு போன்ற சில மிகப் பெரும் எண்ணிக்கையிலான இறப்புகள் ஏற்படும்போது நாங்கள் பணம் தர இயலாது என்று நிறுவனங்கள் முன்கூட்டியே சொல்லிவிடுவதுதான் போர்ஸ் மெஜூர் கிளாஸ்.

டெர்ம் இன்சூரன்ஸ் பாலிசிகளில் அவசியம் எழுதியிருப்பார்கள். நிலநடுக்கம், புயல் போன்ற இயற்கை பேரழிவுகள், தீவிரவாத தாக்குதல்கள், போராட்டங்கள் எல்லாம் இவ்வகையில் வரும். பாலிசி டாக்குமெண்டைப் படித்துப் பார்க்கவேண்டும். முகவர்களை அழுத்திக்கேட்டால் சிலவற்றை நீக்கவும் வாய்ப்புண்டு. பாலிசி எடுக்கும் போது செய்யவேண்டும்.

ஒருவரே பல பாலிசிகள் எடுக்கலாமா?

எடுக்கலாம். தவறில்லை. எத்தனை பாலிசிகளோ அத்தனைக்கும் பிரீமியம் கட்டவேண்டும் என்பது தெரிந்ததுதான்.

ஒருவர் விண்ணப்பிக்கும் போதே அவரிடம் ஏற்கெனவே எத்தனை பாலிசிகள், எவ்வளவு தொகைக்கு இருக்கின்றன என்று கேட்பார்கள். ஒருவருடைய வருமானத்துக்கு தக்க எவ்வளவு ரூபாய்க்கான பாலிசிகள் எடுக்கலாம் என்று (ஹியூமன் லைஃப் வேல்யு) கணக்கு வைத்திருப்பார்கள். ஆண்டு வருமானத்தைப் போல 20 மடங்கு என்பது போல இருக்கலாம். அதற்கு ஏற்கெனவே எடுத்து அவை நடப்பில் இருந்தால், இன்சூரன்ஸ் நிறுவனம் மேலும் புதிய பாலிசி வழங்க மறுக்கலாம்.

வீட்டுக்கடன் போலவே ஏனைய கடன்கள் ஒவ்வொன்றுக்கும் தனித்தனி பாலிசிகள் எடுக்கலாம், ரெட்யூசிங் பாலன்ஸ் என்ற வகையில். ஒவ்வொரு ரயில் மற்றும் விமானப் பயணங்களுக்கும் தனித்தனியே அவ்வவ்போது டிராவல் இன்சூரன்ஸ் எடுப்பது போல எடுக்கலாம்.

பல பாலிசிகள் இருந்தால் நிர்வாகம் செய்வது சிரமம்தானே.

பங்குகளை வைத்துகொள்ள டி மேட் கணக்கு இருப்பதுபோல, இன்சூரன்ஸ் பாலிசிகளுக்கு இ-இன்சூரன்ஸ் கணக்கு இருக்கிறது. அதில் அனைத்து இன்சூரன்ஸ்களையும் பதிவு செய்து வைத்துக்கொள்ளலாம். அதன்மூலம் இன்சூரன்ஸ் பாலிசிகள் தொடர்பான சில சேவைகளைக்கூடப் பெற முடியும்.

சில முதலீட்டு ஆலோசகர்கள், டெர்ம் இன்சூரன்ஸ் மற்றும் இண்டெக்ஸ் ஃபண்டில் பணம் போடுங்கள் என்கிறார்களே... இந்த அணுகுமுறை சரிதானா?

குறிப்பிட்ட இண்டெக்ஸில் (நிஃப்டி அல்லது சென்செக்ஸ்) உள்ள பங்குகளை அதே விகிதாச்சாரங்களில் வாங்கி வைத்திருக்கும் நிதியங்கள்தான் இண்டெக்ஸ் ஃபண்ட்கள். என்னால் தனிப்பட்ட நிறுவனங்களின் செயல்பாடுகளைப் பின்தொடர முடியாது என்கிறவர்கள் மொத்தமாக நகரும் இண்டெக்ஸ் ஃபண்டுகளுக்கு வாருங்கள் என்பார்கள்.

டெர்ம் இன்சூரன்ஸ் போட்டுவிட்டு, உடன் வேறு பரஸ்பர நிதிகளில், அதிலும் குறிப்பாக ஈக்விட்டி தொடர்பான பரஸ்பரநிதிகளில் பணத்தை எஸ்.ஐ.பி போல கட்டி வரலாம். இண்டெக்ஸ் ஃபண்டுகளும் ஈக்விட்டி ஃபண்டுகள்தான். சந்தை எப்போதும் உயர்ந்துகொண்டே போகும் என்று சொல்லவே முடியாது. சந்தைக்குச் சுழற்சிகள் உண்டு. சில ஆண்டுகள் உயரும் பங்குச்சந்தை (இண்டெக்ஸ்) பின்பு சில ஆண்டுகளுக்கு தொடர்ந்து இறங்கும். இறங்கியது மீண்டும் உயரும். ஆனால் நமக்குப் பணம் தேவைப்படும் நேரம் அது உயர்வாகத்தான் இருக்குமென்று சொல்ல முடியாது.

பி.எல்.ஐ இன்சூரன்ஸ் பற்றிக் கொஞ்சம் சொல்லுங்களேன்.

போஸ்டல் லைஃப் இன்சூரன்ஸ் என்பதைத்தான் சுருக்கி பி.எல்.ஐ (PLI) என்று அழைக்கிறார்கள். ஒரு 1,54,939 கிளைகள் இருக்கும் இந்திய தபால் துறை வழங்கும் இன்சூரன்ஸ் திட்டம் இது. 19-55 வயதுக்கு உட்பட்டவர்கள் மட்டும்தான் வாங்கலாம் என்று பாலிசி எடுக்க வயது வரம்பு இருக்கிறது. மற்ற எந்தக் காப்பீடு நிறுவனத்தின் பிரீமியத்தோடு ஒப்பிடும்போது இதில் குறைவாக இருக்கிறது; இது வழங்கும் போனஸ் சதவீதம் அதிகம் என்றும் சொல்லப்படுகிறது.

போஸ்டல் லைஃப் இன்சூரன்ஸ் (PLI) எல்லோருக்குமானது அல்ல. மத்திய மாநில அரசு ஊழியர்கள், ராணுவத்தினர், மத்திய மாநில பொதுத்துறை நிறுவன ஊழியர்கள், பல்கலைக் கழகங்களின் ஊழியர்கள், அரசு உதவி பெறும் கல்வி நிலையங்களில் வேலை செய்பவர்கள், தேசியமயமாக்கப்பட்ட வங்கிகள், மாநகராட்சி, நகராட்சி பேரூராட்சிகள் மற்றும் பிற உள்ளூர் நிர்வாக அமைப்புகளில் பணியாற்றுபவர்கள், சுய நிர்ணய உரிமை கொண்ட அமைப்புகள், கூட்டுறவு சங்கங்கள். மத்திய மாநில அரசுகள் கூட்டு சேர்ந்திருக்கும் ஜாயிண்ட் வென்ச்சர் நிறுவனங்கள் ஆகியவற்றின் ஊழியர்களுக்கு மட்டுமே இது பொருந்தும். உடன் மருத்துவர்கள், பொறியாளர்கள், தகவல் தொழில்நுட்ப நிறுவன ஊழியர்களுக்கும் பொருந்தும் என்கிறார்கள். மற்றவர்கள் இந்த இன்சூரன்ஸ் வாங்க முடியாது.

1884ம் ஆண்டு அதன் ஊழியர்களுக்காகத் தொடங்கப்பட்டது இந்த இன்சூரன்ஸ். பின்பு 1888ல் டெலிகிராஃப் துறைக்கும் நீட்டிக்கப் பட்டது. இன்னொரு ஆச்சரியமான விஷயம் தெரியுமா அந்தக் காலகட்டத்தில் வேறு எந்த இன்சூரன்ஸ் நிறுவனமும் பெண்களுடைய வாழ்க்கைக்கு ஆயுள்காப்பீடு செய்ததில்லையாம். முதன் முதலில் பெண்களுக்கும் இன்சூரன்ஸ் செய்தது இந்த நிறுவனம்தான் என்கிறது அதன் வலைத்தளம்.

சில நூறு பாலிசிகள் மட்டுமே என்று தொடக்கத்தில் இருந்த அதன் எண்ணிக்கை 2017-ல் 46 லட்சம் பாலிசிகள் ஆக உயர்ந்திருக்கிறது. இதுதவிர ருரல் போஸ்டல் லைஃப் இன்சூரன்ஸ் RPLI 1995 முதல் நடைமுறைக்கு வருகிறது.

தனியார் காப்பீடு நிறுவனங்கள் பாதுகாப்பானவைதானா? அவற்றை நம்பலாமா?

அது அரசு நிறுவனமோ பெரிய நிறுவனமோ எல்லா காப்பீடு நிறுவனங்களும் இந்திய அரசின் கண்காணிப்பு ஆணையமான IRDAவின் மேற்பார்வை மற்றும் கட்டுப்பாட்டில்தான் வருகின்றன.

ரூபாய் 100 கோடி முதல் இருந்தால்தான் தனியார் இன்சூரன்ஸ் நிறுவனம் ஆரம்பிக்கமுடியும். எந்த நேரத்திலும் காப்பீடு நிறுவனம் கொடுக்கவேண்டிய பணம் போல ஒன்றரை மடங்கு சால்வன்சி மார்ஜின் வைத்திருக்கவேண்டும்.

இன்சூரன்ஸ் சட்டம், 1938, செக்சன் 64 Vaவின்படி, அனைத்து காப்பீடு நிறுவனங்களும் 'சால்வன்சி மார்ஜின்' பணம் 150 சதவீதம் வைத்திருக்கவேண்டும். அந்தப் பணத்தை ரிசர்வ் வங்கியிடம் கொடுத்து வைக்கவேண்டும். என்ன காரணத்தாலோ காப்பீடு நிறுவனத்திற்கு ஏதும் ஆனால், ரிசர்வ் வங்கி அந்த பணத்தை கொடுக்கும். எப்படி, வங்கியில் வைக்கும் வைப்பு நிதிகளுக்கு 'டெபாசிட் கார்பொரேஷன் இன்சூரன்ஸ்' இருக்கிறதோ அதுபோல இன்சூரன்ஸ் நிறுவனங்கள் கையாளும் பணத்திற்கும் இப்படி ஒரு பாதுகாப்பு ஏற்பாடு செய்யப்பட்டிருக்கிறது. தனியார் நிறுவனங்களுக்கும் இது பொருந்தும்.

தவிர, ஒவ்வொரு இன்சூரன்ஸ் நிறுவனமும் மற்றுமொரு ரீஇன்சூரன்ஸ் கம்பெனியுடன் இணைக்கப்பட்டிருக்கும். அந்த நிறுவனத்திடம் பணம் கட்டி, தான் கொடுக்க வேண்டிய பணத்திற்கு பாதுகாப்பு செய்திருக்கும்.

மேலும் 'இன்சூரன்ஸ் ஆம்புட்ஸ்மேன்' என்று அமைப்பு இருக்கிறது. காப்பீடு நிறுவனங்கள் குறித்த குறைகளை இங்கே தெரிவித்தால், தீர்வு கிடைக்கும். எல்லா காப்பீடு நிறுவனங்களும் இந்த ஆம்புட்ஸ்மேன்களின் ஆணைகளுக்கு கட்டுப்பட வேண்டும்.

ஐயா நான் வருடம் 1.5லட்சம் மட்டுமே வருட வருமானம் உள்ளதால் டெர்ம் இன்ஷ்யூரன்ஸ் எடுக்க முடியாது என்று கூறிவிட்டார்கள். டெர்ம் இன்ஷ்யூரன்ஸ் எடுக்க என்ன வழி?

யார் எந்த நிறுவனம் மறுத்தார்கள் என்று தெரியவில்லை. நான் விசாரித்தபோது, 'கிடைக்கும் ஆனால் பிரிமியம் அதிகமாக இருக்கும்' என்றார்கள். ஒரு முகவரிடம் எடுத்துக்காட்டு கேட்டேன். அவர் எல்.ஐ.சியைச் சேர்ந்தவர். அவர் கொடுத்த விவரம் இது :

Mr/Mrs/Ms: XYZ | Age: 40 | Term: 25 | Sum Assured :10,00,000
Plan: Saral Jeevan Bima (859) Premium Option : Regular
Premium With Tax 18.0% (Yearly): 9841 (8340 + 1501)

ஒருவர் 25 லட்சத்துக்கு 25 ஆண்டுகளுக்கு டெர்ம் இன்சூரன்ஸ் எடுத்தால் (அவ்வளவு வருமானம் இருந்தால்) அவர் கட்ட வேண்டிய பிரிமியம் 8703 தான்.

25

மொத்தத்தில்

இன்சூரன்ஸ் என்பது பெரிய கடல். அதனுள் ஏராளமானவை இருக்கின்றன. எல்லாவற்றையும் ஒரே புத்தகத்தில் சொல்லிவிட முடியாது. சொல்லவும் தேவையில்லை. காரணம், பலருக்கும் இன்சூரன்ஸ் குறித்து ஓரளவு அனுபவம் இருக்கும்.

புத்தகத்தின் தொடக்கத்திலேயே 'லைப்' மற்றும் 'ஜெனரல்' என இரு பெரும் பிரிவுகளாக பிரித்து பார்த்தோம். அதே முறையில் முடிவுரையையும் செய்வோம்.

ஆயுள் காப்பீடு அவசியம். குறிப்பாக நடுத்தர மற்றும் அதற்கும் கீழ்நிலை பொருளாதார அடுக்கில் இருப்பவர்களுக்கு மிகவும் அவசியம். சம்பாதிப்பவருக்கு ஏதும் ஆகலாம். எப்போது வேண்டுமானாலும் எதுவும் ஆகலாம். இது எதார்த்தம். சில பேட்ஸ்மென்கள் சீக்கிரத்திலேயே அவுட்டாகி விடுவார்கள். சிலர், 50, 60, 70, 80 90 வரை கூட ஸ்கோர் செய்வார்கள். சிலரே சதம் அடிக்கலாம்.

எந்த பேட்ஸ்மன் சீக்கிரமாக அவுட் ஆவார் என்று கிரிக்கெட்டில் சொல்லாமுடியாதது போலவே வாழ்க்கையிலும் சொல்ல முடியாது. பிறந்த தேதி தெரியும், இறக்கப்போகும் தேதி தெரியாது. அதுதான் வாழ்க்கையின் சுவாரஸ்யம் என்கிறார்கள்

சிலர். போய்விட்டவருக்கு ஒன்றும் தெரியவராது. மற்றவர்களுக்கும் அதன் வலி இல்லை. சுவாரஸ்யம் என்று சொல்லலாம். ஆனால், இறந்தவரின் குடும்பத்துக்குதான் துக்கம், பொருளாதார நெருக்கடி.

லாட்டரிச் சீட்டை அறிமுகப்படுத்தியபோது முன்னால் தமிழக முதல்வர் அண்ணாதுரை , ‘விழுந்தால் வீட்டுக்கு. இல்லா விட்டால் நாட்டுக்கு’ என்று சொன்னார். அதேபோன்றதுதான் இன்சூரன்ஸும். துரதிஷ்ட்டவசமாக ஏதும் நேர்ந்தால் குடும்பத்துக்கு உதவி. பாலிசி காலம் முழுக்க ஏதும் ஆகா விட்டால் தேவைப்படும் வேறு சிலருக்கு அவர் மறைமுக உதவி செய்கிறார்.

இன்சூரன்ஸ் என்பது குடும்பத்தலைவர் ஏதாவது காரணத்தினால் உயிரிழக்க நேர்ந்தால், அதன்பின் அவரது குடும்பத்துக்கான மாற்று வருமான ஏற்பாடு, ‘இன்கம் ரிபிளேஸ்மெண்ட் அரேஞ்மெண்ட்’.

ஆனாலும் இதை உணரவே பெரும்பாலானவர்களுக்கு நடுத்தர வயதுக்கு மேல் ஆகிவிடுகிறது. காப்பீடு முகவர்கள் அவருடைய விற்பனைக்காக அல்லது நிறுவனங்கள் ஊழியர்களின் வருமான வரி விலக்குக்காக இது பற்றி எடுத்துச் சொல்ல சிலர் எடுக்கிறார்கள். தேவையைத் தெரிந்து உணர்ந்து திட்டமிட்டு எடுப்பவர்களின் எண்ணிக்கை குறைவுதான்.

எடுப்பதையும் விவரம் தெரிந்து எடுப்பதில்லை. பற்றாத அளவுகளில், ஒத்துவராத திட்டங்களில் பணத்தைப் போட்டுவிட்டு, ஏதோ பெரிய பாதுகாப்பு செய்து வைத்திருப்பது போல நினைத்துக்கொள்கிறார்கள்.

பலவகைகளிலும் ஆராய்ந்து பார்த்ததில் டெர்ம் இன்சூரன்ஸ் சரி என்று தோன்றுகிறது. அதையும் ஒரேயடியாக ஒரு கோடி என்பது போல எல்லோரும் பெரிதாகத்தான் எடுக்கவேண்டும் என்பதில்லை. வேலைக்குப்போய் அல்லது வியாபாரம் செய்து சம்பாதிக்க ஆரம்பித்த உடன் ஒரு பாலிசி உடனடியாக ஆரம்பித்துவிடவேண்டும். பின்பு, திருமணம், குழந்தைப் பிறப்பு, கடன் வாங்கும் நேரம், வீட்டுக் கடன் பெற்று வீடு கட்டி முடிக்கும் நேரம் போன்ற பொறுப்பு அதிகரிக்கும் நேரங்களில் எல்லாம் வெவ்வேறு அளவுகளில் பாலிசிகள் சேர்த்துக் கொண்டே வரலாம். முன்பு பார்த்த அ ஆ இ ஈ பாலிசிகள் போல.

கடன் வாங்கி வீடு வாங்கினால்/ கட்டினால் குறைந்தபட்சம் அந்த கடன் தொகை அளவுக்கு வீட்டுக்கடன் இன்சூரன்ஸ் எடுத்து விடுவதே நல்லது.

வசதி இருப்பவர்கள் எண்டோவ்மெண்ட், மணிபேக் பாலிசிகள் போடலாம். ரிஸ்க் எடுக்கத் தயாராக இருப்பவர்கள் யூலிப் போடலாம். இவற்றைப் பற்றிய விவரங்கள் ஏற்கெனவே போதிய அளவு தெரிவித்தாயிற்று. அதன்பின் அவரவர் விருப்பம்.

காப்பீடு என்பது ஒரு தனியான முக்கியமான தேவை. அதற்கென தனியான ஏற்பாடு இன்சூரன்ஸ். அதோடு சேமிப்பு, முதலீடு, குழந்தைகளுக்கான சேமிப்பு என்றெல்லாம் சேர்த்துச் செய்ய வேண்டிய அவசியமில்லை.

ஓய்வூதியத்துக்கு பென்ஷன் திட்டம்; முதலீட்டுக்கு, பரஸ்பர நிதிகள்; குழந்தைகளின் எதிர்கால வாழ்க்கைக்கு சீட்டு, பரஸ்பர நிதிகளில் எஸ்.ஐ.பி, அஞ்சலக சேமிப்பு திட்டங்கள் என்று பல இருக்கின்றன.

மொத்தத்தில் ஆயுள் காப்பீடு குறித்து சுருக்கமாகச் சொல்ல வேண்டுமென்றால் இப்படிச் சொல்லலாம்.

- இன்சூரன்ஸ் எடுப்பதைத் தள்ளிப்போடவேண்டாம். நிறுவனம் தரும் குரூப் இன்சூரன்ஸ்கள் இருந்தாலும் தனியே காப்பீடு எடுத்துகொள்ளவேண்டும்.
- வரி விலக்கு, மற்றவர் விற்பனைக்கு உதவ, லாபமீட்ட என்பது போன்ற காரணங்களுக்காக இன்சூரன்ஸ் எடுக்க வேண்டாம்.
- இன்சூரன்ஸ் முகவருடன் இணைந்து ஒரு முழுமையான இன்சூரன்ஸ் திட்டம் உருவாக்கிக்கொண்டு, பகுதி பகுதியாக நிறைவேற்ற வேண்டும்.
- முதலீட்டைப் பெருக்க, பணம் சேமிக்க என்பது போன்ற பிற நோக்கங்களை இன்சூரன்ஸுடன் சேர்த்துச் செய்ய வேண்டாம்.
- பாலிசி எடுக்கும்போது கொடுக்கும் சுய தகவல்கள் சரியாக இருக்கவேண்டும். எதையும் மறைக்க வேண்டாம்.
- ஐந்து, பத்து ஆண்டுகளுக்கு என்று குறுகிய கால ஆயுள் பாலிசிகள் மட்டும் போதாது.
- பெரும் தொகைக்கு எடுப்பது லாபம் அல்லது அதுதான் சரி என்று முடிவு செய்யவேண்டாம். பிரீமியம் தொடர்ந்து

கட்டக்கூடிய தொகைகளுக்கு மட்டுமே பாலிசிகள் எடுக்க வேண்டும்.

- சம்பாதிக்கத் தொடங்கியவுடன், ஓய்வு பெறும் வயது வரையிலான கால அளவுக்கு ஒரு அடிப்படை பாலிசி எடுத்துவிட வேண்டும்.
- வருமானம் அதிகரிக்கும் போதும், திருமணம் குழந்தைகள் பிறக்கும் போதும் கூடுதல் பாலிசிகள் எடுத்துக்கொள்ளலாம்.
- தவணைத் தேதிக்குள் பிரீமியம் கட்டிவிடவேண்டும். அலட்சியம் வேண்டாம்.
- வீட்டுக் கடன் மற்றும் வேறு பெரிய கடன்கள் பெற்றால் அந்தத் தொகைகளுக்கு ஏற்ப ஆயுள் காப்பீடை அதிகரித்து கொள்ளலாம்.
- ஆன் லைனில் எடுக்கலாம். முகவர்கள் மூலமும் எடுக்கலாம். எடுக்கும் பாலிசிகளின் விவரங்களைக் குடும்பத்தாருக்குத் தெரிவிக்க வேண்டும்.
- ஏதும் அசம்பாவிதம் நடந்தால் எவரிடம் பணம் கொடுக்கப்பட வேண்டும் என்பதை நன்கு யோசித்து சரியான நபரை நியமனம் செய்யவேண்டும். அவரது சரியான முகவரியைக் கொடுக்க வேண்டும். முகவரி மாறும்போதெல்லாம் நிறுவனத்துக்குத் தகவல் தெரிவிக்கவேண்டும்
- பாலிசி குறித்த விவரங்களை எழுதி வைக்க வேண்டும்.

மருத்துவக் காப்பீடு

இதுவும் அவசியம். அரசு ஊழியர்கள் மற்றும் நிறுவனம் தரும் நல்ல மருத்துவ சேவை காப்பீடு பாலிசிகள் இருப்பவர்கள் தவிர மற்றவர்கள் அனைவரும் அவசியம் எடுத்துக்கொள்ளவேண்டும். சிறிய தொகைக்காவது தொடங்கி ஆகவேண்டும். உடலில் வியாதிகள் வருவதற்கு முன்னால், இளமையிலேயே தொடங்கி விடுதல் புத்திசாலித்தனம்.

ஆங்கில மருத்துவம் தவிர மற்ற வகை மருத்துவங்களினால் ஏற்படும் உடல்நலக்குறைவுகளுக்குக் காப்பீடு கிடைப்பதில்லை. பாலிசி எடுத்தவுடன் எல்லாவற்றுக்கும் உடனடியாகக் காப்பீடு கிடைக்காது. காத்திருக்கும் காலம் என்று ஒன்று இருக்கிறது.

மெடிகிளைம் தவிர கிரிட்டிகல் இல்னெஸ் இன்சூரன்ஸ் என்ற ஒன்றும் இருக்கிறது. அது இழப்பீட்டுப் பணம் கொடுக்கும்.

மோட்டார் வாகன இன்சூரன்ஸ்

சரியான நேரத்துக்குள் இடைவெளி இல்லாமல் காப்பீடு மற்றும் ஓட்டுனர் உரிமம் ஆகியவற்றை புதுப்பித்து விடவேண்டும்.

உரிமம் இல்லாமல் வண்டி ஓட்டாமல் இருத்தல்; உரிமம் இல்லாதவரை வைத்து வண்டி ஓட்டாமல் இருத்தல்; மது போதையில் வண்டி ஓட்டாதிருத்தல்; பாலிசியில் இருக்கும் நிபந்தனைகளைச் சரியாகத் தெரிந்துகொண்டு பாலிசி எடுத்தல்; பாலிசி எடுத்தபின் நிபந்தனைகளைத் தவறாமல் பின்பற்றுதல் ஆகியவை அவசியம்.

விபத்துகள் நேர்ந்தால் போலீஸுக்குத் தகவல் தெரிவிப்பது; காப்பீடு நிறுவனத்துக்குத் தகவல் தெரிவித்துவிட்டு வண்டியை எடுப்பது; புகைப்படங்கள் சாட்சிகள் ஏற்பாடு செய்துகொள்வது ஆகியவை முக்கியம்.

> ஆக, காப்பீடு என்பது முதலீடு அல்ல. அது செலவல்ல. அனாவசியமும் இல்லை. அடிப்படையான தேவைகளில் ஒன்று. எனவே குறைந்தபட்ச அளவிலாவது ஆயுள் காப்பீடு மற்றும் மருத்துவக் காப்பீடுக்கு ஏற்பாடு செய்தபின் மற்றவற்றில் முதலீடு என்பதை யோசிக்கலாம்.

பின் இணைப்புகள்

1

IRDA அமைப்பு

இந்தியாவைப் பொருத்தவரை காப்பீட்டுக்கு அடிப்படையான சட்டம் என்பது இன்சூரன்ஸ் சட்டம் 1938தான். பின்பு, மத்திய அரசு மற்றொரு சட்டம் கொண்டு வந்தது. அதன் பெயர், மத்திய அரசின் IRDA சட்டம், 1999.

இந்தியாவில் இயங்குகிற காப்பீட்டு நிறுவனங்களை கண்காணிக்கும், வழிநடத்தும் ஒரு ஆணையமாக இயங்குவது இன்சூரன்ஸ் ரெகுலேஷன் அண்ட் டெவலப்மெண்ட் அத்தாரிட்டி ஆப் இந்தியா. சுருக்கமாக IRDA. இந்த அமைப்புக்கு ஒரு தலைவர், ஐந்து முழுநேர இயக்குனர்கள் மற்றும் நான்கு பகுதி நேர இயக்குனர்கள் மத்திய அரசாங்கத்தால் நியமிக்கப்படுகிறார்கள். அவர்கள்தான் இந்த நிறுவனத்தின் நிர்வாகம் செய்பவர்கள்.

IRDAவின் முக்கிய நோக்கங்கள்

- பாலிசிதாரர்களின் நலன். அவர்களுக்கு நியாயம் கிடைக்க வைப்பது.
- இன்சூரன்ஸ் துறையில் முறையான வேகமான வளர்ச்சி.
- நாட்டின் பொருளாதார முன்னேற்றத்திற்கு தேவைப்படும் நிதியை காப்பீடுகள் மூலம் உருவாக்கித் தருவது.

பொறுப்புகள்

- நேர்மையான வலுவான அமைப்புகளை உருவாக்குதல்.
- வேகமான பணப்பட்டுவாடா.
- துரிதமாக குறைகளை தீர்த்துவைத்தல்.
- காப்பீட்டு நடவடிக்கைகளில் வெளிப்படைத்தன்மை.
- முறைகளைப் பின்பற்றாதவர்கள் மீது நடவடிக்கை எடுத்தல்.

IRDA எவற்றையெல்லாம் முறைப்படுகிறது?

- பொதுத்துறை மற்றும் தனியார் காப்பீட்டு நிறுவனங்கள்.
- பொது இன்சூரன்ஸ் காப்பீட்டு நிறுவனங்கள் மற்றும் மருத்துவ காப்பீடுகள்.
- இன்சூரன்ஸ் கம்பெனிகள்.
- 'ஏஜென்சி சேனல்'கள்.
- இடைப்பட்டவர்கள் (இண்டர்மிடியரீஸ்). கார்ப்பரேட் ஏஜென்டுகள், புரோக்கர்கள், பார்ட்டி அட்மினிஸ்டர்ஸ், சர்வேயர்கள், இழப்பை மதிப்பீடு செய்யும் 'லாஸ் அஸசர்'கள்.

இன்சூரன்ஸ் அட்வைசரி கமிட்டி

- IRDAக்கு ஒரு 'இன்சூரன்ஸ் அட்வைசரி கமிட்டி' உண்டு. அதில் அதிகபட்சம் 25 உறுப்பினர்கள் இருக்கலாம்.
- இந்த கமிட்டிதான் பலவற்றையும் உருவாக்கி, ஒப்புதல் பெற்று நடைமுறைக்கு அனுப்பும். அரசாணை வெளியீடும்.
- இந்த கமிட்டியில்: வர்த்தகம், தொழில் துறை, போக்குவரத்துத் துறை, விவசாயம், கன்ஸ்யூமர் சர்வேயர் ஏஜென்ட், இடைத்தரகர்கள், பாதுகாப்பு மற்றும் லாஸ் பிரிவென்ஷன் அமைப்புகளின் பிரதிநிதிகள், 'ரிசர்ச் பாடி'கள், ஊழியர்களின் அமைப்புகளின் பிரதிநிதிகள் இடம்பெறலாம்.

IRDAவின் வேலை

- மேற்பார்வை கண்காணிப்பு- 'சூப்பர்வைசரி ரோல்'.
- உரிமங்கள் வழங்குவது.
- நிதிகள், முதலீடுகளை முறைப்படுத்துவது.

- காப்பீடு நிறுவனங்கள் திவால் ஆகிவிட்டால் கொடுக்க வேண்டிய பணம்- 'மார்ஜின் ஆப் சால்வன்சி'க்கு ஏற்பாடு செய்வது.
- ஆய்வுகள் விசாரணை.
- கணக்குகளை எப்படி வைத்துக்கொள்ள வேண்டும் என்று தெரிவித்து கண்காணிப்பது.

IRDA வழங்கும் உரிமைகள்

காப்பீட்டு பாலிசி பத்திரம் வாங்கியவருக்கு அதில் ஏதாவது ஒப்புக்கொள்ளமுடியாத விஷயம் இருக்கும் பட்சம், பத்திரம் கிடைத்த 15 நாட்களுக்குள் அதை ரத்து செய்யலாம். 'லுக்கவுட் பீரியட்' வாய்ப்பு.

யூலிப் பாலிசிகளில் ஒரு நிதிய(பண்ட்)த்தில் இருந்து வேறு ஒரு நிதியத்திற்கு மாற்றிக்கொள்ளலாம்.

●

2

இந்தியாவில் இன்சூரன்ஸ்: ஒரு வரலாறு

இன்சூரன்ஸ் என்பது இப்போது இருப்பது போல முறைப்படுத்தப்பட்ட ஒரு சேவையாக, வியாபாரமாக ஆகி எல்லாம் ஒரு நூறாண்டுதான் இருக்கும். ஆனால், இன்சூரன்ஸ் என்கிற கருத்துருவாக்கம் கான்செப்ட் கிறிஸ்து பிறப்பதற்கு சில நூற்றாண்டுகள் முன்பாகவே இருந்திருக்கிறது.

ஐரோப்பாவில் குறிப்பாக ரோமானிய வியாபாரிகள் கிறிஸ்து பிறப்பதற்கு எட்டு முதல் பத்து நூறாண்டுகளுக்கு முன்பாகவே இப்படி சிலர் அடையும் நட்டத்தை மற்றவர்களும் பகிர்ந்து கொள்ளும் ஏற்பாடுகள் இருந்திருக்கின்றன. அதன் பெயர் லெக் ரெடியா (ரோடியன்லா) என்கிறது விக்கிபீடியா.

இந்தியா மற்றும் சீனாவிலும் வணிகர்கள் இப்படிப்பட்ட ஏற்பாடுகளைச் செய்துகொண்டு இருக்கிறார்கள். தவிர, மூன்றாம் நூற்றாண்டைச் சேர்ந்த நம் இந்திய தர்ம சாஸ்திரத்திலும் அர்த்த சாஸ்திரத்திலும் மனு சாஸ்திரத்திலும் காப்பீடு குறித்த கருத்துருவாக்கங்கள் காணப்படுகின்றன. கிரேக்கம் பெல்ஜியம் போன்ற பல நாடுகளிலும் கி.பி. 1300களில் காப்பீடு முறை இருந்திருக்கிறது.

நூற்றுக்கணக்கான வியாபாரிகள் அவர்களது வியாபாரப் பொருட்களை கடல் மார்கம் கப்பல்கள் மூலம் கொண்டுபோகும் போது அவற்றில் ஏதாவது சில கப்பல்களுக்கு கடல் கொந்தளிப்பு, புயல் போன்றவற்றால் ஆபத்து ஏற்படும். கப்பல் கவிழ்ந்து பொருட்கள் அழிந்துவிடும்.

மொத்த பேரில் யாரோ ஒரு சிலருக்கு ஏற்படும் இழப்பை ஏன் அவர்கள் மட்டும் சந்திக்க வேண்டும் என்ற கேள்வி எழுந்தது. மற்றவர்களும் ஆளுக்குக் கொஞ்சம் பணம் கொடுத்து, அந்த சில துரதிஷ்ட்டசாலிகளின் நஷ்டத்தைச் சரி செய்யலாமே என்று யோசித்திருக்கிறார்கள். நிம்மதி பிறந்திருக்கிறது.

கப்பலில் அனுப்பி வைக்கும் செலவோடு இப்படிப்பட்ட ஒரு தொகையும் விலையில் சேர்த்துக்கொள்ளப்பட்டது. அந்த ஏற்பாடுதான் பின்னர் முறைப்படுத்தப்பட்டு, இன்சூரன்ஸ் ஆகி இருக்கிறது.

மொத்தத்தில் கடல் வாணிபத்தில் ஈடுபட்ட பல நாடுகளிலும் கடல் பயணத்தினால் சிலருக்கு ஏற்படும் நஷ்டத்தில் இருந்து மீள காப்பீடு போன்ற ஏற்பாடுகள் உண்டாக்கப்பட்டிருக்கின்றன.

கட்டடங்கள் இன்சூரன்ஸ்

1666ஆம் ஆண்டு லண்டனில் பெரிய தீ விபத்து ஒன்று ஏற்பட்டு சுமார் 13 ஆயிரம் வீடுகள் எரிந்து சாம்பலாகியிருக்கின்றன. அதுவரை சிலரால் அவ்வப்போது செய்யப்பட்டு வந்த இன்சூரன்ஸின் முக்கியத்துவத்தைப் பலரும் வலுவாக உணர்ந்தார்கள். அந்தத் தீ விபத்துக்குப்பின் 1681ஆம் ஆண்டு, உலகின் முதல் 'ஃபயர் இன்சூரன்ஸ்' கம்பெனி உருவானது. அந்தக் கம்பெனி சுமார் 5,000 வீடுகளுக்கு இன்சூரன்ஸ் செய்தது.

1680களில் கடல் பயண கப்பல் இன்சூரன்ஸ் கம்பெனிகள் வந்தன.

1706ஆம் ஆண்டு லண்டனில், 'ஏமிக்கபில் சொசைட்டி ஃபார் பெர்பெச்சுவல் அஷ்யூரன்ஸ் ஆபீஸ்' என்ற ஆயுள் காப்பீடு நிறுவனம் வில்லியம் டாப் லாட் மற்றும் தாமஸ் அனென் என்பவர்களால் உருவாக்கப்பட்டது.

பத்தொன்பதாம் நூற்றாண்டில் விபத்துக் காப்பீடுகள் புழக்கத்துக்கு வந்தன. அதுவும் லண்டனில்தான். அப்படிப்பட்ட முதல் நிறுவனம் 'ரயில்வே பாசஞ்சர்கள் அஷ்யூரன்ஸ் கம்பெனி' 1848ஆம் ஆண்டு ஏற்படுத்தப்பட்டது. அதே நூற்றாண்டின் பிற்பகுதியில் சில தேசங்களின் அரசாங்கங்கள் வயதானவர் களுக்கும் நோய்வாய்ப்படும் மக்களுக்குமான இன்சூரன்ஸ் திட்டங்களை அறிமுகப்படுத்தின. அந்தவிதத்தில் 1911ஆம் ஆண்டு, இங்கிலாந்தில் 'நேஷனல் இன்சூரன்ஸ்' என்ற சட்டம் இயற்றப்பட்டது. அதன்மூலம் நோய் மற்றும் வேலை இழப்புகளுக்கான இழப்பீடு தரப்பட்டன.

இந்திய இன்சூரன்ஸின் வரலாறு

பஞ்சம், வெள்ளம், தீ விபத்துகள் ஆகியவற்றால் ஏற்படும் நஷ்டங்களைச் சமாளிக்க பணம் எடுத்து வைக்கும் பழக்கம் இந்தியாவில் இருந்தது என்பதை மனு ஸ்மிருதி, அர்த்த சாஸ்திரம், யக்ஞுவால்கிய ஸ்மிருதி ஆகியவற்றில் இருக்கும் குறிப்புகள் மூலம் தெரிந்துகொள்ளலாம் என்கின்றன சில வலைத்தளங்கள்.

மற்றபடி நம் நாட்டில் முறைப்படுத்தப்பட்ட இன்சூரன்ஸ் நிறுவனங்கள், மற்றும் சட்டங்கள் இயற்றப்பட்ட கால வரிசை வருமாறு.

1818 : ஓரியண்டல் இன்சூரன்ஸ் கம்பெனி, கல்கத்தா (பின்னர் அது 1834ம் ஆண்டு ஃபெயிலியர் ஆனது).

1818 : மெட்ராஸ் ஈக்விட்டபிள் கம்பெனி, சென்னை ராஜஸ்தானிக்காக. (முன்னாள் மதாரஸ் ஸ்டேட்)

1870 : பாம்பே மியூச்சுவல்

1871 : பாம்பே ஓரியண்டல்

1912 : இன்சூரன்ஸ் குறித்த முதல் சட்டம் – 'த இந்தியன் இன்சூரன்ஸ் கம்பனிஸ் ஆக்ட் 1912'

1956 : ஒரு சட்டத்தின் மூலம் மூலம் 154 இந்திய மற்றும் 16 வெளிநாட்டு இன்சூரன்ஸ் நிறுவனங்கள். தவிர, 75 பிராவிடண்ட் ஃபண்ட் சொசைட்டிகள் என மொத்தம் 245 நிறுவனங்களை ஒருங்கிணைத்து, 'லைப் இன்சூரன்ஸ் கார்ப்பரேஷன் ஆப் இந்தியா' (LIC) உருவாக்கப்பட்டது.

1973 : ஜெனரல் இன்சூரன்ஸ் கம்பெனிகள் சட்டம் கொண்டுவரப்பட்டு, 107 தனியார் கம்பெனிகள்,

- நேஷனல் இன்சூரன்ஸ் கம்பெனி
- நியூ இந்தியா இன்சூரன்ஸ் கம்பெனி
- ஓரியண்டல் இன்சூரன்ஸ் கம்பெனி
- யுனைடெட் இந்தியா இன்சூரன்ஸ் கம்பெனி

என்ற பெயர்களில் நான்கு பெரும் பொதுத் துறை ஜெனரல் இன்சூரன்ஸ் நிறுவனங்களாக மாற்றப்பட்டன.

1990 : அது வரை தனிக்காட்டுராஜாவாக வியாபாரம் செய்துவந்த பொதுத்துறை நிறுவனமான LICக்குப் போட்டியாகத் தனியார் நிறுவனங்களும் காப்பீடு செய்ய அனுமதிக்கப்பட்டன.

1999 : மல்கோத்ரா கமிட்டி பரிந்துரையின்படி காப்பீடுத் தொழில் வளர்ச்சி மற்றும் நெறிமுறைப்படுத்துதலுக்காக IRDA என்ற தனி அமைப்பு உருவாக்கப்பட்டது.

2000 : வெளிநாட்டு நிறுவனங்கள் இந்தியாவில் இன்சூரன்ஸ் தொழில் நிறுவனங்களில் 26 சதவீதம் வரை முதலீடு செய்ய அனுமதிக்கப்பட்டன.

2021 : மொத்தம் 34 ஜெனரல் இன்சூரன்ஸ் நிறுவனங்களும் 24 லைஃப் இன்சூரன்ஸ் நிறுவனங்களும் இந்தியாவில் இயங்குகின்றன. இந்தியாவின் மொத்த உள்நாட்டு உற்பத்தியானது ஜி.டி.பி 7 சதவீதம் இன்சூரன்ஸ் துறையில் இருந்து வருகிறது.

•

இந்தியாவில் இருக்கும் லைஃப் இன்சூரன்ஸ் நிறுவனங்கள்

1. Aegon Life Insurance Co. Ltd.
2. Aviva Life Insurance Co. India Ltd.
3. Bajaj Allianz Life Insurance Co. Ltd.
4. Bharti AXA Life Insurance Co. Ltd.
5. Birla Sun Life Insurance Co. Ltd.
6. Canara HSBC Oriental Bank of Commerce Life Insurance Co. Ltd.
7. DHFL Pramerica Life Insurance Co. Ltd.
8. Edelweiss Tokio Life Insurance Co. Ltd
9. Exide Life Insurance Co. Ltd.
10. Future Generali India Life Insurance Co. Ltd.
11. HDFC Standard Life Insurance Co. Ltd.
12. ICICI Prudential Life Insurance Co. Ltd.
13. IDBI Federal Life Insurance Co. Ltd.
14. IndiaFirst Life Insurance Co. Ltd
15. Kotak Mahindra Old Mutual Life Insurance Ltd.

16. Life Insurance Corporation of India
17. Max Life Insurance Co. Ltd.
18. PNB MetLife India Insurance Co. Ltd.
19. Reliance Life Insurance Co. Ltd.
20. Sahara India Life Insurance Co. Ltd.
21. SBI Life Insurance Co. Ltd.
22. Shriram Life Insurance Co. Ltd.
23. Star Union Dai-Ichi Life Insurance Co. Ltd.
24. Tata AIA Life Insurance Co. Ltd.

●

இந்தியாவில் இருக்கும் ஜெனரல் இன்சூரன்ஸ் நிறுவனங்கள்

1. Agriculture Insurance Co. of India Ltd.
2. Bajaj Allianz General Insurance Co. Ltd.
3. Bharti Axa General Insurance Co. Ltd.
4. Cholamandalam MS General Insurance Co. Ltd.
5. Manipal Cigna Health Insurance Co.Ltd.
6. Export Credit Guarantee Corporation of India Ltd.
7. Future Generali India Insurance Co. Ltd.
8. HDFC ERGO General Insurance Co. Ltd.
9. ICICI Lombard General Insurance Co. Ltd.
10. IFFCO Tokio General Insurance Co. Ltd.
11. L&T General Insurance Co. Ltd.
12. Liberty Videocon General Insurance Co. Ltd.
13. Magma HDI General Insurance Co. Ltd.
14. Max Bupa Health Insurance Co. Ltd.
15. National Insurance Co. Ltd.
16. The New India Assurance Co. Ltd.
17. The Oriental Insurance Co. Ltd.
18. Raheja QBE General Insurance Co. Ltd.
19. Reliance General Insurance Co. Ltd.

20. Religare Health Insurance Co. Ltd.
21. Royal Sundaram Alliance Insurance Co. Ltd.
22. SBI General Insurance Co. Ltd.
23. Shriram General Insurance Co. Ltd.
24. Star Health and Allied Insurance Co. Ltd.
25. Tata AIG General Insurance Co. Ltd.
26. United India Insurance Co. Ltd.
27. Universal Sompo General Insurance Co. Ltd.
28. Kotak Mahindra General Insurance Co. Ltd.
29. Aditya Birla Health Insurance Co. Ltd.
30. Reliance Health Insurance Limited
31. Acko General Insurance Limited
32. DHFL General Insurance Co.Ltd.
33. Edelweiss General Insurance Co.Ltd.
34. Go Digit General Insurance Ltd.

●

3

எல்.ஐ.சி பங்குகள் தனியாருக்கு விற்பனை

2020-21ஆம் ஆண்டுக்கான பட்ஜெட் உரையில் நிதியமைச்சர் நிர்மலா சீதாராமன், மத்திய அரசின் ஆயுள் காப்பீடு நிறுவனமான எல்.ஐ.சியின் பங்குகள் தனியாருக்கு விற்கப்படும் என்று தெரிவித்தார். தொழிற்சங்கங்கள் விற்பனையை எதிர்த்துப் போராட்டங்கள் ஆரம்பித்திருக்கிறார்கள். எதிர்க்கட்சியான காங்கிரஸ், இது குறித்து கட்சிக்குள் விவாதித்து கருத்து சொல்வதாகத் தெரிவித்திருக்கிறார்கள்.

இந்தியாவில் இருக்கும் மிகச்சிறந்த நிறுவனங்களில் ஒன்று எல்.ஐ.சி. 1956ம் ஆண்டு அப்போது இயங்கிக்கொண்டிருந்த 154 தனியார் காப்பீடு நிறுவனங்கள், 6 வெளிநாட்டு காப்பீடு நிறுவனங்கள் உள்ளிட்ட 245 நிறுவனங்களை, எல்.ஐ.சி சட்டம் 1956 என்பதன் மூலம் ஒருங்கிணைத்து உருவாகிய அமைப்புதான், எல்.ஐ.சி.

2000மாவது ஆண்டு காப்பீடுத் துறையில் தனியார் நிறுவனங்களை மீண்டும் அனுமதிக்கும் வரையிலும், இந்திய காப்பீடுத் துறையில் தனியொரு நிறுவனமாக கோலோச்சிக்கொண்டிருந்த எல்.ஐ.சி, அதன் பின்பும், தனியார் மற்றும் பன்னாட்டு நிறுவனங்களின் போட்டியைச் சமாளித்து, இன்றும் இந்திய காப்பீடுச் சந்தையில் முக்கால் பங்கைத் தன் வசம் வைத்திருக்கும் ‘இன்டஸ்டிரி லீடர்’.

எல்.ஐ.சி ஹவுசிங் பைனான்ஸ், எல்.ஐ.சி பென்சன், எல்.ஐ.சி இன்டர்னேஷனல், எல்.ஐ.சி ஃகார்ட்ஸ், எல்.ஐ.சி மியூச்சுவல்

ஃபண்ட் என்று பல உபநிறுவனங்களைக் கொண்டிருக்கும், லட்சத்து பன்னிரெண்டாயிரம் ஊழியர்கள் மற்றும் 15 லட்சம் முகவர்களுடன், 2,048 கிளைகள் மூலம் நாடு முழுக்க, 64 ஆண்டுகளாக, 30 கோடி பாலிசிகள் வழங்கி சேவை செய்து கொண்டிருக்கும் ஒரு மாபெரும் அமைப்பு.

'புதிய பாலிசிகள் சேர்ப்பு' போன்றவற்றிலும் மற்ற தனியார் நிறுவனங்களைவிடச் சிறப்பான ஆண்டு வளர்ச்சி காணும், லாபமீட்டும், அரசுக்கு நல்ல வருமானம்டிவிடெண்ட் தரும் ஆரோக்கியமான அரசு அமைப்பு. இந்திய 'பிராண்ட்'களில் அதிக மதிப்புள்ளதாக, பல ஆண்டுகள் முன்னணியில் இருந்த/ இருக்கும் நிறுவனம்.

இப்படிப்பட்ட நிறுவனத்தின் இப்போதைய 'சந்தை பண மதிப்பு' என்னவென்று இன்னும் சரியாக கணக்கிடப்படவில்லை. ஆனால், மற்ற நிறுவனங்களின் சந்தை மதிப்போடு ஒப்பிட்டால், எல்.ஐ.சி நிறுவனத்தின் மொத்த சந்தை மதிப்பு, சுமார் 10 லட்சம் கோடியாக இருக்கலாம் என்கிறார்கள். அதில் பத்து சதவிகிதப் பங்குகளை வெளிச்சந்தையில் விற்க அரசு முடிவு செய்திருக்கிறது. இந்த கணிப்புகளின்படி, அரசுக்கு எல்.ஐ.சி பங்குகள் விற்பதன் மூலம் லட்சம் கோடி ரூபாய் கிடைக்கும்.

அரசு அதன் நிறுவனங்களை இரண்டு விதங்களில் விற்கிறது. முதலாவது 'ஸ்டிராடிஜிக் சேல்'. இந்த முறையில் அரசு வசம் இருக்கும் பங்குகளில் 50 சதவிகிதம் வரை விற்கப்பட்டுவிடும். அதனால், அந்த நிறுவனத்தின் நிர்வாக அதிகாரம் அரசிடம் இருந்து போய்விடும்.

மற்றொரு வழி, 'டிஸ்இன்வெஸ்ட்மென்ட்'. இந்த முறையில் ஓரளவு பங்குகள் மட்டுமே விற்கப்படும். அப்படி விற்றபின்பும் அரசே பாதிக்கும் கூடுதலான பங்குகளையும் நிறுவனத்தை நிர்வகிக்கும் அதிகாரத்தையும் வைத்திருக்கும். எல்.ஐ.சி இரண்டாவது முறையான 'டிஸ்இன்வெஸ்ட்மென்ட்'படி 10 சதவிகித பங்குகளை மட்டும் தனியாருக்கு விற்க இருக்கிறது.

இதற்கு நாடாளுமன்றத்தில் எல்.ஐ.சி சட்டம் 1956ஐத் திருத்த வேண்டும். அதன்பின்பு, செபியின் ஒப்புதலுடன் 2020 செப்டெம்பருக்குப் பின்னால், ஐ.பி.ஓ மூலம் பங்குகள் விற்பனைக்கு வரும். மிக நல்ல நிறுவனம் என்பதால் விலை அதிகமிருக்கும். இருந்தாலும் வாங்குவதற்குப் பலத்த போட்டியும் இருக்கும். சமீபத்தில் சவுதி அரேபியா அரசு அதன்

ஆராம்கோ நிறுவனத்தின் பங்குகள் வெளியிட்டதற்கு ஒப்பான ஒரு வெளியீடாக இருக்கும் என்கிற எதிர்பார்ப்பு நிலவுகிறது. எல்.ஐ.சியின் ஊழியர்களுக்கு, விலையிலோ, அலாட்மெண்டிலோ சலுகைகள், முன்னுரிமை இருக்கலாம்.

இதுபோல அரசு அதன் 33 நிறுவனங்களின் ஓரளவு பங்குகளை 'டிஸ்இன்வெஸ்ட்மெண்ட்' செய்திருக்கிறது. ஏர் இந்தியா, ஷிப்பிங் கார்ப்பரேஷன் போன்ற சிலவற்றை இந்த ஆண்டு செய்யவிருக்கிறது. எந்த நிறுவனங்களை இப்படிச் செய்யலாம் என்பதை நிதிஆயோக் முடிவுசெய்கிறது.

நஷ்டம் ஏற்படுத்தும் பொதுத்துறை நிறுவங்களைத்தானே விற்கவேண்டும்? நல்ல லாபம் ஈட்டும் நிறுவனங்களை ஏன் விற்கவேண்டும் என்ற கேள்வி வரலாம்.

'லோகக்ஷேமம் வஹாம்யஹம்' என்பது எல்.ஐ.சியின் தாரக மந்திரம். அதன் பொருள், 'உலக நலம் எங்கள் பொறுப்பு'. அரசு நிறுவனம் என்ற நம்பிக்கையில்தானே இதில் பாலிசிகள் எடுத்தோம்! இனி எங்கள் பாலிசிகளுக்கு அரசின் உத்திரவாதம் இல்லையா? என்ற அச்சமும் வர ஆரம்பித்திருப்பதாக முகவர்கள் சொல்கிறார்கள். அதற்கு நிதியமைச்சர், நிச்சயம் அரசின் உத்திரவாதம் உண்டு என்று உறுதியளித்திருக்கிறார். பத்து சதவிகிதப் பங்குகளை விற்றபின்பும், அது அரசு நிறுவனம் போலதான் இருக்கும்.

பொதுத்துறை நிறுவனங்கள் பலவும் இப்படித்தான் இயங்கிக் கொண்டிருக்கின்றன. உதாரணத்துக்கு பாரத ஸ்டேட் வங்கியின் மொத்தப்பங்குகளில், 42% அரசு வசம் இல்லை. தனியார்களிடம் தான் இருக்கிறது. அரசு 58% பங்குகள் மட்டுமே வைத்துக் கொண்டு நிர்வாகம் செய்கிறது. இந்துஸ்தான் பெட்ரோலியம் நிறுவனத்தின் 51% பங்குகள் மட்டுமே அரசு வசம். மீதமெல்லாம் தனியார் வசம். பாரத மிகு மின் நிறுவனத்தின் 37% பங்குகள் தனியார் வசம். இப்படியாக பல்வேறு பொதுத்துறை நிறுவனங்கள் மற்றும் வங்கிகளின் பங்குகள் தனியார்களுக்கு விற்கப்பட்டிருக்கின்றன.

தாக்கல் செய்யப்பட்டிருக்கும் பட்ஜெட்படி, 2020-21ம் நிதி ஆண்டில் மத்திய அரசு செலவு செய்யத் திட்டமிருக்கும் மொத்தத் தொகை, சுமார் 30 லட்சம் கோடி ரூபாய்கள். வரி வருமானம் உட்பட எதிர்பார்க்கும் மொத்த வருமானம், 20 லட்சம் கோடி ரூபாய்கள் மட்டுமே. நிகரமாக, 10 லட்சம் கோடி பற்றாக்குறை.

இந்த பத்து லட்சம் கோடி ரூபாயையும் அரசால் கடன் வாங்கிச் சமாளிக்க இயலாது.

காரணம், அடுத்த நிதி ஆண்டில், ஏற்கனவே வாங்கிய கடன்களுக்குக் கொடுக்க வேண்டிய வட்டி மட்டும் ஏழு லட்சம் கோடி ரூபாய்கள். வேறு வழிகளில் நிதி திரட்டாவிட்டால், இந்த ஆண்டு புதிய கடன்கள் மட்டும் 10 லட்சம் கோடி ஆகிவிடும்.

அரசால் செலவுகளைக் குறைக்கவோ கட்டுப்படுத்தவோ இயலவில்லை. தேவைகள் அதிகரிக்கின்றன. அதன் வருவாய்க்காக வரி போடுகிறது. ஆனால், அந்த வரி வருவாய் போதவில்லை. அதனால் ஏனைய வழிகளில் நிதி திரட்ட முயல்கிறது. ஸ்பெக்ட்ரம் ஏலம் போன்றவை மற்ற வழிகள். அவற்றில் ஒரு வழி அதன் நிறுவனப் பங்குகளை/ பங்குகளின் ஒரு பகுதியை விற்பது.

அதனால், இந்த 2020-21ம் ஆண்டு பற்றாக்குறையின் ஒரு பகுதியை ஈடுகட்ட, அரசு அதன் நிறுவனங்களான எல்.ஐ.சி., IDBI போன்ற நிறுவனங்களின் ஓரளவு பங்குகளை விற்று, அதன் மூலம் 2.1 லட்சம் கோடி திரட்டி, மீதிப் பற்றாக்குறையான, 7.96 லட்சம் கோடி ரூபாயைக் கடன் வாங்கத் திட்டமிட்டிருக்கிறது.

ஒரு லட்சம் கோடி ரூபாய் அளவு சந்தையில் இருந்து திரட்டப்பட்டால் சந்தையில் பணப்புழக்கம் குறையும்; புதிய பங்கு தாரர்கள் வருவதால் நிறுவனத்தின் செயல்பாடுகள் மற்றும் தகவல் தெரிவிப்பில் வெளிப்படைத்தன்மை அதிகரிக்கும் என்றெல்லாம் எதிர்பார்ப்பவர்கள் இருக்கிறார்கள். அதேநேரம் புதிய பங்குதாரர்கள் நிர்வாகத்தில் மாற்றங்கள் கொண்டு வருவார்கள் என்கிற அச்சமும், இந்த 10 சதவிகிதம் என்பது ஆரம்பம்தான். போகப் போக மேலும் அதிக சதவிகிதப் பங்குகளை அரசு விற்கும் என்ற சந்தேகங்களும் ஊழியர்கள் மத்தியில் இருக்கிறது.

மேலும், எல்.ஐ.சி போன்ற ஒரு பெரிய 64 ஆண்டு பழமையான அரசு காப்பீடு நிறுவனத்தின் பங்கு மதிப்பைக் கணக்கிடுவது அவ்வளவு சுலபமில்லை. எனவே பங்கு விற்பனையை ஓராண்டுக்குள் செய்வதுகூட சிரமம் என்றும் சொல்லப்படுகின்றன.

- எல்.ஐ.சி. பங்கு விற்பனை: ஏன்?, தினத்தந்தி (சோம. வள்ளியப்பன்)

4

2010-ல் யூலிப்பைத் தடை செய்தது செபி

2010, ஏப்ரல் ஒன்பதாம் தேதி, வெள்ளிக்கிழமை அன்று, குறிப்பிட்ட சில காப்பீடு நிறுவனங்கள் நடத்தும் யூலிப் திட்டங்களுக்கு இனி தடை என்று செபி அறிவித்தது. செபி குறிப்பிட்ட அந்த 14 தனியார் காப்பீடு நிறுவனங்கள், இனி , யூலிப் திட்டத்துக்காக (புதியதோ அல்லது நடப்பில் இருப்பதோ) பொதுமக்களிடம் இருந்து பணம் பெறக்கூடாது என்பதுதான் அந்த தடை.

காப்பீடு நிறுவனங்கள் அதிர்ந்து போயின. யூலிப் திட்டங்களை விற்பனை செய்யும் முகவர்கள் திகைத்துப்போனார்கள். ஏற்கெனவே முதலீடு செய்துள்ளவர்கள் தங்கள் பணத்துக்கு ஏதும் தொந்திரவு வருமோ என்று பயந்தார்கள். எல்லாம் கொஞ்ச நேரம்தான். IRDAவின் தலைவர் ஹரி நாராயணன், செபியின் தடை தங்களைக் கட்டுப்படுத்தாது; வழக்கம் போல , யூலிப் வேலைகள் நடக்கும் என்றார்.

நாட்டில் இயங்கும் இரண்டு முக்கியமான, பெரிய அரசு கண்காணிப்பு அமைப்புகள் இப்படி ஒன்றுக்கு ஒன்று முரணாக அறிக்கைகள் விட, பிரச்னை அரசின் கவனத்துக்கு போனது. இரண்டு தரப்பினரும் நிதி அமைச்சரைச் சந்தித்தார்கள். கலந்து பேசினார்கள். பின்னார் நிதி அமைச்சகம் , இந்த விஷயத்தில் யாருக்கு அதிகாரம் இருக்கிறது என்பதை முடிவு செய்ய, இரு அமைப்புகளும் நீதிமன்றத்தினை நாடும் என்றும் அதுவரை,

பழைய நிலை தொடரும் என்று அறிவித்தது. சந்தைகளில் தற்காலிகமாக சகஜ நிலை திரும்பியிருக்கிறது.

யூலிப் என்பது சமீப காலத்தில் பொதுமக்களிடம் நல்ல வரவேற்பு பெற்றிருக்கும் ஒரு காப்பீடுதிட்டம். தற்சமயம் கிட்டத்தட்ட 7 கோடி யூலிப் பாலிசிகள் நடப்பில் உள்ளன. யூலிப் பாலிசிகள் மூலம் சேகரிக்கப்பட்ட பணம் சுமார் ரூ 75 ஆயிரம் கோடி, பங்குச் சந்தைகளில் முதலீடு செய்யப்பட்டிருப்பதாகச் சொல்லப் படுகிறது.

பொதுவாக காப்பீடு நிறுவனங்கள், பாலிசி எடுப்பவர்களிடம் அவர்கள் எடுக்கும் பாலிசி தொகைக்கு ஏற்ப பிரீமியம் வசூலிப்பார்கள். அந்த பிரீமியத் தொகையிலிருந்து, நிர்வாகச் செலவுகளுக்கும், காப்பீடு தொடர்பான செலவுகளுக்கும் பணம் எடுத்துக்கொண்டு மீதத்தில், ஓரளவு தொகையினை போனஸ் என்கிற பெயரில், பாலிசி எடுத்தவரின் கணக்கில் வரவு வைப்பார்கள். தொடர்ந்து கட்டப்படும் பிரீமியம் பணத்தினால் போனஸ் தொகை வளரும்.

போனஸ் தொகைகளாக வரவு வைக்காமல், அந்தத் தொகைகளை குறிப்பிட்ட வகை முதலீடுகளில் ஈடுபடுத்தி, அதில் கிடைக்கும் வருமானத்தினை, பாலிசிதாரருக்குக் கொடுப்பதுதான் யூலிப் திட்டங்களின் நோக்கம்.

யூலிப் திட்டங்கள் என்பன, பாலிசிதாரரின் பிரீமியப் பணத்தின் ஒருபகுதியினை, பங்குகளிலோ கடன் பத்திரங்களிலோ முதலீடு செய்யும் திட்டம். முழுவதும் பங்குகளில் என்றால் அவை குரோத் மற்றும் ஈக்குவிட்டி வகை யூலிப்புகள் என்றழைக்கப்படும். முழுவதும் கடன் பத்திரங்களில் முதலீடு செய்யப்படுபவை டெட் (Debt) ஃபண்ட்ஸ். இரண்டிலும் கலந்து செய்யப்படுபவையும் உண்டு (ஹைபிரிட்).

பங்குகளில் முதலீடு செய்யப்படும் பணம், பங்குச் சந்தையின் ஏற்ற இறக்கங்களுக்கு ஏற்ப கூடவோ குறையவோ செய்யும். கடன் பத்திரங்களில் செய்யப்படும் முதலீட்டில் அப்படிப்பட்ட ஆபத்தோ வாய்ப்போ இல்லை. பங்குகள் தொடர்பான முதலீடுகளுக்கு மைய அரசின் கண்காணிப்பு நிறுவனம் 'செக்யூரிடீஸ் போர்ட் ஆப் இண்டியா'தான் (சுருக்கமாக செபி) பொறுப்பு. செபியின் வழிகாட்டுதல்கள் படிதான் செய்ய வேண்டும்.

காப்பீடு திட்டங்கள் தொடர்பான முதலீடுகளுக்கு , மைய அரசின் கண்காணிப்பு நிறுவனம் , இன்சூரன்ஸ் ரெகுலேட்டரி அண்டு டெவலப்மெண்ட் அதாரிட்டி (IRDA) தான் பொறுப்பு.

யூலிப் திட்டங்களின் தனித்தன்மையே, அது காப்பீடு மற்றும் பங்குகளில் முதலீடு என்பதுதான். அந்தத் தனித்தன்மையே அதன் பிரச்னைக்கும் காரணமாகிவிட்டது. பங்குகளில் முதலீடு செய்யப்படுவதால் அவை எங்களின் கணகாணிப்புக்கு உட்பட்டது என்கிறது செபி. எங்களிடம் அனுமதி பெற்றே யூலிப் திட்டங்களைக் காப்பீடு நிறுவனங்கள் நடத்த வேண்டும் என்பது செபியின் வாதம்.

இது காப்பீடு நிறுவனங்கள் நடத்தும் காப்பீடுத் திட்டம். யூலிப் திட்டங்களின் முதலீடு உள்ளிட்ட திட்டங்களை, ஆராய்ந்து அனுமதியளிக்கும் முழு அதிகாரமும் எங்களுக்குதான் இருக்கிறது என்கிறது, IRDA.

இந்த கடந்த ஒருவருட காலமாகவே இந்தப் பிரச்னை நடந்து வந்திருக்கிறது. ஜனவரி மாதமே காப்பீடு நிறுவனங்களுக்கு செபி ஒரு கடிதம் அனுப்பியது. அதில் நீங்கள் நடத்துகிற யூலிப் திட்டங்களுக்கு எங்களிடம் ஏன் அனுமதி பெறவில்லை என்று கேட்டிருந்தது. இதற்குக் கடும் ஆட்சேபம் தெரிவித்த IRDA, இவை நாங்கள் அனுமதித்த திட்டங்கள். உங்களிடம் அனுமதி பெறவேண்டும் என்று சொல்லுவது, எங்கள் அதிகாரத்தில் நீங்கள் குறுக்கிடுவதற்கு ஒப்பானது என்றது.

கலெக்டிவ் இன்வெஸ்ட்மெண்ட் ஸ்கீம் (CIS) என்கிற வரையறைக்குள் வருபவை எல்லாம் செபியின் கண்காணிப்பில் வரும். பரஸ்பர நிதிகள் இதன் கீழ் வருகின்றன. யூலிப் பிலும் அப்படிப்பட்ட கலெக்டிவ் இன்வெஸ்ட்மெண்ட் இருக்கிறது என்பது செபியின் வாதம்.

காண்டிராக்ட்ஸ் ஆஃப் இன்சூரன்ஸ் என்பனவற்றின் மீது செபிக்கு அதிகாரம் இல்லை என்பதை செபி சட்டம் (Section 11AA) தெரிவிக்கிறது என்பது IRDAவின் வாதம்.

படித்தவர்கள் மற்றும் மத்தியதர வர்கத்தினர் அசையா சொத்துகள், தங்கம் போக, முதலீடுகள் என்றால், வங்கி வைப்புகள் மற்றும் காப்பீடுத் திட்டங்கள்தான் என்று இருந்து வந்த நிலைமை பங்கு சந்தைகளின் வளர்ச்சியால் கடந்த சில ஆண்டுகளில் பெரிதும் மாறியிருக்கிறது. பங்குகளில் நேரடி முதலீடு தவிர, பரஸ்பர

நிதிகளின் மூலம் பங்கு சந்தையில் முதலீடு செய்வதும் பிரபலமாகி, அதன் காரணமாக பாதுகாப்புக்கே அதிக முக்கியத்துவம் கொடுக்கும் வங்கி வைப்புகளும் காப்பீடு பாலிசிகளும் கவர்ச்சி குறைந்தவையாகப் பார்க்கப்படுகின்றன.

மக்களின் கூடுதல் வருமான எதிர்பார்ப்புகளும் அதற்காகக் கூடுதல் ரிஸ்க் எடுக்கும் மனோபாவமும் தொடர்ந்து வளர வளர, பங்குச் சந்தையில் முதலீடு அதன் காரணமாகக் கிடைக்கக்கூடிய, வேகமான வளர்ச்சி வாய்ப்பு போன்றவற்றை உள்ளடக்கிய யூலிப் திட்டங்களைக் காப்பீடு நிறுவனங்களும் அதிகமாகக் கையில் எடுக்க வேண்டிய நிலை வந்தது.

வாழ்க்கையில் ரிஸ்க் உண்டு. அதனைச் சமாளிக்க, பிரச்னை என்றால் உதவக்கூடிய பணம் காப்பீடுப் பணம் என்கிற நிலை, யூலிப் பாலிசிகளின் வருகையினால் மாறியிருப்பது உண்மை. பங்குச் சந்தை என்றாலே ரிஸ்க் தான்; அதனால் என்ன, வருமானம் கூடுதலாக வரக்கூடிய வாய்ப்பு இருக்கிறதே என்று யோசிப்பவர்கள், யூலிப் பக்கம் திரும்புகிறார்கள். அல்லது விற்பனை முகவர்களால் திரும்ப வைக்கப்படுகிறார்கள். இதில் விபரம் தெரியாதவர்களும் அடக்கம்.

நாட்டில் மொத்தம் 23 காப்பீடு நிறுவனங்கள் இயங்கிவருகின்றன. அவற்றின் சொத்து மதிப்பு பத்து லட்சம் கோடி ரூபாய்க்கும் மேலிருக்கும். யூலிப்பில் போடப்படும் பணம் மூன்று நான்கு ஆண்டுகளில் இரட்டிப்பாகும் என்றெல்லாம் சொல்லி விற்கப்படுவதும் அவற்றின் வெற்றிக்கு ஒரு காரணம்.

பரஸ்பர நிதிகள், யூலிப் திட்டங்கள் இரண்டுமே பங்குகளில் முதலீடு என்கிற விஷயத்தில் ஒரே போன்றவைதான். ஆனால் தற்சமயம் இரண்டும் வெவ்வேறு கண்காணிப்பு அமைப்புகளால் நிர்வகிக்கப்படுகின்றன. ஆக, இதற்கு ஒரு முடிவு தெரிந்தாக வேண்டியது அவசியம் தான். நீதிமன்றம் அதனைச் செய்யும் என்று நம்பலாம்.

•

வெவ்வேறு காலகட்டங்களில் உருவாக்கப்பட்ட கண்காணிப்பு நிறுவனங்களின் அதிகார வரம்புகள் ஒன்றின் மீது ஒன்று படுவது இயல்புதான். இங்கே மட்டுமல்ல, உலகெங்குமே இப்படிபட்ட பிரச்னைகள் வரத்தான் செய்கின்றன. பலவேறு கண்காணிப்பு மையங்களுக்கு இடையே ஒருங்கிணைப்பு வேலைகளைச்

செய்யவும், அவற்றுக்கு இடையே வருகிற யூலிப்திட்டங்களுக்கு ஒப்புதல் தருவது யார் என்பது போன்ற சச்சரவுகளை விசாரித்து தீர்க்கவும், ஃபினான்சியல் டெவலப்மெண்ட் அண்டு ஸ்டபிளிட்டி கவுன்சில் ஒன்றினை அமைக்க வேண்டும் என்கிறார் திட்டகமிஷன் துணைத்தலைவர் மோண்டெக் சிங் அலுவாலியா.

- யூலிப் தடை, சரியா? தவறா?, புதிய தலைமுறை, ஏப்ரல் 2010
(சோம. வள்ளியப்பன்)

●●●

டாக்டர் **சோம. வள்ளியப்பன்**

பங்குச்சந்தை வர்த்தகம், பொருளாதாரம், உணர்வு மேலாண்மை, சுயமுன்னேற்றம், நிர்வாகவியல், மனித வள மேம்பாடு, நிதி நிர்வாகம் உள்ளிட்ட துறைகளில் பல புகழ்பெற்ற நூல்களை எழுதியவர். துறைகள் சார்ந்த செழிப்பான அனுபவமும் நிபுணத்துவமும் கொண்டிருக்கும் இவர் தொலைக்காட்சி மற்றும் பத்திரிகைத்துறை ஊடகங்களில் தொடர்ந்து இயங்கி வருகிறார். Emotional Intelligence-ல் ஆய்வுசெய்து சென்னை பல்கலைக்கழகத்தில் PhD. பட்டம் பெற்றவர்.

சொற்பொழிவுகள் மற்றும் பயிற்சி வகுப்புகள் மூலம் பல ஆயிரக்கணக்கான மக்களுடன் தொடர்ந்து உரையாடி வருபவர்.

Author's Email: writersomavalliappan@gmail.com
Author's Website : www.writersomavalliappan.in
www.facebook.com/Soma Valliappan
www.youtube.com/Soma Valliappan

ஆசிரியரின் பிற நூல்கள்

பங்குச்சந்தை

1. அள்ள அள்ளப் பணம் 1 - *பங்குச்சந்தை: அடிப்படைகள்*
2. அள்ள அள்ளப் பணம் 2 - *பங்குச்சந்தை: அனாலிசிஸ்*
3. அள்ள அள்ளப் பணம் 3 - *பங்குச்சந்தை: ஃபியூச்சர்ஸ் அண்ட் ஆப்ஷன்ஸ்*
4. அள்ள அள்ளப் பணம் 4 - *பங்குச்சந்தை: போர்ட்ஃபோலியோ முதலீடுகள்*
5. அள்ள அள்ளப் பணம் 5 - *பங்குச்சந்தை: டிரேடிங்*
6. அள்ள அள்ளப் பணம் 6 - *மியூச்சுவல் ஃபண்ட்*
7. அள்ள அள்ளப் பணம் 7 - *தங்கம்*
8. அள்ள அள்ளப் பணம் 8 - *இன்சூரன்ஸ்*
9. Bulls and Bears - All about Shares
10. *ஷேர் மார்க்கெட் சீக்ரெட்ஸ்*
11. *ஷேர் பசார் சீக்ரெட்ஸ் (ஹிந்தி)*

வியாபாரம்

1. *நம்பர் 1 சேல்ஸ்மேன்* (சிறந்த விற்பனையாளர் ஆவது எப்படி?)
2. *பணமே ஓடி வா*
3. *தொட்டதெல்லாம் பொன்னாகும்*
4. *பணம், சில ரகசியங்கள்*
5. *நேர்மையாக சம்பாதிக்க இவ்வளவு வழிகளா!*

சுயமுன்னேற்றம்

1. *இட்லியாக இருங்கள் - எமோஷனல் இன்டெலிஜென்ஸ்*
2. *எமோஷனல் இண்டெலிஜென்ஸ் 2.0*
3. *ரசவாதம். ஏதிலும் பெரும் வெற்றி (NLP பற்றி)*
4. *தடையேதுமில்லை* (சுயமுன்னேற்றக் கட்டுரைகள்)
5. *உஷார் உள்ளே பார்* (மனமும் சக்தியும்)
6. *ஆல் தி பெஸ்ட் !* (நேர்முகங்களில் வெற்றி பெறுவது எப்படி?)
7. *தள்ளு* (மோட்டிவேஷன்)
8. *சின்னத் தூண்டில் பெரிய மீன்*
9. *சிறு துளி பெரும் பணம்*
10. *டீன் தரிகிட* (பதின் பருவத்தினருக்கு)
11. *சொல்லாததையும் செய்!*
12. *மனதோடு ஒரு சிட்டிங்*
13. *இவ்வளவுதானா நீ?*
14. *முன்னேற்றம் இந்தப் பக்கம்*
15. *எல்லோரும் வல்லவரே*
16. *காதலில் இருந்து திருமணம் வரை*

17. சிக்கனம் சேமிப்பு முதலீடு
18. நல்லதாக நாலு வார்த்தை
19. உடல் மனம் புத்தி
20. You vs You: *Everything you need to know about Emotional Intelligence*
21. சிறுதுளி பெரும் பணம்

நிர்வாகம்

1. ஆளப்பிறந்தவர் நீங்கள் (தலைமைப் பண்புகள்)
2. காலம் உங்கள் காலடியில் (நேர நிர்வாகம்)
4. உலகம் உன் வசம் (கம்யூனிகேஷன்)
5. உறுதி மட்டுமே வேண்டும் (கமிட்மெண்ட்)
6. உறவுகள் மேம்பட (Secrets of Managing People)
7. சிறந்த நிர்வாகி ஆவது எப்படி?
8. மேனேஜ்மென்ட் குரு கம்பன்
9. வீட்டுக் கணக்கு
10. நேரத்தை உரமாக்கு (காலம் உங்கள் காலடியில் - 2)

பொருளாதாரம்

1. நாட்டுக் கணக்கு - 1
2. நாட்டுக்கணக்கு - 2
3. அதிர்ந்த இந்தியா
4. அவசரம் - உடனடியாக செய்யவேண்டிய சமூக பொருளாதார மாற்றங்கள்

மாணவர்களுக்கு

1. மன அழுத்தம் விரட்டலாமா
2. இந்தமுறை நீதான்
3. நீங்கள் அசாதாரணமானவர்
4. You are Extraordinary
5. திட்டமிடுவோம் வெற்றிபெறுவோம்

மற்றவை

1. எங்குமிருப்பவர் (சாய் சரிதம்)
2. கே பாலசந்தர்- வேலை டிராமா சினிமா
3, நல்ல மனம் வாழ்க
4. மகிழ்ச்சியாக வாழுங்கள்
5. அப்பா, மகன் - நெருக்கமும் நெருடல்களும்

சிறுகதைத் தொகுப்பு

1. நெஞ்சமெல்லாம் நீ
2. பட்டாம்பூச்சிகளின் கண்ணாமூச்சி காலம்
3. ஜெமினி சர்க்கிள்

நீங்கள் விரும்பும் புத்தகம் உங்கள் வீடு தேடி வர அழையுங்கள்

Dial for Books

94459 01234

9445 97 97 97

WhatsApp No

95000 45609

www.dialforbooks.in

www.amazon.in

www.flipkart.com